AF742121

ജീവിതനൈപുണി മാർഗ്ഗനിർദ്ദേശങ്ങൾ

LIFE SKILLS MENTORING

jeevithanaipuni marganirdhesangal
life skills mentoring

•

shyjith b t

•

first edition
august 2019

•

typesetting & published
chintha publishers, thiruvananthapuram

•

cover
vinod mangoes

•

illustration
sachin s

വിതരണം

ദേശാഭിമാനി ബുക്ക് ഹൗസ്

H O തിരുവനന്തപുരം-695 035
phone: 0471-2303026, 6063026
www.chinthapublishers.com
chinthapublishers@gmail.com

ബ്രാഞ്ചുകൾ

ഹെഡ്ഡാഫീസ് ബ്രാഞ്ച് കുന്നുകുഴി • സ്റ്റാച്യു തിരുവനന്തപുരം • കെ എസ് ആർ ടി സി ബസ് സ്റ്റേഷൻ ആലപ്പുഴ • കെ എസ് ആർ ടി സി ബസ് സ്റ്റേഷൻ എറണാകുളം • മച്ചിങ്ങൽ ലെയ്ൻ തൃശൂർ • ഐ ജി റോഡ് കോഴിക്കോട് • മാവൂർ റോഡ് കോഴിക്കോട് • എൻ ജി ഒ യൂണിയൻ ബിൽഡിങ് കണ്ണൂർ • സെൻട്രൽ ബസ് ടെർമിനൽ കോംപ്ലക്സ് താവക്കര കണ്ണൂർ

CO - 2826 / 5090
ISBN - 978-93-88485-85-2

ജീവിതനൈപുണി മാർഗ്ഗനിർദ്ദേശങ്ങൾ
LIFE SKILLS MENTORING

ഷൈജിത്ത് ബി റ്റി

ചിന്ത പബ്ലിഷേഴ്സ്
തിരുവനന്തപുരം-695 035

ഷൈജിത്ത് ബി റ്റി

ആയിരത്തിത്തൊള്ളായിരത്തി എഴുപത്തി ആറിൽ അദ്ധ്യാപകദമ്പതികളുടെ മകനായി കൊല്ലം ജില്ലയിൽ ജനിച്ചു. കമ്പ്യൂട്ടർ ആപ്ലിക്കേഷനിൽ മാസ്റ്റർ ബിരുദം. ഗവൺമെന്റ് വൊക്കേഷണൽ ഹയർ സെക്കന്ററി സ്കൂളിൽ വൊക്കേഷണൽ ടീച്ചർ ഇൻ കമ്പ്യൂട്ടർ ആപ്ലിക്കേഷൻ ആയി സേവനമനുഷ്ഠിച്ചുവരുന്നു. പരിശീലന രംഗത്തും സജീവം. നാഷണൽ സർവ്വീസ് സ്കീം, SCERT, കരിയർ ഗൈഡൻസ്, കൗൺസലിങ് സെന്റർ എന്നിവിടങ്ങളിൽ Life Skills & Mentoring Resource Person ആയി സേവനമനുഷ്ഠിക്കുന്നു.

ഭാര്യ : സന്ധ്യാറാണി
(ഇന്ത്യൻ ഓവർസീസ് ബാങ്ക്)
മക്കൾ : ഗോകുൽ കൃഷ്ണ, ഗൗരികൃഷ്ണ
(സ്കൂൾ വിദ്യാർത്ഥികൾ)
വിലാസം : ശ്രീരംഗം
മടന്തകോട്
നെല്ലിമൂട് പി ഒ
കൊല്ലം - 691509
Email : shyjithvhsc@gmail.com
Phone : 9961214656

ഉള്ളടക്കം

പ്രസാധകക്കുറിപ്പ്

തൊഴിൽ വൈദഗ്ദ്ധ്യം നേടാനും സ്വഭാവരൂപീകരണത്തിനും വിദ്യാഭ്യാസരംഗത്തു മുൻപന്തിയിൽ എത്തിച്ചേരുന്നതിനും എല്ലാം ഉപയോഗിക്കുന്ന ഒരു സങ്കേതമാണ് മെന്ററിങ്. പരിചയസമ്പന്നനും വിശ്വസ്തനുമായ ഒരാളായിരിക്കും മെന്റർ.

ഗ്രീക്കു ചരിത്രത്തിൽനിന്നും കണ്ടെത്തിയ ഒരു സങ്കല്പമാണ് മെന്ററിങ്. ഒഡിസിയസ് ട്രോജൻ യുദ്ധത്തിനു പുറപ്പെടുമ്പോൾ തന്റെ പുത്രൻ ശിശുവായിരുന്ന ടെലിമാക്കസിനെ വിശ്വസ്തനും ബുദ്ധിമാനുമായ ഉപദേഷ്ടാവായ മെന്ററെ ഏല്പിച്ചു പോവുകയും ഉപദേഷ്ടാവ് ടെലിമാക്കസിൽ മാതൃകാപരമായ സ്വഭാവ വിശേഷങ്ങൾ രൂപപ്പെടുത്തിയെടുക്കുകയും ചെയ്തുവെന്നുമാണ് കഥ.

മെന്ററിങ് ഇന്ന് വിദ്യാഭ്യാസ പ്രക്രിയയുടെ ഭാഗമാകാനുള്ള തരത്തിൽ വളരുന്ന ഒരു ശിക്ഷണരീതിയായി തീർന്നിട്ടുണ്ട്. പ്രവർത്തന മേഖലയനുസരിച്ച് വിവിധ രീതികളിലുള്ള മെന്ററിങ് ഉണ്ട്. ജീവിതനൈപുണി തേടുന്നതിനായുള്ള മെന്ററിങ് ആണ് ഒരു വിദഗ്ദ്ധ മെന്റർ കൂടിയായ ഷൈജിത്തിന്റെ *ജീവിത നൈപുണിമാർഗ്ഗ നിർദ്ദേശങ്ങൾ* എന്ന ഈ പുസ്തകത്തിന്റെ ഉള്ളടക്കം. മൊത്തം ജീവിതശൈലീ രൂപീകരിക്കുന്നതിനു സഹായകമാവുന്ന ഈ പുസ്തകം വലിയതോതിൽ സ്വീകരിക്കപ്പെടും എന്ന പ്രതീക്ഷയോടെ.

ചിന്ത പബ്ലിഷേഴ്സ്

ആമുഖം

mentoring (വിജയിക്കാൻ സഹായിക്കാം)

വിജയശ്രീലാളിതനായ ഏതൊരാളിന്റെയും പിറകിൽ പ്രാഥമികമായ ഒരു സത്യം ഉണ്ട്. എവിടെയോ, എങ്ങനെയോ അവരുടെ വളർച്ചയും വികസനവും ലക്ഷ്യമാക്കി മാത്രം ഉള്ള ആരെങ്കിലും കാണും, ആ ആളുകളാണ് മെന്റർ. പരിചയസമ്പന്നനും വിശ്വസ്തനുമായ ഉപദേഷ്ടാവ് ആണ് മെന്റർ. തന്റെ ആത്മകഥയിൽ മഹാത്മാഗാന്ധി, ശ്രീ. ഗോപാലകൃഷ്ണ ഗോഖലെ ഒരു അദ്ധ്യാപകൻ എന്നതിലുപരി തന്റെ മെന്റർ ആയിരുന്നു എന്ന് വ്യക്തമാക്കുന്നുണ്ട്. ചരിത്രം പരിശോധിച്ചാൽ ആത്മീയാചാര്യനായ ശ്രീരാമകൃഷ്ണ പരമഹംസനെ സ്വാമി വിവേകാനന്ദൻ അദ്ദേഹത്തിന്റെ മെന്റർ ആയി സ്വീകരിച്ചിരുന്നു. എന്നും നിരവധി പ്രധാന കണ്ടുപിടുത്തങ്ങൾ നടത്തിയ ലോക പ്രശസ്ത ശാസ്ത്രജ്ഞനായ ശ്രീ. നിക്കോളാ ടെസ്ല സ്വാമി വിവേകാനന്ദനെ തന്റെ മെന്റർ എന്ന സ്ഥാനം നല്കി ആദരിച്ചിരുന്നു എന്നും കാണാനാകും.

പ്രത്യേക മേഖലകളിൽ പ്രാവീണ്യം ഉള്ള ആർക്കും ഒരു മെന്റർ ആയി മാറാം. മെന്ററിങ് എന്നാൽ അറിവുകൾ കുറഞ്ഞ വ്യക്തികളെ നല്ല അറിവും കാര്യശേഷിയും പരിചയസമ്പത്തും ഉള്ളയാൾ തനതായ വികാസ പരിണാമ പ്രക്രിയകളിലൂടെ പുതിയ മനോഭാവം നിർമ്മിക്കുന്ന വികസന രീതിയാണ്. ഇത് തൊഴിൽപരമായും വിദ്യാഭ്യാസപരമായും ജീവിതപരമായും മെച്ചപ്പെട്ട ചൈതന്യത്തിനുതകുന്ന തരത്തിലുള്ള അറിവുകൾ കൈമാറുന്ന ഒരു പ്രക്രിയയാണ്.

പുരാതന ഗ്രീക്ക് തത്ത്വചിന്തകനും കഥാകാരനുമായിരുന്ന ഹോമർ (700 - 800C) തന്റെ വിശ്വപ്രസിദ്ധ രണ്ടു കൃതികളിലൊന്നായ *ഒഡീസ്സി* എന്ന കൃതിയിൽ മെന്റർ എന്ന കഥാപാത്രത്തെ അവതരിപ്പിച്ചിട്ടുണ്ട്.

രണ്ടായിരത്തി അഞ്ഞൂറിലധികം വർഷങ്ങൾക്ക് മുൻപേ രചിക്കപ്പെട്ട ഹോമറിന്റെ *ഒഡീസ്സ*യിൽ ഇത്താക്ക രാജ്യത്തിന്റെ രാജാവായ ഒഡീസിയസിന്റെ പ്രിയസുഹൃത്തും വിശ്വസ്തനുമായിരുന്നു അൽഷിമസിന്റെ പുത്രൻ മെന്റർ. ഈ കൃതിയിലെ പ്രധാന കഥാപാത്രമായ ഒഡീസ്സിയസിന്റെ പുത്രൻ ടെലിമാക്കസിൽ ഗുണപരമായ മാറ്റങ്ങൾ വരുത്തിയ ആൾ എന്ന നിലയിലാണ് മെന്ററിനെ അവതരിപ്പിച്ചിരിക്കുന്നത്.

വർഷങ്ങൾ നീണ്ടുനില്ക്കുന്ന ട്രോജൻയുദ്ധരംഗത്തേക്ക് ഒഡീസ്സിയസ് യാത്രയാകുന്ന സമയം ശിശുവായിരുന്ന ടെലിമാക്കസിനെ മെന്ററുടെ പക്കൽ ഏല്പിക്കുകയും യുദ്ധത്തിന് പുറപ്പെടുകയും ചെയ്യുന്നു. ബുദ്ധിമാനും വിശ്വസ്തനുമായ മെന്റർ എന്ന ഉപദേഷ്ടാവ് ടെലിമാക്കസിൽ മാതൃകാനുസരണമായ സ്വഭാവസവിശേഷതകൾ രൂപപ്പെടുത്തിയെടുത്തു. ഒരു രാജാവിന് വേണ്ട എല്ലാ ഗുണങ്ങളും നേടിയെടുക്കാൻ ടെലിമാക്കസിനെ മെന്റർ സഹായിച്ചു. പിതാവിനെ അന്വേഷിച്ച് ഇറങ്ങുന്ന ഒരു ധീരയോദ്ധാവായി ടെലിമാക്കസിനെ മാറ്റുന്നതിൽ മെന്റർ എന്ന കഥാപാത്രം ഒരു പ്രധാന പങ്കുവഹിച്ചു. പുരാതന ഗ്രീക്കിന്റെ ബൈബിൾ എന്നറിയപ്പെടുന്ന ഹോമറിന്റെ *ഒഡീസ്സി*യിൽ വളരെ മികച്ച രീതിയിലാണ് മെന്ററിങ് അവതരിപ്പിച്ചിരിക്കുന്നത്.

മെന്ററിങ് നടത്തുന്നയാൾ മെന്റർ (Mentor) എന്നും വിധേയമാകുന്നയാൾ മെന്റീ (Mentee) എന്നും അറിയപ്പെടും. മെന്റിയുടെ തൊഴിൽ വഴികൾ വ്യക്തമായി നിർവ്വചിക്കാൻ സഹായിക്കുക, ആവശ്യമായ മാർഗ്ഗനിർദ്ദേശങ്ങൾ കൊടുക്കുക, പ്രചോദനം നല്കുക, വൈകാരിക അടുപ്പം കാത്തുസൂക്ഷിക്കുക എന്നിവയെല്ലാം മെന്ററുടെ ഉത്തരവാദിത്വങ്ങളാണ്. കൂടാതെ മെന്റർ എപ്പോഴും ഒരു ആദർശമാതൃക ആയിരിക്കുകയും വേണം.

വിദ്യാർത്ഥികൾക്കോ പഠിതാക്കൾക്കോ ഉചിതമായ മാർഗ്ഗനിർദ്ദേശങ്ങൾ നല്കുകയും അവ്യക്തതയുള്ള മേഖലകളിൽ ആശയരൂപീകരണം നടത്തുവാൻ സഹായിക്കുകയും, മാതൃകകൾ കാണിച്ചുകൊടുക്കുകയും അതുവഴി ആത്മവിശ്വാസവും കഴിവും നേട്ടങ്ങളും ഉയർത്തുകയും ചെയ്യുന്ന പ്രക്രിയയാണ് മെന്ററിങ്. സമൂഹത്തിൽ ഏറ്റവും മികച്ച രീതിയിൽ മെന്ററിങ് നടത്താൻ അവസരമുള്ളത് അദ്ധ്യാപകർക്കാണ്. ഒരു മെന്റർ എന്തെല്ലാം ചെയ്യണം?

- ഭയവും സങ്കോചവും കൂടാതെ മുന്നോട്ടുപോകാനുള്ള സാഹചര്യം ഒരുക്കണം. ഒന്നിച്ചാലോചിക്കാനും ഏതുകാര്യങ്ങളും ചർച്ചചെയ്യാനും ഹൃദയമുള്ള, സദാ സന്നദ്ധതയുള്ള ഒരാളോടൊപ്പമാണ് താൻ പ്രവർത്തിക്കുന്നത് എന്ന അറിവ് സഹപ്രവർത്തകരിലും പഠിതാക്കളിലും മികച്ച പ്രതികരണമുളവാക്കും.
- ആഴത്തിലുള്ള അറിവ് ശേഖരിക്കാൻ - മെന്ററിങ് ആവശ്യമായ മേഖലകളിൽ ആഴത്തിലുള്ള അറിവുണ്ടെങ്കിൽ മാത്രമേ പഠിതാക്കളുമായി ആശയവിനിമയം നടത്താനാകൂ.

- മെന്ററിങ് എന്നാൽ ഒരു ഉപദേശക്ലാസല്ല. നമുക്ക് ഒത്തുചേർന്ന് മുന്നോട്ടുപോകാം, ഞാൻ കൂടെയുണ്ട്. നമുക്ക് മുന്നിലുള്ള പ്രധാന കാര്യം പലതായി വിഭജിച്ചാൽ വളരെ എളുപ്പം ചെയ്യാൻ കഴിയുന്ന ചെറിയ കാര്യങ്ങൾ ആയിത്തീരുന്നത് കാണാൻ കഴിയും. കൂടെയുള്ളവരുടെ സഹകരണം ഉറപ്പുവരുത്തുകയും അവർ സഹകരിക്കേണ്ട രീതി അല്ലെങ്കിൽ ഏതുതരം സഹകരണമാണെന്ന് ബോദ്ധ്യപ്പെടുത്തി കൊടുക്കുകയും ചെയ്താൽ, നാം ചെയ്യേണ്ട പ്രവർത്തനങ്ങൾ കൂടുതൽ ലളിതമാവുന്നത് കാണാനാകും. മുൻഗണനാക്രമം എന്താണെന്ന് മനസ്സിലാക്കി പ്രവർത്തിച്ചാൽ ഏത് വലിയ കാര്യങ്ങളും നമുക്ക് കൈകാര്യം ചെയ്യാനാകും എന്ന വിശ്വാസം വ്യാപിപ്പിക്കാൻ മെന്റർക്ക് കഴിയണം.
- കുറ്റം കണ്ടുപിടിക്കാനും പഴി പറയാനും മെന്റർക്ക് അവകാശമില്ല. അവ്യക്തതയുടെ ഭാഗമായാണ് പല തെറ്റുകളും സംഭവിക്കുന്നത്. അത് വ്യക്തത വരുത്താനുള്ള ഒരു സാദ്ധ്യതയായി കാണേണ്ടതാണ്. ആരോഗ്യകരമായി വിലയിരുത്താനുള്ള കഴിവ് ഒരു മെന്റർ കൈവരിക്കേണ്ടതാണ്.
- സ്വയം രൂപീകരിച്ച കാഴ്ചപ്പാടിന് അനുസരിച്ച് പ്രവർത്തിക്കാൻ നിരന്തരം പ്രചോദിപ്പിക്കണം. കരുതലും ഗവേഷണാത്മകതയും വളർത്തിയെടുക്കാനുള്ള പിന്തുണയാണ് മെന്റർ നല്കേണ്ടത്.
- ഒരു മെന്റർക്ക് ഉണ്ടാകേണ്ട ഗുണങ്ങൾ:

1. ശുഭാപ്തി വിശ്വാസം
2. സഹായിക്കാനുള്ള സന്നദ്ധതയും ലക്ഷ്യം വരെ ഒപ്പം പോകാനുള്ള സുമനസ്സും
3. പ്രചോദനാത്മകമായ ഊർജ്ജസ്വലത.
4. ആത്മവിശ്വാസം
5. ചോദ്യം ചോദിക്കാനുള്ള കഴിവ്
6. ചിന്തകളുടെ പാത കണ്ടെത്താനും ശരിയാക്കാനുമുള്ള കഴിവ്
7. ക്ഷമയോടെ ശ്രദ്ധാപൂർവ്വം കേൾക്കാനുള്ള മനസ്സ്
8. തികഞ്ഞ സത്യസന്ധത
9. ജീവിത നൈപുണികളെ പറ്റിയും ധാർമ്മിക ബോധത്തെക്കുറിച്ചും മൂല്യങ്ങളെക്കുറിച്ചുമുള്ള അറിവ്
10. ചുമതലകൾ ഏറ്റെടുക്കുകയും മറ്റുള്ളവർക്ക് വേണ്ടിയാണ് താൻ ജീവിക്കുന്നത് എന്ന് സ്വയം തോന്നുകയും ചെയ്യുക.

പരിമിതികൾ അനേകമുണ്ടാകാമെങ്കിലും ഒരു മെന്റർ ശുഭാപ്തി വിശ്വാസിയാണ്. തടസ്സങ്ങൾ എന്തുതന്നെയായാലും സാദ്ധ്യതയുടെ ഒരു തലം കണ്ടെത്താൻ മെന്റർക്ക് കഴിയും. കാഴ്ചപ്പാടിലും മനോഭാവത്തിലും ചെറിയ വ്യത്യാസങ്ങൾ വരുത്തി കൂടെയുള്ളവരെ വിജയത്തിന്റെ പാതയിലെത്തിക്കാൻ ഒരു മെന്റർക്ക് കഴിയും.

മെന്ററിങ് വിവിധ രീതിയിൽ തരംതിരിക്കാനാകും.

1. ലൈഫ് സ്കിൽ മെന്ററിങ്
2. അക്കാദമിക് മെന്ററിങ്
3. സാമൂഹ്യ-സാമ്പത്തിക മെന്ററിങ്
4. ഇമോഷണൽ & കരിയർ മെന്ററിങ്

എന്നിങ്ങനെ പല മെന്ററിങ് ടെക്നിക്കുകൾ നിലവിലുണ്ട്.

പഠന പ്രക്രിയയിൽ വിജയിക്കാനാവശ്യമായ അറിവുകൾ, ലക്ഷ്യങ്ങൾ, പഠനരീതികൾ, പരീക്ഷകൾ, അഭിമുഖങ്ങൾ, ഉപരിപഠന സാദ്ധ്യതകൾ എന്നീ കാര്യങ്ങളാണ് അക്കാദമിക് മെന്ററിങ്ങിൽ ഉള്ളത്.

സാമൂഹ്യനിലവാരം ഉയർത്തുന്നതിനും സമ്പത്ത് വരുന്ന വഴികളെക്കുറിച്ചും സമ്പത്ത് ഉപയോഗിക്കുന്ന രീതികളെക്കുറിച്ചും ഉള്ള ശാസ്ത്രീയ പഠന മാർഗ്ഗങ്ങളാണ് സാമൂഹ്യ സാമ്പത്തിക മെന്ററിങ്ങിൽ ഉള്ളത്.

തൊഴിലിനെക്കുറിച്ചുള്ള ലക്ഷ്യങ്ങൾ, ആസ്വദിച്ച് തൊഴിലെടുക്കുന്ന ശൈലികൾ, ഊർജ്ജസ്വലത, വിശ്വാസ്യത എന്നീ ഗുണങ്ങൾ കൂടാതെ വൈകാരികമായ സന്തുലിതാവസ്ഥയെക്കുറിച്ചും ഉള്ള നിർദ്ദേശങ്ങളാണ് കരിയർ & ഇമോഷണൽ മെന്ററിങ്ങിലുള്ളത്.

മെന്ററിങ്ങിന്റെ ആദ്യഭാഗമായ ഈ പുസ്തകത്തിൽ ലൈഫ് സ്കിൽ മെന്ററിങ്ങിനെക്കുറിച്ചാണ് വിവരിച്ചിരിക്കുന്നത്. ഇതിൽ പ്രധാനമായും ജീവിതമൂല്യങ്ങൾ, ബന്ധങ്ങൾ, ആശയവിനിമയം, ആസൂത്രണം, കാര്യക്ഷമത എന്നീ ജീവിതനൈപുണികളെക്കുറിച്ചുള്ള മാർഗ്ഗനിർദ്ദേശങ്ങളാണ് ഉൾപ്പെടുത്തിയിരിക്കുന്നത്. ഒരു മികച്ച മെന്റർ ആകാൻ സഹായിക്കുക എന്നതിലുപരി നമ്മെ വിജയപാതയിൽ കൈ പിടിച്ച് നടത്താൻ സഹായിക്കുന്ന ഒരു മെന്റർ ആയി ഈ പുസ്തകത്തിന് മാറാൻ കഴിയണം എന്ന പ്രാർത്ഥനയോടെ നിങ്ങൾക്കുമുൻപിൽ സമർപ്പിക്കുന്നു.

ഷൈജിത്ത് ബി റ്റി

Excellence is my birthright

ആധുനിക കാലത്തെ പ്രസക്തമായ ഒരു മുദ്രാവാക്യമാണ് "ശ്രേഷ്ഠത എന്റെ ജന്മാവകാശമാണ്; ഞാനത് നേടുക തന്നെ ചെയ്യും." മികച്ചവനാക്കുന്നതിൽനിന്ന് എന്നെ തടയാൻ ആർക്കും സാദ്ധ്യമല്ല എന്ന തിരിച്ചറിവ് അമൂല്യമാണ്. ഇന്ത്യൻ സ്വാതന്ത്ര്യസമരത്തിന്റെ പിതാവ് എന്നറിയപ്പെടുന്ന ലോകമാന്യ ബാലഗംഗാധര തിലകൻ (1856 - 1920) സ്വാതന്ത്ര്യസമരകാലത്ത് ഉയർത്തിയ മുദ്രാവാക്യമാണ് "സ്വാതന്ത്ര്യം എന്റെ ജന്മാവകാശമാണ്; ഞാനത് നേടുകതന്നെ ചെയ്യും." ജനകോടികളെ പ്രചോദിതരാക്കുവാനും അവരെ സ്വാതന്ത്ര്യസമരത്തിൽ ആകൃഷ്ടരാക്കുവാനും കഴിഞ്ഞ ഈ മുദ്രാവാക്യത്തിന്റെ പരിഷ്കരിച്ച രൂപമാണ് Excellence is my birthright.

നമ്മുടെ ജീവിതത്തെക്കുറിച്ച് ശരിയായ കാഴ്ചപ്പാടും അത് പൂർത്തിയാക്കാൻ ശരിയായ പാത തെരഞ്ഞെടുക്കലും ഉണ്ടെങ്കിൽ മാത്രമേ ശ്രേഷ്ഠത കൈവരിക്കാനാകൂ. ഈ ലോകത്ത് വിജയിച്ചവരെല്ലാം മികച്ച ആസൂത്രണത്തോടെ ജീവിച്ചവരാണ്. ശരിയായ ജീവിത ദർശനം രൂപീകരിക്കാൻ സഹായിക്കുന്ന ഘടകങ്ങൾ ചുവടെ കൊടുത്തിരിക്കുന്നു. ഈ ചിത്രം അനുസരിച്ച് ജീവിതത്തിൽ സ്റ്റോക്ക് എടുക്കുക. ഓരോ വിഭാഗത്തിലും എത്ര പോയിന്റ് നല്കുന്നു എന്നെഴുതുക.

ഒരു ഘടകത്തിൽ മാത്രം ശ്രദ്ധ കേന്ദ്രീകരിച്ച് അതിന് അർഹിക്കുന്ന പോയിന്റ് നല്കുക. ആ മേഖലയിൽ എല്ലാം ഉജ്ജ്വലമായിരുന്നു എങ്കിൽ 10 ൽ 10 പോയിന്റ് നല്കാൻ കഴിയും. സ്കോർ കുറവായ മേഖലകൾ കണ്ടെത്തി ശരിയായ ആസൂത്രണത്തിലൂടെ പ്രവർത്തനങ്ങൾ നടത്തിയാൽ ശ്രേഷ്ഠത കൈവരിക്കാനാകും.

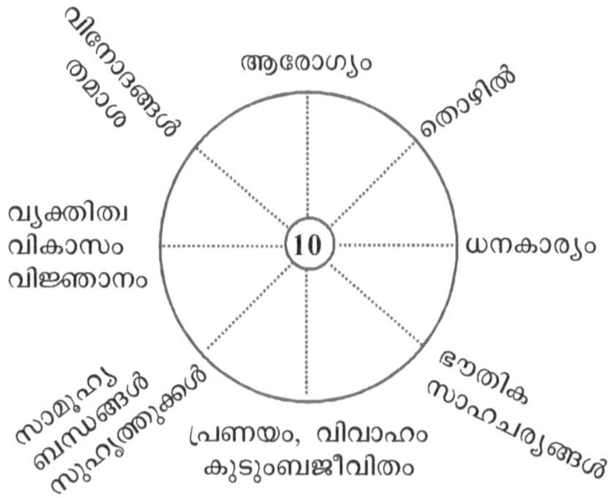

വിജയത്തിന് അത് നേടുന്നവന്റെ പ്രായവുമായും ബന്ധമുണ്ട്. അതായത്,

5-ാം വയസ്സിൽ:	തനിയെ നടക്കാനായാൽ, കിടക്കയിൽ മൂത്രമൊഴിക്കുന്നത് നിർത്താനായാൽ അത് വിജയം.
10-ാം വയസ്സിൽ:	സ്വന്തമായി പുറത്തുപോയി വഴിതെറ്റാതെ വീട്ടിൽ തിരിച്ചെത്തിയാൽ, സുഹൃത്തുക്കളെ സമ്പാദിക്കാനായാൽ, പഠനത്തിൽ താല്പര്യമുള്ളവനായാൽ, കലാ കായിക രംഗത്ത് താല്പര്യമുള്ളവനായാൽ, അത് വിജയം.
18-ാം വയസ്സിൽ:	പ്രാഥമിക വിദ്യാഭ്യാസം മികച്ച രീതിയിൽ പൂർത്തിയാക്കിയാൽ, ഡ്രൈവിങ് ലൈസൻസ് കൈക്കലാക്കിയാൽ, പഠനത്തിലും കലാ, കായിക രംഗത്തും മികവ് തെളിയിച്ചാൽ അത് വിജയം.
23-ാം വയസ്സിൽ:	ഉപരിപഠനം പൂർത്തിയാക്കിയാൽ, കുടുംബ ബന്ധങ്ങളും സാമൂഹ്യ ബന്ധങ്ങളും തുല്യ പ്രാധാന്യത്തോടെ മുന്നോട്ടുകൊണ്ടു പോകാനായാൽ അത് വിജയം.
26-ാം വയസ്സിൽ:	മികച്ച തൊഴിൽ സമ്പാദിക്കാനായാൽ അത് വിജയം.

30-ാം വയസ്സിൽ: കുടുംബസ്ഥനായാൽ, ചേർന്ന ജീവിത പങ്കാളിയെ കണ്ടെത്താനായാൽ അത് വിജയം.

35-ാം വയസ്സിൽ: കുടുംബജീവിതം, സന്താനോല്പാദനം, കുടുംബബന്ധങ്ങൾ നിലനിർത്തുക എന്നിവ മികച്ച രീതിയിൽ നടപ്പിലാക്കിയാൽ അത് ജീവിത വിജയം.

40-ാം വയസ്സിൽ: ധനവിനിയോഗം, സ്വത്ത് സമ്പാദനം, പക്വതയാർന്ന സ്വഭാവം എന്നിവയിൽ മികച്ചുനിന്നാൽ അത് ജീവിത വിജയം.

45-ാം വയസ്സിൽ: വയസ്സ് അറിയാത്തവിധം ശരീരകാന്തി നിലനിർത്താനായാൽ, ശാരീരിക മാനസിക ആരോഗ്യം സംരക്ഷിക്കാനായാൽ അത് ജീവിതവിജയം.

50-ാം വയസ്സിൽ: തന്റെ മക്കൾക്ക് നല്ല വിദ്യാഭ്യാസം നല്കാനായാൽ, മൂല്യങ്ങൾ പകർന്ന് നല്കാനായാൽ അത് ജീവിതവിജയം.

60-ാം വയസ്സിൽ: മക്കൾക്ക് സ്വയശേഷി ഉണ്ടായാൽ, സാമൂഹ്യബന്ധങ്ങൾക്ക് നിറം പകരാനായാൽ അത് ജീവിതവിജയം.

70-ാം വയസ്സിൽ: അസുഖം ഇല്ലാത്തവനായി ജീവിക്കാനായാൽ മറ്റുള്ളവർക്ക് ഭാരമാകാതെ ജീവിക്കാനായാൽ, ചെറുമക്കളുടെ കുസൃതികൾ ആസ്വദിക്കാനായാൽ അത് വിജയം.

80-ാം വയസ്സിൽ: പഴയ സുഹൃത്തുക്കളോട് സംസാരിച്ച് സന്തോഷം പങ്കുവെക്കാനായാൽ, ചെറിയ ജോലികൾ ചെയ്യാനായാൽ, പ്രാഥമിക കൃത്യങ്ങൾ സ്വയം ചെയ്യാനായാൽ അത് വിജയം.

85-ാം വയസ്സിന് ശേഷം: മറ്റുള്ളവരുടെ സഹായമില്ലാതെ പുറത്തുപോയി വഴി തെറ്റാതെ വീട്ടിൽ തിരിച്ചെത്തിയാൽ, കിടന്നുകൊണ്ട് മലമൂത്ര വിസർജ്ജനം നടത്താതിരുന്നാൽ അത് വിജയം.

ഇങ്ങനെ പ്രായത്തിനനുയോജ്യമായ കർമ്മങ്ങളിലൂടെ നമുക്ക് ജീവിത വിജയത്തിലെത്തിച്ചേരാം. (NB: പ്രായത്തിനതീതമായ കഴിവു

കൾ പ്രകടിപ്പിക്കുന്ന അനേകം മഹദ്വ്യക്തികൾ നമുക്ക് ചുറ്റിലുമുണ്ട്. അവരെ ഉദ്ദേശിച്ചല്ല മേൽപ്പറഞ്ഞത്.)

ഓരോ വ്യക്തിക്കും വിജയം എന്നത് വ്യത്യസ്തമാണ്. ചിലർക്ക് തങ്ങൾ ആഗ്രഹിക്കുന്ന കാര്യങ്ങളെല്ലാം വാങ്ങാൻ സാധിക്കുന്നതാണ് വിജയം. ചിലർക്ക് അധികാരവും അംഗീകാരവും ലഭിക്കലാണ് വിജയം. ആസ്വദിച്ച് ജോലി ചെയ്ത് കൃത്യമായി ഫലം ലഭിക്കുക എന്നതാണ് വിജയം എന്നതുകൊണ്ട് പൊതുവേ അർത്ഥമാക്കുന്നത്. നിങ്ങളുടെ തന്നെ ചിന്തയുടെ അടിസ്ഥാനത്തിൽ എടുക്കുന്ന തീരുമാനങ്ങൾ നടപ്പിലാക്കാൻ നിങ്ങൾക്ക് വളരെയധികം താല്പര്യം വരുന്നു. ഇതിനായി പ്രത്യേക നടപടികൾ വളരെ താല്പര്യത്തോടെ നിങ്ങൾ കൈകൊള്ളുന്നു. അങ്ങനെയുണ്ടാകുന്ന വിജയത്തിൽ നിങ്ങൾ വളരെയധികം ആഹ്ലാദിക്കുകയും ചെയ്യും. നിങ്ങളുടെ ശരിയായ കഴിവുകൾ തിരിച്ചറിയുന്നത് അപ്പോഴാണ്.

വിജയം നല്കുന്ന ആഹ്ലാദത്തെ കണ്ടെത്താൻ ശ്രമിക്കുക. ഏതെല്ലാം ദുരിതങ്ങൾ സഹിച്ചാണ് നാം വിജയം നേടിയത് എന്ന് ചിന്തിക്കുന്നതിലുപരി, വിജയം നല്കുന്ന സന്തോഷത്തെ പൂർണ്ണമായും ആസ്വദിക്കുക. വിജയങ്ങൾ ആസ്വദിക്കുന്നതിലൂടെ ആത്മവിശ്വാസം ഊട്ടിയുറപ്പിക്കാൻ കഴിയും. അതിനായി ചില പൊടിക്കൈകൾ:

നിശ്ചിത സമയത്തിനുള്ളിൽ ഒരു പാഠം പഠിച്ചുതീർക്കും എന്ന് തീരുമാനിച്ച്, അത് നടപ്പിലാക്കാനായാൽ ഒന്നു സന്തോഷിക്കുക, ഒന്നു തുള്ളിച്ചാടുകയോ ഒരു മിഠായി കഴിക്കുകയോ അല്ലെങ്കിൽ ഞാൻ ആളുകൊള്ളാമല്ലോ എന്നുപറഞ്ഞ് സ്വയം പുകഴ്ത്തുകയോ ചെയ്യുക.

നിങ്ങളെ അഭിനന്ദിച്ചുകൊണ്ട് അദ്ധ്യാപകരോ, മാതാപിതാക്കളോ, സുഹൃത്തുക്കളോ പറഞ്ഞിട്ടുള്ള കാര്യങ്ങൾ, സന്ദർഭങ്ങൾ, കുറിപ്പുകൾ എന്നിങ്ങനെയുള്ളവ വ്യക്തമായി ഓർക്കുന്നത് ഉള്ളിൽ സന്തോഷം നിറയ്ക്കും. ഇതിനായി എവിടെയെങ്കിലും അല്പനേരം സ്വസ്ഥമായിരുന്ന്, കണ്ണുകൾ അടച്ച്, ശ്വാസോച്ഛ്വാസം നിയന്ത്രിച്ച് യഥാർത്ഥത്തിൽ നാം സന്തോഷം അനുഭവിച്ച ആ കാലത്തിലേക്ക് സ്വയം മടങ്ങിപ്പോവുക. അന്ന് കണ്ടതെല്ലാം കാണുകയും, കേട്ടതെല്ലാം കേൾക്കുകയും ചെയ്യുക. ആ സമയത്ത് നമുക്കുണ്ടായ വൈകാരികാനുഭവങ്ങൾ ഇപ്പോൾ അനുഭവിക്കുന്നതായി ബോദ്ധ്യപ്പെടുക. അകക്കണ്ണിലൂടെ കാണുന്ന ചിത്രങ്ങൾക്ക് നിറം കൊടുത്ത് കൂടുതൽ വ്യക്തതവരുത്തുക. ആ കാലത്ത് തന്നെ ജീവിക്കുന്നതായി ചിന്തിച്ച് ഒരിക്കൽക്കൂടി ആനന്ദകരമായ നിമിഷങ്ങൾ ആസ്വദിക്കുക. ഈ ആനന്ദാനുഭൂതി നമ്മളിൽ ആപാദചൂഡം നിലനിർത്തുക. തുടർന്ന് ചിന്തകൾക്ക് അയവുവരുത്തി അല്പം വിശ്രമമെടുത്ത് നിങ്ങളിലേക്ക് മടങ്ങിവരുക. പൂർവ്വകാല സുഖാനുഭവം പുനഃസൃഷ്ടിച്ച് ആനന്ദവും ആത്മവിശ്വാസവും ഉയർത്തുന്ന ന്യൂറോ

ലിംഗ്വിസ്റ്റിക് പ്രോഗ്രാമിങ്ങിന്റെ ഒരു ചെറിയ ഉദാഹരണമാണിത്.

നിങ്ങളുടെ വിജയങ്ങളെക്കുറിച്ച് നിങ്ങൾക്ക് താല്പര്യമുള്ള ആരോടെങ്കിലും പറയുന്നതും ഉള്ളിൽ സന്തോഷം നിറയ്ക്കും. നിങ്ങളുടെ സന്തോഷങ്ങളെ അവഗണിക്കുന്നവരോട് പറയരുത്. നിങ്ങളോട് ആത്മാർത്ഥമായി സ്നേഹമുള്ളവരോട് പറഞ്ഞ് അവരുടെ പ്രശംസ തുറന്ന മനസ്സോടെ സ്വീകരിക്കുക.

ജീവിതത്തിൽ ആസ്വദിക്കാൻ ലഭിക്കുന്ന ഓരോ നിമിഷവും അമൂല്യമാണ്. തനിക്ക് നല്കപ്പെട്ടിട്ടുള്ളവയെ ഓർത്ത് ഓരോ നിമിഷവും നന്ദിയുള്ളവരാകുക. നിങ്ങൾക്കർഹതപ്പെട്ട ശ്രേഷ്ഠ ജീവിതം നിങ്ങൾ നയിക്കുന്നില്ലെങ്കിൽ കാരണക്കാരൻ താൻ തന്നെയെന്ന് തിരിച്ചറിയുക.

ഉറുമ്പുകൾ പഠിപ്പിച്ച പാഠങ്ങൾ

"ഇന്ന് മോന്റെ പിറന്നാളാണ്" കാതിൽ അമ്മ പറയുന്നതും കേട്ടാണ് ഞാനുണർന്നത്. "സ്കൂളിൽ പോണോ" ഞാൻ മടിയോടെ ചോദിച്ചു. "വേണ്ട, ഇന്ന് ഞായറാഴ്ചയാണ്, പഠിത്തമില്ല" അമ്മ പറഞ്ഞു. ഉത്സാഹത്തോടെ ഞാൻ എഴുന്നേറ്റ് അനിയത്തി ഗൗരിയേയും ഉണർത്തി വരാന്തയിലേക്ക് നടന്നു. അച്ഛൻ പത്രം വായിച്ചുകൊണ്ട് അവിടെ ഇരുപ്പുണ്ടായിരുന്നു. ഗൗരി ലോറിയെടുത്ത് കളിക്കാൻ ആരംഭിച്ചപ്പോഴേക്കും ഞാനത് പിടിച്ചുവാങ്ങി കളിക്കാൻ തുടങ്ങി. പതിവുപോലെ അവൾ ക്ഷമിച്ചുകൊണ്ട് എന്റെ അടുത്ത് ഇരുന്ന് പാട്ട് പാടാൻ തുടങ്ങി.

'വെളു, വെളു, വെളു, വെളു വെളുത്ത പെണ്ണേ....
മണിക്കിടാ മുത്തേ......
ചെറു ചെറു ചെറു ചെറു പിണക്കമെന്തിന്,
നിനക്ക് ഞാനില്ലേ.....'

"എന്റെ അച്ഛൻ എന്നെ പറ്റി പാടിയ പാട്ടാണ്"

എന്നവൾ പറഞ്ഞപ്പോൾ സിനിമാപാട്ടാണ് എന്ന് ഞാൻ തിരുത്താൻ ശ്രമിച്ചു. പക്ഷേ, അവൾ അത് അംഗീകരിക്കാൻ കൂട്ടാക്കിയില്ല. ആ പാട്ടിന്റെ രണ്ട് വരി അവൾ തുടർന്നു കൊണ്ടിരുന്നു.

"അയ്യോ എന്നെ ഉറുമ്പുകടിച്ചേ." കാലിലെ വേദന കാരണം ഞാൻ ഉറക്കെ കരഞ്ഞു. ഒരു വലിയ കട്ടുറുമ്പ് വരാന്തയുടെ വശത്തുകൂടി വന്ന് എന്റെ കാലിൽ കടിച്ചു. അസഹ്യമായ വേദനയുമായി ഞാൻ അച്ഛന്റെ അടുത്തേക്ക് ഓടി. പത്രം താഴെ വച്ച് അച്ഛൻ എന്റെ അടുത്തെത്തി എന്നെ എടുത്തു. കാലിൽ ചെറുതായി നീരുവരാൻ തുടങ്ങി "ദാ .... ആ പോകുന്ന ഉറുമ്പാണ് ഒരു കാര്യവുമില്ലാതെ എന്നെ കടിച്ചത്" അച്ഛനെ ഞാൻ ചൂണ്ടിക്കാണിച്ചു. ഉടൻതന്നെ അച്ഛൻ അതിനെ ചവുട്ടി, കാലിനടിയിൽപ്പെട്ട് ഉറുമ്പ് ഞെരിഞ്ഞമർന്നത് ഞാൻ നോക്കിനിന്നു. പക്ഷേ,

നിരാശയും വിഷമവും വേദനയും എന്നെ വിട്ടൊഴിഞ്ഞില്ല. "നമുക്ക് വീട്ടിലെ എല്ലാ ഉറുമ്പുകളേയും ഇപ്പോൾ തന്നെ കൊല്ലണം" വാശിയോടെ ഞാൻ പറഞ്ഞു. ഉറുമ്പ് കടിച്ച കാൽ തടവിക്കൊണ്ട് അച്ഛനും കൂടെ വരാമെന്ന് പറഞ്ഞു. യുദ്ധത്തിനിറങ്ങിയ പട്ടാളക്കാരെപ്പോലെ ഞാനും ഗൗരിയും അച്ഛനും എറുമ്പുകൾക്കെതിരെ പോരാടാൻ ഉറച്ചു. "നമുക്കല്പനേരം ഉറുമ്പുകളെ സൂക്ഷിച്ചു നോക്കിക്കാണാം. പിന്നെ കൊല്ലാം." അച്ഛന്റെ തീരുമാനം പറഞ്ഞപ്പോൾ അല്പം നിരാശയോടെ എങ്കിലും കൊല്ലുമല്ലോ എന്ന ആശ്വാസത്തോടെ ഞങ്ങൾ ആവേശത്തോടെ അടുക്കളയിലേക്ക് നീങ്ങി.

ഒരു ശർക്കര കഷണം പത്തിലധികം ഉറുമ്പുകൾ ഒരുമിച്ച് ചേർന്ന് കഴിക്കുന്നതാണ് ആദ്യം ഞങ്ങൾ അടുക്കളയിൽ കണ്ടത്. ഏതോ ഒരുറുമ്പ് കണ്ടെത്തിയ ശർക്കരക്കഷണം സ്വന്തമായി കഴിക്കാതെ സ്വന്തമാക്കാൻ ആഗ്രഹിക്കാതെ ഓടിപ്പോയി തന്റെ കൂടെയുള്ളവരെ വിളിച്ചുകൊണ്ടുവന്ന് താൻ കണ്ടെത്തിയ ആഹാരം പങ്കുവെക്കുന്നതാണ് നമ്മൾ കാണുന്നതെന്ന് അച്ഛൻ പറഞ്ഞപ്പോൾ ഇന്നലെ കിട്ടിയ മിഠായി ഗൗരിക്കുപോലും കൊടുക്കാതെ കഴിച്ചത് വെറുതേ ഞാൻ ഓർത്തു.

ഭിത്തിയുടെ വശത്തുകൂടെയുള്ള ഉറുമ്പുകളുടെ ഘോഷയാത്രയാണ് അടുത്തതായി ഞങ്ങൾ കണ്ടത്. എവിടെയോ ദൂരെയാത്ര പോകുന്ന ഉറുമ്പുകൾ അച്ചടക്കത്തോടെ വരിവരിയായി പോകുന്നത് കണ്ടപ്പോൾ ഇവരുടെ സ്കൂൾ ടീച്ചർ ആരാണെന്ന് ഞാൻ അച്ഛനോട് തിരക്കി. ടീച്ചർ പറയാതെയാണ് വരിവരിയായി പോകുന്നത് എന്നറിഞ്ഞപ്പോൾ എനിക്ക് ഉറുമ്പുകളോട് അല്പം ബഹുമാനം തോന്നി. "ഞാൻ നിങ്ങൾക്ക് ഒരു കാര്യം കാണിക്കാം," ഒരു ചെറിയ വടിക്കഷണം എടുത്തുകൊണ്ട് അച്ഛൻ പറഞ്ഞു. ഉറുമ്പുകളുടെ നടപ്പാതയിൽ പതുക്കെ അച്ഛൻ ആ വടിക്കഷണം വച്ചു. അല്പം ഒന്നു പതറിയെങ്കിലും ഉറുമ്പുകൾ വടിയുടെ വശത്തുകൂടെ അതിന്റെ യാത്ര സൗമ്യമായി തുടർന്നു. പ്രതിസന്ധി ഘട്ടങ്ങളിൽ പിന്മാറുന്ന സ്വഭാവം ഉറുമ്പുകൾക്കില്ല എന്ന് അച്ഛൻ പറഞ്ഞപ്പോൾ എന്നെക്കാളും നല്ല സ്വഭാവമാണ് ഉറുമ്പുകൾക്ക് എന്ന് എനിക്ക് തോന്നി.

വീടിന്റെ വശത്തുള്ള ഉറുമ്പുകളുടെ കുഴി നിർമ്മാണമാണ് അടുത്തതായി ഞങ്ങൾ കണ്ടത്. ഒരു മൺതരിയും ചുമന്നുകൊണ്ട് ഓടി ഇറങ്ങുന്ന ഉറുമ്പുകൾ അത് യഥാസ്ഥാനത്ത് വച്ചിട്ട് ഓടി അകത്തുപോകുന്നത് കുറേനേരം ഞങ്ങൾ നോക്കിനിന്നു. ഒരുറുമ്പിനെ തന്നെ നോക്കിയപ്പോൾ ഒരു കാര്യം മനസ്സിലായി. തന്റെ കൂടെയുള്ളവർ എന്താണ് ചെയ്യുന്നത് എന്ന് നോക്കാതെ തന്നിൽ അർപ്പിതമായ കർത്തവ്യം ആസ്വദിച്ച് ചെയ്യുന്നത് കാണാൻ കഴിഞ്ഞു. മറ്റുള്ളവരെ നോക്കിക്കൊണ്ട് അവരെ കുറ്റം പറഞ്ഞുകൊണ്ട് അവർ ചെയ്യുന്നതുപോലെ മാത്രം ജോലി ചെയ്യുന്നതാണ് കൂടുതൽ മനുഷ്യരുടെയും സ്വഭാവമെന്ന് അച്ഛൻ പറഞ്ഞപ്പോൾ എനിക്ക് ഉറുമ്പുകളോടുള്ള ബഹുമാനം കൂടി.

അരി സൂക്ഷിച്ചിരുന്ന പാത്രത്തിന് അടുത്തുകൂടെയുള്ള ഉറുമ്പുകളുടെ യാത്രയാണ് അടുത്തതായി ഞങ്ങളുടെ ശ്രദ്ധയിൽ പെട്ടത്. സൂക്ഷിച്ചുനോക്കിയപ്പോൾ കുഞ്ഞുറുമ്പുകൾ തന്റെ ഇരട്ടി ഭാരമുള്ള അരിമണികളും വഹിച്ചുകൊണ്ടുള്ള സാഹസികയാത്ര കൗതുകത്തോടെ ഞങ്ങൾ നോക്കിനിന്നു. നാളേക്കായി ധാന്യമണികൾ ശേഖരിച്ചുവയ്ക്കുന്നതാണ് ഉറുമ്പുകളുടെ സ്വഭാവം എന്ന് അച്ഛൻ പറഞ്ഞുതന്നു. “അമ്മ കാണാതെ പോണേ, കണ്ടാൽ ചിലപ്പോൾ നിങ്ങളെ ശരിയാക്കും” എന്ന് ഞാൻ ഉറുമ്പുകൾക്ക് ഒരുപദേശം കൊടുത്തു. എനിക്ക് ഉറുമ്പുകളോട് ഇഷ്ടം തോന്നിത്തുടങ്ങിയിരിക്കുന്നു.

വീടിന്റെ വശത്തിരുന്ന രണ്ട് ഓടുകൾക്കിടയിൽ ഉറുമ്പുകൾ കൂട്ടം കൂടിയിരിക്കുന്നത് അച്ഛൻ ഓടുകൾ ഇളക്കി ഞങ്ങൾക്ക് കാണിച്ചുതന്നു. ഈ മഴക്കാലം ഉറുമ്പുകൾക്ക് മോശം സമയമാണെന്നും അത് കഴിഞ്ഞാൽ വസന്തകാലം വരുമെന്നും ആ സമയം പുറത്തിറങ്ങാമെന്നു

മുള്ള പ്രത്യാശയോടെയുള്ള ഉറുമ്പുകളുടെ കാത്തിരിപ്പാണിത് എന്ന് അച്ഛൻ പറഞ്ഞപ്പോൾ ഞങ്ങൾക്ക് അത്ഭുതം തോന്നി. നല്ല സമയം വരുമെന്ന പ്രത്യാശയോടെയുള്ള കാത്തിരിപ്പ് പല മനുഷ്യർക്കും ഇല്ലാത്ത സ്വഭാവമാണെന്ന് അച്ഛൻ പറഞ്ഞപ്പോൾ ഉറുമ്പുകളാണ് എന്റെ ഏറ്റവും അടുത്ത കൂട്ടുകാർ എന്ന് എനിക്ക് തോന്നി.

"നമുക്ക് കൊല്ലണ്ടേ?" ഈ കണ്ടതൊന്നും മനസ്സിലാവാതെ ഗൗരി എന്നോട് ചോദിച്ചപ്പോൾ എനിക്കവളോട് ദേഷ്യം തോന്നി. പക്ഷേ, അപ്പോഴേക്കും അരിമണികൾ കട്ടെടുത്തു കൊണ്ടുപോകുന്ന ഉറുമ്പുകളെ അമ്മ കണ്ടുകഴിഞ്ഞിരുന്നു. വലിയ ഒരു ചൂലുമായി അവരെ കൊല്ലാനായി അമ്മ ഒരുങ്ങിയപ്പോൾ ഞാൻ ഓടിച്ചെന്ന് ചൂലിൽ പിടിച്ചുകൊണ്ട് തടഞ്ഞു:

"അമ്മേ അമ്മേ പ്ലീസ് അവരെ ഒന്നും ചെയ്യരുത്."

"ഉറുമ്പുകൾ ഇന്നെന്നെ ഒരുപാട് കാര്യങ്ങൾ പഠിപ്പിച്ചു."

അച്ഛൻ മറുപടി പറഞ്ഞു.

"ഉറുമ്പുകളുടെ അച്ചടക്കബോധം, കർത്തവ്യബോധം" പങ്കുവെക്കാൻ ഉള്ള മനോഭാവം, പ്രതിസന്ധിഘട്ടങ്ങളിൽ തളരാത്ത അവസ്ഥ, നാളേക്കായുള്ള കരുതൽ, പ്രത്യാശ തുടങ്ങിയവ ഞാൻ മക്കളെ പഠിപ്പിക്കുകയായിരുന്നു."

ഗൗരിക്കിപ്പോഴും ഒന്നും മനസ്സിലായില്ല. അമ്മ ചൂലും താഴെ വച്ച് മറ്റ് ജോലികൾക്കായി പോയി. രാവിലെ എന്നെ കടിച്ച ഉറുമ്പിനോടുള്ള എന്റെ ദേഷ്യം ഇല്ലാതായി. എന്റെ കാലിലെ വേദനയൊക്കെ മാറി. കടിച്ച ആ ഉറുമ്പിനെ അച്ഛൻ കൊന്നല്ലോ എന്നതുമാത്രമായി എന്റെ വിഷമം. വൈകുന്നേരം പിറന്നാൾ കേക്ക് മുറിച്ചപ്പോൾ ചെറിയ ഒരു കഷണം ഉറുമ്പുകൾക്കായി മാറ്റിവെക്കാൻ ഞാൻ മറന്നില്ല. ഗൗരിക്കപ്പോഴും ഒന്നും മനസ്സിലായിട്ടില്ലായിരുന്നു.

നമ്മുടെ ചുറ്റുപാടുകൾ നിരീക്ഷിക്കാൻ അല്പസമയം കണ്ടെത്താനായാൽ ഒത്തിരി ജീവിതധർമ്മങ്ങൾ നമുക്ക് പഠിക്കാനാകും. ഈ ഭൂമിയുടെ അടിസ്ഥാനം സ്നേഹം ആണ് എന്ന തത്ത്വം ഓർക്കുക. തത്ത്വചിന്തകനായിരുന്ന അരിസ്റ്റോട്ടിലിന്റെ അഭിപ്രായത്തിൽ "നല്ല മനുഷ്യൻ സ്നേഹംമൂലം അനുസരിക്കുന്നു അല്ലാത്തവൻ ഭയംമൂലവും." പ്രമുഖ ഇംഗ്ലീഷ് കവയത്രിയും നോവലിസ്റ്റുമായിരുന്ന മേരി ആൻ ഇവാൻസ് (പെൻ നെയിം: ജോർജ്ജ് ഏലിയട്ട്) (1819-1980) ഒരിക്കൽ അഭിപ്രായപ്പെട്ടത്, "പരസ്പരം ജീവിതക്ലേശം ലഘൂകരിക്കാനല്ലെങ്കിൽ പിന്നെ നാമെന്തിന് ജീവിക്കണം" എന്നാണ്. പരസ്പരം സഹായിച്ചും സഹകരിച്ചും കഴിയുന്ന ഒരു സാമൂഹ്യജീവിയാണ് മനുഷ്യൻ എന്ന് നമുക്കെല്ലാം അറിയാം. ലോകത്ത് കൂട്ടായി ജീവിക്കുന്ന ഒത്തിരി മൃഗങ്ങളും പക്ഷികളും ജീവജാലങ്ങളുമുണ്ട്. ഇത്തരം ജീവികളുടെ സ്വഭാവസവിശേഷതകൾ മനസ്സിലാക്കുന്നത് നമ്മുടെ ജീവിതക്ലേശം ലഘൂകരിക്കുന്നതിന് സഹായിക്കും.

ഒരു വ്യക്തി എന്ന നിലയിലും നിങ്ങളുടെ പ്രവൃത്തികളുടെ അടിസ്ഥാനത്തിലും നിങ്ങളെ പറ്റി എന്തു പറയപ്പെടും എന്നു ചിന്തിക്കുക. ജീവിതാവസാനം വലുത് എന്ന് ചിന്തിച്ച കാര്യങ്ങളൊക്കെ ചെറുതാണെന്നും ചെറുതും പ്രാധാന്യം കല്പിക്കാത്തതുമായ കാര്യങ്ങളാണ് ശരിക്കും പ്രാധാന്യമുള്ള വലിയ കാര്യങ്ങളെന്നും നിങ്ങൾ മനസ്സിലാക്കും. നമുക്ക് കൊണ്ടുപോകാനാകുന്നത് ഓർമ്മകൾ മാത്രമാണ്, മനോഹരങ്ങളായ ഓർമ്മകൾ. എന്നാൽ ജീവിതത്തിൽനിന്നും എന്തു ലഭിക്കുന്നു എന്നതിനല്ല, എന്തു കൊടുക്കുന്നു എന്നതിനാണ് പ്രാധാന്യം. ഈ ഭൂമിയിൽ നാം എത്തിയിട്ടുള്ളത് ഇവിടം മെച്ചമായൊരിടമാക്കി മാറ്റുക എന്ന ഉദ്ദേശ്യത്തോടെയാണ്.

*മഹാഭാരത*ത്തിൽ ഒരു അദ്ധ്യായത്തിൽ ഇങ്ങനെ ഒരു കഥ ഉണ്ട്. ഒരിക്കൽ രാജകുമാരനായ ദുര്യോധനൻ ശ്രീകൃഷ്ണനെ സമീപിച്ച് ചോദിച്ചു.

"കൃഷ്ണാ, ഈ ലോകത്തുള്ളവരെല്ലാം എന്നെ ഒരു ദുഷ്ടനായിട്ടാണ് കാണുന്നത്. അതേസമയം ധർമ്മപുത്രരെ നല്ലവനായിട്ടും. ഞാനെന്ത് തെറ്റാണ് ചെയ്തത്? ഞാൻ ധർമ്മം മാത്രമല്ലേ ചെയ്തിട്ടുള്ളൂ?"

"ദുര്യോധനാ, നിന്റെ ചോദ്യത്തിന് ഞാൻ നാളെ ഉത്തരം നല്കാം, പക്ഷേ, നീ നാളെ വരുമ്പോൾ എവിടെ നിന്നെങ്കിലും ഒരു നല്ല മനുഷ്യനെക്കൂടി കൂട്ടിക്കൊണ്ടുവരണം" ശ്രീകൃഷ്ണൻ മറുപടി പറഞ്ഞു.

"അങ്ങനെ ചെയ്യാം" ദുര്യോധനൻ അവിടെനിന്നും പോയി.

അപ്പോൾത്തന്നെ കൃഷ്ണൻ ധർമ്മപുത്രരെ വിളിച്ചു. "നാളെ എന്നെ വന്നു കാണണം. വരുമ്പോൾ എവിടെ നിന്നെങ്കിലും ഒരു ചീത്ത മനുഷ്യനെ വിളിച്ചുകൊണ്ടു വരണം."

പിറ്റേ ദിവസം ദുര്യോധനനും ധർമ്മപുത്രരും ശ്രീകൃഷ്ണന്റെ മുമ്പിലെത്തി. പക്ഷേ, കൂടെ ആരും ഉണ്ടായിരുന്നില്ല. ശ്രീകൃഷ്ണൻ ദുര്യോധനനോട് ചോദിച്ചു.

"ഇതെന്തുപറ്റി? ഒരു നല്ല മനുഷ്യനെ കൂടെ കൂട്ടണമെന്നല്ലേ ഞാൻ താങ്കളോട് പറഞ്ഞത്, എവിടെ?"

"കൃഷ്ണാ ഞാനെന്തുചെയ്യാൻ? ഈ ഹസ്തിനപുരിയിൽ ആകെ ഞാൻ ഇന്നലെ മുഴുവൻ തിരഞ്ഞു. പക്ഷേ, ഒരൊറ്റ നല്ല മനുഷ്യനെ കാണണ്ടേ? എല്ലാം ദുഷ്ടന്മാർ! പിന്നെ ഞാനെന്തു ചെയ്യും?"

ശ്രീകൃഷ്ണൻ ധർമ്മപുത്രർക്ക് നേരെ തിരിഞ്ഞു.

"താങ്കൾക്കെന്തുപറ്റി"

"എന്റെ കാര്യവും അങ്ങനെ തന്നെ കൃഷ്ണാ. എത്ര തിരഞ്ഞുനടന്നിട്ടും ഈ ഹസ്തിനപുരിയിലെങ്ങും ഒരു ചീത്ത മനുഷ്യനെപ്പോലും കാണാനായില്ല. ഞാനെന്തു ചെയ്യണം?" ശ്രീകൃഷ്ണൻ ദുര്യോധനനോട് പറഞ്ഞു: "ദുര്യോധനാ, താങ്കളുടെ ചോദ്യത്തിന് ഉത്തരം കിട്ടിയില്ലേ? താങ്കൾ മറ്റുള്ളവരിൽ നന്മ കാണുന്നില്ല. തിന്മ മാത്രമേ കാണുന്നുള്ളൂ

അതുകൊണ്ട് എല്ലാവരും താങ്കളെ ഒരു ചീത്ത മനുഷ്യനായാണ് ഗണിക്കുന്നത്. നേരെമറിച്ച് ധർമ്മപുത്രരെ നോക്കൂ അദ്ദേഹത്തിന് ഒരൊറ്റ ചീത്ത മനുഷ്യനെയും ഈ രാജ്യത്ത് കാണാനാകുന്നില്ല. അദ്ദേഹത്തിന്റെ കണ്ണിൽ എല്ലാവരും നല്ലവരാണ്. അതുകൊണ്ട് അദ്ദേഹത്തേയും എല്ലാവരും നല്ലവനായി കാണുന്നു. അതായത് നമ്മുടെ മനസ്സിലെ നന്മയും തിന്മയും ആണ് നമ്മൾ പുറത്തു കാണുന്നത്."

ഈ കഥയിലെ ദുര്യോധനനെ പോലെയാണ് നമ്മളിൽ പലരും. കുറ്റം കണ്ടുപിടിക്കുന്നത് ഒഴിവാക്കിയും നിഷേധചിന്തകൾ കുറച്ചും നമുക്ക് നന്മയുടെ വഴി പിന്തുടരാം. നമ്മുടെ ജീവിതത്തിലെ ധർമ്മങ്ങളെക്കുറിച്ച് ഗൗരവമായി ചിന്തിക്കുക. അതായത് ഒരു കുടുംബാംഗം എന്ന നിലയിൽ ഓരോരുത്തർക്കും പല ധർമ്മങ്ങളുണ്ട്. മകൻ/മകൾ, സഹോദരൻ/സഹോദരി, ചെറുമകൻ/ചെറുമകൾ, അച്ഛൻ/അമ്മ, അമ്മാവൻ/അമ്മായി, ഭാര്യ/ഭർത്താവ്, അപ്പച്ചി/ചിറ്റപ്പൻ, രക്തബന്ധങ്ങൾ തുടങ്ങി ഒട്ടനവധിയുണ്ട്. ഇവ കൂടാതെ സുഹൃത്ത്, വിദ്യാർത്ഥി, അദ്ധ്യാപകൻ, സഹപ്രവർത്തകൻ, ക്ലബ് അംഗം, വോട്ടർ, മാർഗ്ഗദർശി ഇങ്ങനെ നമുക്ക് നിർവ്വഹിക്കാൻ ഒട്ടനവധി ധർമ്മങ്ങളുണ്ട്. നാം ഉൾപ്പെടുന്ന മേഖലകൾ തിരിച്ചറിഞ്ഞ്, അവിടെ നാം അനുഷ്ഠിക്കേണ്ട ധർമ്മങ്ങൾ ഏതെല്ലാമാണെന്ന് പൂർണ്ണമായും മനസ്സിലാക്കുകയും, മുൻഗണനാക്രമത്തിൽ പ്രവർത്തനങ്ങൾ ഓരോന്നും സമയബന്ധിതമായി ചെയ്യുകയും വേണം. നന്മയ്ക്കുവേണ്ടി പ്രവർത്തിക്കും എന്നു തീരുമാനിക്കുക.

Affirmations (ദൃഢ പ്രതിജ്ഞാവാചകങ്ങൾ)

- എന്റെ ചുറ്റുപാടുകൾ ഞാൻ ഇഷ്ടപ്പെടുന്നു.
- മറവി എനിക്ക് പലപ്പോഴും അനുഗ്രഹമാണ്. അത് എന്നെ നവീകരിക്കാൻ സഹായിക്കുന്നു.
- എന്റെ വികാരങ്ങളെ നിയന്ത്രിക്കാൻ കഴിയുന്നുണ്ട്.
- അർഹിക്കുന്ന പരിഗണന എന്റെ കുട്ടികൾക്ക് നല്കാൻ എനിക്ക് കഴിയുന്നുണ്ട്.
- ഊർജ്ജ പ്രവാഹം എന്റെ ശരീരത്തിലേക്ക് വന്നുകൊണ്ടിരിക്കുന്നു.
- എന്റെ വിജയങ്ങളിൽ ഞാൻ സന്തോഷവാനാണ്.
- ഞാൻ വളർച്ചയും മാറ്റങ്ങളും പ്രതീക്ഷിക്കുന്നുണ്ട്.
- എന്റെ ശക്തിയും ആത്മവിശ്വാസവും എന്റെ സ്വപ്നങ്ങളേയും ലക്ഷ്യങ്ങളേയും പൂർത്തിയാക്കാൻ ഉപയോഗിച്ചുകൊണ്ടിരിക്കുന്നു.

സത്യസന്ധത: ഏറ്റവും നല്ല സ്വഭാവം

അഞ്ചാം പിറന്നാൾ ഹൗസ്ബോട്ട്യാത്രയ്ക്കായി കൊണ്ടുപോകാം എന്ന് സാവിത്രി ടീച്ചർ തന്റെ ഏകമകൻ വിഷ്ണുവിന് ഉറപ്പ് നല്കിയിരുന്നു. കാത്തുകാത്തിരുന്ന അഞ്ചാം പിറന്നാൾ എത്തിയപ്പോൾ അന്ന് പൂർണ്ണമായും മഴയായിരുന്നു. നിരാശനായ വിഷ്ണു മഴ മാറുന്നതും കാത്തിരുന്നു. പിറന്നാൾ ദിനം പുറത്തിറങ്ങാൻ കഴിഞ്ഞില്ലെങ്കിലും പിറ്റേ ദിനം വിഷ്ണുവിന് ഹൗസ്ബോട്ടിൽ കയറാൻ പോകാൻ കഴിഞ്ഞു. അമ്മയുടെ കൈയും പിടിച്ച് തുള്ളിച്ചാടിക്കൊണ്ട് അവൻ ബോട്ട് ജട്ടിയിലേക്ക് യാത്രയായി. മലയാള അക്ഷരങ്ങൾ കൂട്ടിവായിക്കാൻ പഠിച്ചതുകൊണ്ടു തന്നെ അവൻ ബോട്ട് ജട്ടിക്കു മുൻപിൽ എഴുതിയ ബോർഡ് സൂക്ഷ്മമായി നിരീക്ഷിച്ചു: "5 വയസ്സിന് മുകളിൽ പ്രായമുള്ള കുട്ടികൾക്ക് മുഴുവൻ ടിക്കറ്റും എടുക്കണം." "ടിക്കറ്റ് ചാർജ്ജ് - 150 രൂപ" തനിക്ക് 5 വയസ്സ് ഇന്നലെ പൂർത്തിയായ കാര്യം അവൻ ആ ബോർഡ് കണ്ടപ്പോൾ ഓർത്തു.

ടിക്കറ്റ് കൗണ്ടറിൽ താൻ പണ്ട് പഠിപ്പിച്ച സുരേഷിനെ കണ്ടപ്പോൾ സാവിത്രി ടീച്ചറിന് സന്തോഷമായി. സുഖവിവരം ആരാഞ്ഞ ശേഷം തനിക്ക് 2 ടിക്കറ്റ് വേണമെന്ന് പറഞ്ഞ് ടീച്ചർ 300 രൂപ എടുത്ത് സുരേഷിന് നേരെ നീട്ടി.

"ഒരു ടിക്കറ്റ് എടുത്താൽ മതി ടീച്ചർ"

"പോര, ഞാനും എന്റെ മകനും ഉണ്ട്." ടീച്ചർ പറഞ്ഞു. "മകന് 5 വയസ്സ് തികഞ്ഞിട്ടില്ലെന്ന് അവനെ കാണുമ്പോൾ എല്ലാവർക്കും മനസ്സിലാകും. അതിനാൽ അവന് ടിക്കറ്റ് എടുക്കേണ്ട ആവശ്യം ഇല്ല" സുരേഷ് വീണ്ടും നിർബ്ബന്ധിച്ചു. ടീച്ചർ മറുപടിയായി പറഞ്ഞു:

"അത് ശരിയല്ല സുരേഷ്. എനിക്ക് ഒരുപക്ഷേ, മറ്റെല്ലാവരേയും

വിശ്വസിപ്പിക്കാനാകും എന്റെ മകന് 5 വയസ്സായിട്ടില്ലെന്ന്. പക്ഷേ, എന്റെ മകൻ വിഷ്ണുവിനറിയാം അവന്റെ 5-ാം പിറന്നാൾ ഇന്നലെയായിരുന്നു. തനിക്ക് 5 വയസ്സ് പൂർത്തിയായിരിക്കുന്നുവെന്ന്. ഞാൻ 150 രൂപ ലാഭിക്കാൻ ഇപ്പോൾ കള്ളം പറഞ്ഞാൽ സാഹചര്യത്തിനൊത്ത് കള്ളം പറയാമെന്ന് അവൻ തെറ്റിദ്ധരിക്കും. അങ്ങനെയൊരു ലാഭം എനിക്ക് വേണ്ട. നീ രണ്ട് ടിക്കറ്റ് തന്നെ തരൂ."

ഈ സംഭവം വിഷ്ണുവിന് മാത്രമല്ല സുരേഷിന്റെ മനസ്സിലും സത്യസന്ധത എന്ന വികാരം ആളിക്കത്താൻ ഉപകരിച്ചു.

സത്യസന്ധതയാണ് വ്യക്തിത്വത്തിന്റെ ആണിക്കല്ല്. കലർപ്പില്ലാത്ത വ്യക്തിത്വമെന്നാൽ ഒരാൾക്ക് തന്നോടുതന്നെയുള്ള സത്യസന്ധതയാണ്. സ്വഭാവശുദ്ധിയിലൂടെ വിശ്വസ്തനായ വ്യക്തി എന്ന് പേരെടുക്കാം. പുരാതന ഗ്രീസിലെ കല്പിത കഥാകാരനായ ഈസോപ്പ് പറഞ്ഞത് "സത്യം

പറയുമ്പോഴും നുണയനെ വിശ്വസിക്കുകയില്ല" എന്നാണ് നുണയൻ എന്ന പേര് ഒരിക്കൽ വീണാൽ അത് മാറ്റുക അത്ര എളുപ്പമല്ല. പതിനെട്ടാം നൂറ്റാണ്ടിന്റെ അവസാനക്കാലയളവിൽ ജീവിച്ച അമേരിക്കൻ എഴുത്തുകാരനായ മാർക്ക് ട്വൈൻ പറഞ്ഞത്. "സത്യം പറയുകയാണെങ്കിൽ അത് പിന്നെ ഓർത്തിരിക്കേണ്ടതില്ല" എന്നാണ്. എപ്പോഴും സത്യം മാത്രം പറയുന്ന ആൾക്കുള്ള ഏറ്റവും വലിയ ആത്മവിശ്വാസമാണത്. പ്രമുഖ എഴുത്തുകാരനായ സോബേഴ്സ് പറഞ്ഞത് "സത്യം പറയുന്നവന്റെ മുഖം പ്രകാശമുള്ളതായിരിക്കും".

സത്യസന്ധത ഒരു ശീലമാക്കിയാൽ അത് നമ്മുടെ ജീവിതത്തിൽ കൊണ്ടുവരുന്ന വ്യത്യാസം വളരെ വലുതായിരിക്കും. "കള്ളം പറയാൻ എനിക്ക് വയ്യ" എന്ന വാക്യം മനസ്സിൽ കുറിച്ചിടുക. ഹൃദയം പരിശുദ്ധമായിരുന്നാൽ ശക്തി പതിന്മടങ്ങായി മാറും. എഴുത്തുകാരനായ ഷിന്റേ പറഞ്ഞത് "മനസ്സിനകത്ത് സത്യമുള്ളവർക്ക് പരാജയം ഒരിക്കലും ഉണ്ടാവുകയില്ല" എന്നാണ്.

എല്ലായ്പ്പോഴും നമുക്ക് സൂക്ഷ്മതയോടെ പെരുമാറാൻ കഴിയണം. പതിനെട്ടാം നൂറ്റാണ്ടിലെ ജർമ്മൻ എഴുത്തുകാരനായ ഗെഥേ പറഞ്ഞത്. "ഓരോരുത്തരും അവരവരുടെ പ്രതിബിംബം പ്രതിഫലിപ്പിക്കുന്ന കണ്ണാടിയാണ് പെരുമാറ്റം" എന്നാണ്. സാധാരണ മനുഷ്യരായ നാം മനഃപൂർവ്വമോ അല്ലാതെയോ ചില തെറ്റുകൾ ചെയ്യാറുണ്ട്. കുറ്റബോധത്തിൽ കുടുങ്ങിക്കിടന്ന് ജീവിതം നശിപ്പിക്കാതെ സംഭവിച്ചത് സംഭവിച്ചു എന്നു സമ്മതിക്കുക. കടിച്ച പാമ്പിന്റെ പിറകേ ഓടിക്കൊണ്ടിരുന്നാൽ വിഷം നമ്മുടെ ശരീരത്തിലാകമാനം വ്യാപിക്കും. എത്രയും പെട്ടെന്ന് വിഷം പുറത്തുകളയാൻ ശ്രമിക്കുക എന്നുള്ളതാണ്. തിരിച്ചുപോക്ക് ഒരിക്കലും സംഭവ്യമല്ല. മുന്നോട്ട് പോകുവാൻ മാത്രമേ കഴിയൂ. അതിനാൽ മുന്നോട്ട് പോകുന്നതിൽ മുന്നേറുക.

"അടുത്ത മഹാരാജാവ് ആരാകണം," പ്രായം ചെല്ലുന്തോറും മഹാരാജാവിന്റെ അങ്കലാപ്പും കൂടിക്കൂടി വന്നു. തന്റെ 3 മക്കളും ഒന്നിനൊന്ന് മികച്ചവർ. ഏത് മാനദണ്ഡം പ്രയോഗിച്ച് കണ്ടെത്തും എന്നത് മഹാരാജാവിനെ സംബന്ധിച്ച് വലിയ ഒരു കടമ്പയായിരുന്നു. ഏറ്റവും മികച്ചവനെ കണ്ടെത്താൻ ഒരു ചെറിയ പരീക്ഷ നടത്താൻ രാജാവ് തീരുമാനിച്ചു. തന്റെ മൂന്നു മക്കളേയും അടുത്തുവിളിച്ച് അവർക്ക് 3 വിത്തുകളും 3 ചട്ടികളും നല്കി.

"സവിശേഷമായ വിത്തുകളാണിവ. മൂന്നുപേരും തന്നിരിക്കുന്ന ചട്ടികളിൽ ഈ വിത്ത് പാകി, മുളപ്പിച്ച് മനോഹരമായ ചെടി ആക്കി മാറ്റണം. സവിശേഷമായ പരിചരണം ആവശ്യമാണ്. ഈ വിത്തിനെ ഏറ്റവും മികച്ച ചെടിയാക്കി മാറ്റിയ ആൾ ഈ പരീക്ഷയിൽ വിജയിക്കും." കുറച്ചു മാസങ്ങൾക്കു ശേഷം രാജാവ് മൂന്നുപേരോടും അവരവരുടെ ചെടിച്ചട്ടികൾ കൊണ്ടുവരാൻ ആവശ്യപ്പെട്ടു. രണ്ടുപേരുടെ ചട്ടികളിലും മനോഹരമായ ചെടി വളർന്നു നില്ക്കുന്നത് രാജാവ് ശ്രദ്ധയോടെ വീക്ഷിച്ചു.

പച്ചിലകളും പുഷ്പങ്ങളും നിറയെ ഉള്ള ആ ചട്ടികൾ കണ്ട ശേഷം മൂന്നാമന്റെ ചെടിച്ചട്ടി ഹാജരാക്കാനാവശ്യപ്പെട്ടു. വിഷണ്ണനായി നില്ക്കുന്ന മൂന്നാമന്റെ അടുത്ത് മഹാരാജാവെത്തിയപ്പോൾ, "അച്ഛനെന്നോട് ക്ഷമിക്കണം. വിത്ത് മുളപ്പിക്കാനും സംരക്ഷിക്കാനും ഞാൻ പരമാവധി ശ്രമിച്ചു. പക്ഷേ, ഞാൻ പരാജയപ്പെട്ടു." കുനിഞ്ഞുനില്ക്കുന്ന അവന്റെ മുഖം പിടിച്ചുയർത്തി മഹാരാജാവ് പറഞ്ഞു. "ഈ പരീക്ഷയിൽ വിജയിച്ച നീയാണ് അടുത്ത മഹാരാജാവ്. അന്ന് ഞാൻ തന്ന 3 വിത്തുക്കളും വറുത്ത വിത്തുകളായിരുന്നു. അവ മൂന്നും ഒരിക്കലും മുളയ്ക്കില്ല. മറ്റു രണ്ടുപേരും ഈ പരീക്ഷയിൽ വിജയിക്കാനായി വിശ്വാസവഞ്ചന

കാട്ടി. ഞാൻ കൊടുത്ത വിത്തല്ല അവർ ഉപയോഗിച്ചത്". "രാജ്യത്തെ നയിക്കാൻ സത്യസന്ധത വളരെ പ്രധാനമാണ്."

ഇത്തരം ചെറിയ ചെറിയ പരീക്ഷകൾ നമ്മുടെ ജീവിതത്തിലുട നീളം കാണും. സത്യസന്ധത എന്നത് നമ്മുടെ സ്വഭാവമാണെങ്കിൽ നാം അറിഞ്ഞോ അറിയാതെയോ നടക്കുന്ന ഇത്തരം പരീക്ഷകളിൽനിന്ന് നിസ്സംശയം വിജയിക്കാനാകും. നമ്മുടെ കുടുംബാംഗങ്ങൾക്കും മേല ധികാരികൾക്കും, സഹപ്രവർത്തകർക്കും, കൂട്ടുകാർക്കും, നാട്ടുകാർക്കും ഏറ്റവും ഇഷ്ടപ്പെട്ട നമ്മുടെ സ്വഭാവം സത്യസന്ധതയാവട്ടെ. "അവനെ വിശ്വസിക്കാം" എന്നത് മറ്റുള്ളവരുടെ ഉള്ളിൽ മുഴങ്ങട്ടെ. അത് നമ്മെ പ്പറ്റി തന്നെയാവട്ടെ. സന്തോഷകരമായ ജീവിതത്തിന് സത്യം പറയുക, സത്യം മാത്രം പറയുക.

NB : അപ്രിയ സത്യം പറയാതിരിക്കുക.

Affirmations (ദൃഢ പ്രതിജ്ഞാവാചകങ്ങൾ)

- ☞ സത്യസന്ധത എന്റെ സ്വഭാവമാണ്.
- ☞ സത്യസന്ധത എന്റെ ശീലമായതിനാൽ സമ്പത്തും സൗഭാഗ്യങ്ങളും എന്നിലേക്ക് വന്നുകൊണ്ടിരിക്കുന്നു.
- ☞ ബുദ്ധിയുള്ള മനസ്സും ശാന്തമായ ഹൃദയവും എനിക്കുണ്ട്.
- ☞ മികച്ച കുടുംബ ബന്ധനങ്ങളാലും മെച്ചപ്പെട്ട സുഹൃത്തുക്കളാലും ഞാൻ അനുഗ്രഹീതനാണ്.
- ☞ ഞാൻ ധീരനാണ്. സത്യസന്ധത മുഖമുദ്രയായിട്ടുള്ള എന്റെ നില പാടുകളിൽ ഞാൻ ഉറച്ചുനില്ക്കുന്നുണ്ട്.
- ☞ എന്നിലും മറ്റുള്ളവരിലും ഉള്ള നന്മകൾ മാത്രം കാണാൻ ഞാൻ ശ്രമിച്ചുകൊണ്ടിരിക്കുന്നു.
- ☞ ഇപ്പോൾ എല്ലാം വളരെ നല്ലതാണ്.
- ☞ ജീവിതത്തിലെ എല്ലാ നല്ല കാര്യങ്ങൾക്കും എനിക്ക് അർഹതയുണ്ട്.

സൂചിയിൽ നൂൽ കോർക്കാം

"മോനേ ഈ സൂചിയിൽ നൂലൊന്ന് കോർത്തുതാ, അമ്മയ്ക്ക് കണ്ണ് പിടിക്കുന്നില്ല." ഞാൻ വായിച്ചുകൊണ്ടിരുന്ന പുസ്തകം താഴ്ത്തി വെച്ച് മനഃകണ്ണിൽ കണ്ടുകൊണ്ടിരുന്ന സ്വപ്നങ്ങൾക്കും അവധി കൊടുത്ത് നാളെ നടക്കാൻ സാദ്ധ്യതയുള്ള കാര്യങ്ങളോടുള്ള ആശങ്ക കളും മാറ്റിവെച്ച് നൂലും സൂചിയും അമ്മയുടെ കൈയിൽനിന്നും വാങ്ങി. നേർത്ത നൂലിന്റെ മുന ഒന്നുകൂടി കൂർപ്പിച്ച് സൂചിയുടെ കുഞ്ഞുദ്വാര ത്തിലൂടെ ശ്രദ്ധയോടെ കയറ്റി.

"അമ്മേ ദേണ്ടിരിക്കുന്നു"

ഞാൻ പഴയ സ്വപ്ന ലോകത്തേക്ക്, പുസ്തകങ്ങളുമായി തിരിച്ചു പോയി.

മനസ്സിനെ ഒരു നിശ്ചിത ബിന്ദുവിൽ ദൃഢമായി ഉറപ്പിച്ചുനിർത്തുന്ന പ്രക്രിയയാണ് ഏകാഗ്രത. ഏകാഗ്രത ഒരു ശീലമാക്കിയാൽ നേടാൻ കഴിയാത്തതായി ഒന്നുമില്ല. ഏകാഗ്രത ഇല്ലാത്ത പരിശ്രമംകൊണ്ട് ഒരു ഗുണവും ഉണ്ടാവുകയില്ല.

ഏകാഗ്രത വളർത്തുക എന്നാൽ ഈ നിമിഷം നാം ചെയ്യുന്ന കാര്യ ങ്ങളിൽ പൂർണ്ണമായും നമ്മെ അർപ്പിക്കുക എന്നുള്ളതാണ്. അതായത് ജീവിതത്തെ ഒരു മികച്ച കലാരൂപമാക്കി മാറ്റുക. കരങ്ങളുടെ ലയമാണ് കല. നമ്മുടെ പ്രവൃത്തികളിലുള്ള പൂർണ്ണമായ ശ്രദ്ധ വളർത്തുക.

"യദോ ഹസ്ത തദോ ദൃഷ്ടി
യദോ ദൃഷ്ടി തദോ മനഃ
യദോ മനഃ തദോ ഭാവ
യദോ ഭാവ തദോ രസ

(*നാട്യശാസ്ത്രം*)

1800 വർഷങ്ങൾക്ക് മുൻപേ ഭരതമുനി രചിച്ച *നാട്യശാസ്ത്ര*ത്തിന്റെയും അടിസ്ഥാനം പൂർണ്ണമായ ഏകാഗ്രതയാണ്.

ക്രിക്കറ്റിൽ ഫാസ്റ്റ് ബൗളിങ്ങിനെ നേരിടുന്ന സമർത്ഥനായ ബാറ്റ്സ്മാന്റെ ഭാവം ഒന്നു ശ്രദ്ധിക്കൂ. ഒരു സെക്കന്റിന്റെ നൂറിലൊരംശം പോലും മറ്റൊന്നിലേക്ക് മനസ്സ് പോവാതെ പന്തിൽ മാത്രം തറച്ചുനില്ക്കുന്നത് കാണാനാകും. ഇത്തരം അവസരങ്ങളിൽ നാം കണ്ടെത്തുന്ന ഏകാഗ്രത മറ്റു പ്രവർത്തനങ്ങളിലും വ്യാപിപ്പിക്കാൻ ആത്മാർത്ഥമായി ശ്രമിക്കണം. പലയിടത്തായി അലഞ്ഞു നടക്കുന്ന നമ്മുടെ മനസ്സിനെ ഏതെങ്കിലും ഒരൊറ്റ കാര്യത്തിലേക്ക് കേന്ദ്രീകരിച്ചുനോക്കൂ, ആ കാര്യത്തിൽ നമ്മുടെ പ്രതികരണം നാം ഉദ്ദേശിക്കുന്നതിലും ഉജ്ജ്വലമായിരിക്കും. പഠന കാര്യങ്ങളിലും മറ്റ് ഉത്തരവാദിത്വങ്ങൾ നിറവേറ്റുമ്പോഴും ഈ കഴിവ് പ്രകടിപ്പിച്ചാൽ ജീവിതം ആനന്ദപൂർണ്ണമാക്കാൻ സാധിക്കും.

രക്തദാഹിയായ ഒരു വേട്ടപ്പട്ടി തടിച്ചുകൊഴുത്ത ഒരു കലമാനിനെ പിന്തുടർന്ന് ഓടിക്കുകയായിരുന്നു. കുറേ ദൂരം പിന്നിട്ടപ്പോൾ അതുവഴി ഒരു കുറുക്കൻ ഓടിപ്പോകുന്നത് കണ്ടു. വേട്ടപ്പട്ടിയുടെ ലക്ഷ്യം പിന്നെ ആ കുറുക്കനായി, കൗശലക്കാരനായ കുറുക്കൻ വളഞ്ഞ വഴിയിൽക്കൂടി ഓട്ടമായി. വേട്ടപ്പട്ടി മുന്നേറുമ്പോൾ വെൺമയാർന്ന രോമക്കുപ്പായമണിഞ്ഞ ഒരു മുയൽ കുതിച്ചു ചാടി പോകുന്നതുകണ്ടു. വേട്ടപ്പട്ടിയുടെ ശ്രദ്ധ കുറുക്കനെ വിട്ട് മുയലിന് പിന്നാലെയായി. മുയലിന് പിന്നാലെ പായുമ്പോഴാണ് ഒരു എലി വഴിവക്കിൽ ഇരിക്കുന്നത് വേട്ടപ്പട്ടി കണ്ടത്. വേട്ടപ്പട്ടിയുടെ ശ്രദ്ധ എലിയിലേക്ക് തിരിഞ്ഞപ്പോൾ എലി പാഞ്ഞ് ചെന്ന് അതിന്റെ മാളത്തിൽ കയറി. "എപ്പോഴെങ്കിലും നീ പുറത്തുവരുമല്ലോ" വേട്ടപ്പട്ടി മുരണ്ടുകൊണ്ട് മാളത്തിന് മുമ്പിൽ കുത്തിയിരുപ്പ് ആരംഭിച്ചു.

കലമാനിനെ പിടിക്കാൻ വേട്ടപ്പട്ടിക്ക് ഒരു പ്രയാസവും ഇല്ലാത്തതാണ്. പക്ഷേ, ലക്ഷ്യം മാറിയപ്പോൾ ഒന്നും ലഭിക്കാത്തവനായി മാറി. ഏകാഗ്രതയോടെ ലക്ഷ്യത്തെ പിന്തുടരുന്നവൻ അത് നേടുക തന്നെ ചെയ്യും. പ്രമുഖ ഐറിഷ് നോവലിസ്റ്റായ ഒലിവർ ഗോൾഡ് സ്മിത്ത് (1728-74) ന്റെ വാക്കുകൾ, "വീഴ്ച വരാതിരിക്കില്ല. ഓരോ വീഴ്ചയിൽ നിന്നുമുള്ള ഉയർച്ചയാണ് യഥാർത്ഥ മഹത്വം."

പ്രമുഖ ഇസ്ലാം പണ്ഡിതനായ ഹസ്രത്ത് അലി പറഞ്ഞത് "ധനത്തെ നിങ്ങൾ സൂക്ഷിക്കണം. എന്നാൽ വിജ്ഞാനം നിങ്ങളെ സൂക്ഷിച്ചു കൊള്ളും" എന്നാണ്. ആയിരം ടൺ പ്രസംഗത്തേക്കാൾ ഒരു ടൺ പ്രവൃത്തിയാണ് നല്ലത്. ഒരു ജോലി ഏറ്റവും മൂല്യമുള്ളതാകുന്നത് അത് ഏറ്റവും നന്നായി ചെയ്യുമ്പോഴാണ്. നിങ്ങൾക്കുള്ളതിൽ ഏറ്റവും മികച്ചത് ലോകത്തിന് നല്കുമ്പോൾ ഏറ്റവും മികച്ചത് നിങ്ങൾക്ക് ലഭിക്കും. ചെയ്യുന്ന ജോലിയെപ്പറ്റി ബോധപൂർവ്വം ആലോചിക്കുക. എന്നിട്ട് അതിൽ ഏറ്റവും ഉത്തമമായിട്ടുള്ളതിനു വേണ്ടി അങ്ങേയറ്റം ശ്രമിക്കുക.

എന്തു ചെയ്യാൻ പോകുമ്പോഴും "ഏറ്റവും നല്ല" എന്ന മന്ത്രം വെറുതെ മനസ്സിൽ ഓർക്കുക. ഈ മന്ത്രം ആ ജോലിയുടെ ഉത്തരവാദിത്വം മാനുഷികമായി സാധിക്കുന്നിടത്തോളം നന്നായി ചെയ്യാൻ സഹായിക്കും. ഉദാഹരണത്തിന്,

ഏറ്റവും നല്ല വിദ്യാർത്ഥിയാവുക
ഏറ്റവും നല്ല അദ്ധ്യാപകനാവുക
ഏറ്റവും നല്ല രക്ഷിതാവാകുക
ഏറ്റവും നല്ല സുഹൃത്താവുക
ഏറ്റവും നല്ല മകനാവുക / മകളാവുക
ഏറ്റവും നല്ല ബന്ധുവാകുക
ഏറ്റവും നല്ല ഡ്രൈവറാകുക
ഏറ്റവും നല്ല ആസ്വാദകനാവുക

ഏറ്റവും നല്ല പ്രാസംഗികനാവുക

ഇങ്ങനെ നമ്മുടെ ഓരോ ജോലി/ഉത്തരവാദിത്വത്തിനോടും ചേർത്ത് "ഏറ്റവും നല്ല" എന്ന മന്ത്രം കൂട്ടിവായിച്ചാൽ അത് നമ്മിൽ വളരെയധികം മാറ്റങ്ങളുണ്ടാക്കും. പരാജയപ്പെടുന്നതിൽ കുഴപ്പമില്ല. എന്നാൽ ഏറ്റവും മികച്ചതിൽ കുറഞ്ഞതൊന്നും ഒരിക്കലും ലക്ഷ്യമിടരുത്. കാര്യങ്ങൾ പ്രയാസമുള്ളതുകൊണ്ടല്ല നമ്മളത് ചെയ്യാൻ ധൈര്യപ്പെടാത്തത്. മറിച്ച് ചെയ്യാൻ ധൈര്യപ്പെടാത്തതുകൊണ്ടാണ് അവ പ്രയാസകരമായിരിക്കുന്നത്.

ആദ്യചുവട് വയ്ക്കുക എന്നുള്ളതാണ് ഏറ്റവും ബുദ്ധിമുട്ടേറിയത്. ആദ്യ ചുവടിന് മുൻപ് സ്വാഭാവികമായും നിരവധി ചിന്തകൾ മനസ്സിലേക്ക് വരും. പരാജയപ്പെടുമോ? കളിയാക്കപ്പെടുമോ? ആക്ഷേപിക്കുമോ? തോറ്റുപോകുമോ? ഒരു പുസ്തകം എഴുതണം എന്ന ലക്ഷ്യം മനസ്സിലെത്തിയപ്പോൾ ആദ്യം തോന്നിയത് ഇത് പൂർണ്ണ പരാജയമായാൽ എന്തുചെയ്യും എന്നുള്ളതായിരുന്നു. "എനിക്ക് സ്വാധീനം കുറഞ്ഞ കാര്യമാണത്, ഒന്നും ചെയ്യാനില്ല എന്ന് മനസ്സിലുറപ്പിച്ചു." കളിയാക്കപ്പെടാനും ആക്ഷേപിക്കപ്പെടാനും സാദ്ധ്യതയുണ്ട്. "അവനെന്താപറ്റിയെ, ഇതുവരെ ഒരു കുഴപ്പവുമില്ലായിരുന്നല്ലോ?" എന്നൊക്കെയും "മഹാന്മാരുടെ വാക്യങ്ങളൊക്കെ വെറുതേ എഴുതി വച്ചേക്കുവാ ഇതാർക്കാ പറ്റാത്തത്. പക്ഷേ, വലിയ നിലവാരം ഒന്നും ഇല്ല" എന്ന സംസാരവും ഞാൻ പ്രതീക്ഷിക്കണം. ഇതുപോലുള്ളതിനെ അവഗണിക്കാൻ എനിക്കാവണം. തല ഉയർത്തിപ്പിടിച്ച് ആന നടന്നുപോകുമ്പോൾ ചില ജീവികൾ കുരയ്ക്കാറുണ്ട് എന്ന് മനസ്സിലോർക്കണം. പിന്നെ ഒരു കാര്യം മാത്രം. തോറ്റുപോകുമോ "പോയാൽ പോകട്ടെ വീണ്ടും ഒന്നുകൂടി എഴുതാം. അതും പരാജയപ്പെട്ടാൽ വീണ്ടും അങ്ങനെ ഒരു കൃതി വിജയിക്കും വരെ എഴുതണം. എന്റെ ലക്ഷ്യമാണത് എന്നു ചിന്തിച്ചാൽ ആ കാര്യവും പരിഹരിക്കാം.

നമ്മുടെ കാര്യക്ഷമത ഉയർത്തുന്നതുവഴി ലക്ഷ്യത്തിലേക്ക് അനായാസം എത്താനാകും. കാര്യക്ഷമതയുടെ സൂത്രവാക്യം.

കാര്യക്ഷമത = ആസൂത്രണം + സമയനിഷ്ഠ + ഏകാഗ്രത എന്നതാണ്. ചെയ്യുന്ന ഓരോ കാര്യങ്ങളും ശ്രദ്ധയോടെ ആസൂത്രണം ചെയ്ത് കൃത്യമായ സമയനിഷ്ഠയോടെ വ്യക്തമായ ഏകാഗ്രതയോടെ ചെയ്താൽ അത് പൂർണ്ണമായും ആസ്വദിക്കാനാകും.

എന്തെല്ലാം പ്രതിസന്ധി ഘട്ടങ്ങളുണ്ടെങ്കിലും ചെയ്യുന്ന എല്ലാ കാര്യങ്ങളിലും ഒന്നാമതാവാൻ ശ്രമിക്കുക. എങ്കിലും ചെയ്യുക. പല പ്രതിസന്ധികളും പടവുകളായിരിക്കും. 'കണ്ണുനീർത്തുള്ളി' എന്ന കവിതയിൽ നാലപ്പാട്ട് നാരായണമേനോൻ എഴുതിയ വരികൾ,

"ഉരുക്കിടുന്നു മിഴിനീരിലിട്ടു

മുക്കുന്നു മുറ്റും ഭുവനൈകശില്പി
മനുഷ്യഹൃത്താം കനകത്തെയേതോ
പണിത്തരത്തിനുപയുക്തമാക്കാൻ"

നിരവധി പരീക്ഷണഘട്ടങ്ങളും പ്രതിസന്ധികളും ജീവിതത്തിൽ ജഗദീശ്വരൻ നമുക്ക് തരുന്നത് ചില പ്രത്യേക ഉദ്ദേശ്യത്തോടു കൂടി യാവും. ഏതോ മികച്ച കാര്യം നമ്മെക്കൊണ്ട് ചെയ്യിക്കാനാകും. സ്വർണ്ണ ക്കുട്ടിയെ അഗ്നിയിലുരുക്കി മികച്ച ആഭരണങ്ങൾ ആക്കി മാറ്റുംപോലെ പ്രതിസന്ധികളാൽ നമ്മെ ഉരുക്കി ഉള്ളിലുള്ള ഏറ്റവും മികച്ച കഴിവ് പുറത്തെടുക്കാൻ ദൈവം അവസരമൊരുക്കും.

Affirmations (ദൃഢ പ്രതിജ്ഞാവാചകങ്ങൾ)

☞ എന്റെ ജീവിതം തുടങ്ങിയിട്ടേ ഉള്ളൂ.

☞ മുൻഗണനാക്രമം അനുസരിച്ചാണ് ഞാൻ ജോലി ചെയ്യുന്നത്. പ്രാധാന്യം കൂടിയ കാര്യങ്ങൾ ആദ്യം ചെയ്യുന്നുണ്ട്.

☞ കർമ്മത്തിൽ ലയിച്ചു ചേരാൻ എനിക്കു കഴിയുന്നുണ്ട്.

☞ ഞാൻ ഒരു ഭീരുവല്ല, പ്രതിസന്ധിഘട്ടങ്ങൾ എനിക്ക് അവസരങ്ങ ളായി മാറ്റാൻ പറ്റുന്നുണ്ട്.

☞ ഏകാഗ്രത എന്റെ സ്വഭാവമാണ്, എല്ലാ കാര്യത്തിലും ഏകാഗ്രത കണ്ടെത്താൻ കഴിയുന്നുണ്ട്.

☞ ഞാൻ ശ്വസിക്കുമ്പോൾ ആത്മവിശ്വാസം ഉള്ളിലേക്കെടുക്കുകയും ഭീരുത്വം (ധൈര്യക്കുറവ്) പുറത്തേക്ക് കളയുകയും ചെയ്യുന്നു.

☞ എന്റെ സാന്നിദ്ധ്യം ആണെന്റെ ശക്തി.

☞ ഈ ദിവസത്തിൽ പൂർണ്ണമായി മുഴുകാൻ ഞാൻ തീരുമാനിച്ചിരി ക്കുകയാണ്.

☞ എനിക്ക് ചെയ്യാൻ കഴിയില്ലെന്ന് മറ്റുള്ളവർ പറയുന്ന കാര്യങ്ങൾ ചെയ്യുന്നതാണ് ജീവിതത്തിലെ ഏറ്റവും വലിയ സന്തോഷം.

ജീവനുള്ള സൗഹൃദങ്ങൾ

വിയത്നാം യുദ്ധസമയത്ത് നടന്ന ഒരു സംഭവകഥ അന്നത്തെ അമേരിക്കൻ മിലിട്ടറി ഓഫീസറായ കേണൽ ജോൺ മൻസൂർ തന്റെ അനുസ്മരണയിൽ വിവരിക്കുന്നതിങ്ങനെയാണ്:

ഒരു വിയത്നാം ഗ്രാമത്തിൽ ഫ്രഞ്ച്മിഷനറിമാർ അനാഥാലയം നടത്തിയിരുന്നു. ഒരു ദിവസം അമേരിക്കൻ സൈന്യം ഉതിർത്ത പീരങ്കി ഷെല്ലുകൾ അനാഥാലയത്തെ തകർത്തു. അന്തേവാസികൾ പലരും മരിച്ചു, പലർക്കും മാരകമുറിവുകൾ, കുറച്ചുപേർ മാത്രം രക്ഷപ്പെട്ടു. ഒരു എട്ടുവയസ്സുകാരിയുടെ നില തികച്ചും ഗുരുതരമായിരുന്നു. ഗ്രാമവാസികൾ ഓടിക്കൂടി അവർ ഏറ്റവും അടുത്തുള്ള അമേരിക്കൻ സൈന്യത്തിന്റെ പ്രാദേശിക ആസ്ഥാനത്ത് എത്തി വിവരമറിയിച്ച്, സഹായമഭ്യർത്ഥിച്ചു.

ഒട്ടും വൈകാതെ ഒരു ഡോക്ടറും നഴ്സുമാരും വൈദ്യസാമഗ്രികളുമായി പട്ടാളജീപ്പിൽ അവിടെയെത്തി. എല്ലാവരുടെയും ശ്രദ്ധ മാരകമായി മുറിവേറ്റുകിടക്കുന്ന ആ പെൺകുട്ടിയിലായി. വളരെയേറെ രക്തം നഷ്ടപ്പെട്ട ആ പെൺകുട്ടി ഏത് നിമിഷവും മരണത്തിന് കീഴടങ്ങും. അടിയന്തരമായി രക്തം ആവശ്യമാണ്. മെഡിക്കൽ സഹായവുമായി എത്തിയവരുടെ രക്തം പൊരുത്തപ്പെടുന്നില്ല. രക്തം നല്കാൻ തയ്യാറായ ഗ്രാമവാസികളുടെ രക്തവും പൊരുത്തപ്പെടുന്നില്ല. അനാഥാലയത്തിലെ അന്തേവാസികളിൽ അപകടം സംഭവിക്കാത്ത ചില കുട്ടികളുടെ രക്തം പരിശോധിച്ചപ്പോൾ ചിലരുടേത് യോജിക്കുന്നതായി കണ്ടെത്തി. അവരിൽ ആരാണ് രക്തം നല്കാൻ ഒരുക്കമെന്ന് അറിയണം. പക്ഷേ, ഭാഷയാണ് പ്രശ്നം. മെഡിക്കൽ സംഘത്തിന് അറിയാവുന്ന ഭാഷകൾ കൂട്ടിക്കലർത്തി രക്തദാനത്തെപ്പറ്റി ഒരു ബോധവല്ക്കരണം നടത്താൻ

ശ്രമിച്ചു. രക്തദാനം ജീവദാനമാണെന്നും രക്തദാനം ഒരു വലിയ പുണ്യ കർമ്മമാണെന്നും ഒരുവിധം പറഞ്ഞൊപ്പിച്ചു. ആരാണ് രക്തം നല്കാൻ സന്നദ്ധമെന്ന് ചോദിച്ചു. ആദ്യം കുറേ നേരത്തേക്ക് പൂർണ്ണനിശ്ശബ്ദത ആയിരുന്നു. കുട്ടികൾ തലതാഴ്ത്തി നിന്നു. ഒരാൺകുട്ടി പതുക്കെ കൈ പൊക്കി; വീണ്ടും തലതാഴ്ത്തി. പിന്നെ തല ഉയർത്തിപ്പിടിച്ചു. നഴ്സ് ഫ്രെഞ്ചിസ് അവനോടു ചോദിച്ചു: "നിന്റെ പേരെന്താണ്?"

"ഹെങ്" എന്ന് ഉത്തരമുണ്ടായി.

ഒട്ടും വൈകാതെ പലകയിൽ ഷീറ്റ്വിരിച്ച് ഹെങ്ങിനെ അതിൽ കിടത്തി. അവന്റെ വലതുകരം നീട്ടി സ്പിരിറ്റ് തേച്ച്, ഒരു സൂചി കയറ്റി.

അവൻ പല്ലുകടിച്ചു, കണ്ണുകളടച്ചു, നിശ്ചലനായി കിടക്കുകയായിരുന്നു. അല്പം കഴിഞ്ഞപ്പോൾ ചെറിയ ഏങ്ങലടി ഉയർന്നു. പക്ഷേ, അവൻ കടിച്ചമർത്തി. ഡോക്ടർ അതിരറ്റവാത്സല്യത്തോടെ ചോദിച്ചു “ഹെങ് നിനക്ക് വേദനിക്കുന്നുണ്ടോ?” അവൻ പതുക്കെ തലകുലുക്കി. പിന്നെയും തേങ്ങൽ ഉയർന്നുവന്നു. അവൻ കൈചുരുട്ടി വായ് അടച്ചുപിടിക്കാൻ ശ്രമിച്ചു. കണ്ണുനീർ കവിൾത്തടത്തിൽ കൂടി പതുക്കെ ഒലിച്ചുവന്നു. ഡോക്ടർ ആശ്വസിപ്പിക്കാൻ ശ്രമിച്ചുകൊണ്ടിരുന്നു. അല്പം കഴിഞ്ഞപ്പോൾ അടക്കിവച്ച ഒരു കരച്ചിൽ ഉയർന്നുവന്നു. അതുമായപ്പോൾ മെഡിക്കൽ ടീമിനു മനസ്സിലായി അവൻ തികച്ചും അസ്വാസ്ഥ്യത്തിലാണെന്ന്.

അപ്പോൾ ഒരു വിയറ്റ്നാമീസുകാരി അവനോടു സംസാരിക്കാൻ മുന്നോട്ട് വന്നു. അവളുടെ സംസാരത്തിനായി അവൻ കാതോർത്തു. അല്പം കഴിഞ്ഞപ്പോൾ അവൻ കരച്ചിലടക്കി, സമചിത്തത കൈവരിച്ചു. ഇംഗ്ലീഷ് ഭാഷയറിയാവുന്ന ആ സ്ത്രീ ഡോക്ടർമാരോടും കൂടെയുള്ളവരോടും സംഭവം വിവരിച്ചതിങ്ങനെയാണ്: ‘ഹെങ് വിചാരിച്ചത് അവൻ മരിക്കാൻ പോവുകയാണെന്നായിരുന്നു. നിങ്ങൾ പറഞ്ഞത് അവൻ തെറ്റിദ്ധരിച്ചു. അവൻ ധരിച്ചത് അവന്റെ രക്തം മുഴുവൻ നല്കാനാണ് നിങ്ങൾ ആവശ്യപ്പെട്ടത് എന്നായിരുന്നു. അങ്ങനെ മാത്രമേ ആ പെൺകുട്ടിയുടെ ജീവൻ രക്ഷിക്കാനാകൂ എന്നാണ് അവൻ ധരിച്ചത്.”

അപ്പോഴവൻ മരിക്കാൻ സന്നദ്ധനായി തന്റെ രക്തം മുഴുവൻ നല്കാൻ തുനിഞ്ഞതെന്തുകൊണ്ടാണ് എന്ന് ആശ്ചര്യത്തോടെ അവർ ചോദിച്ചു. അവന്റെ മറുപടി, “അവൾ എന്റെ കൂട്ടുകാരിയാണ്”. അവന്റെ സ്നേഹത്തിന്റെ ആഴവും വ്യാപ്തിയും എത്ര വലുത്! പ്രവൃത്തി കൊണ്ടും സത്യം കൊണ്ടുമാണ് നമ്മൾ സ്നേഹിക്കേണ്ടത്.

സുഹൃത്തുക്കളുടെ ഒരു വലിയ കൂട്ടം ഉണ്ടായിരിക്കുക എന്നതിൽ കവിഞ്ഞ് ഒരാൾക്ക് ഒരു നന്മയും ഉണ്ടാകാനില്ല. പ്രവൃത്തിയിലധിഷ്ഠിതമായ സ്നേഹത്തിലൂടെ മാത്രമേ നല്ല ബന്ധങ്ങൾ സൃഷ്ടിക്കാനാകൂ. അതിനാൽ പരസ്പരം സഹായിക്കുന്നതിൽ ശ്രദ്ധിക്കുക, അഭിനന്ദിക്കുക, പങ്കുവെക്കുക, സാന്ത്വനിപ്പിക്കുക, ക്ഷമിക്കുക തുടങ്ങിയ പ്രവൃത്തികളിലൂടെ ധാരാളം സുഹൃത്തുക്കളെ നേടാനാകും. യഥാർത്ഥ സുഹൃത്ത് വിശ്വസ്തനും തുറന്ന മനസ്സുള്ളവനും ഉത്തരവാദിത്വമുള്ളവനും ആയിരിക്കണം. സൗഹൃദങ്ങളിലേക്ക് സമർപ്പണവും ഉത്സാഹവും കൊണ്ടുവരാനാകണം. ക്ഷമിക്കുന്നതിലും മറക്കുന്നതിലും ഒന്നാമനാവുന്നതിലൂടെ മികച്ച സൗഹൃദങ്ങൾ ആസ്വദിക്കാൻ കഴിയും. മിക്കപ്പോഴും ഒരാൾ മാത്രം വിചാരിച്ചാൽ മതി നല്ല ഒരു സൗഹൃദം ഉടലെടുക്കാൻ.

മറ്റുള്ളവർക്ക് ആശ്രയിക്കാനും വിശ്വസിക്കാനും കഴിയുന്നവനാകുക എന്നത് വളരെ നല്ല കാര്യമാണ്. എങ്കിലും സുഹൃദ്സംഘങ്ങളുടെ മോശമായ സമ്മർദ്ദങ്ങൾക്ക് ഒരിക്കലും വഴങ്ങാതിരിക്കുക. ഗ്രീക്ക് തത്ത്വചിന്തകനായ കൺഫ്യൂഷസിന്റെ അഭിപ്രായത്തിൽ “നിന്നോട് ചെയ്യുമ്പോൾ നീ ഇഷ്ടപ്പെടാത്തത് മറ്റുള്ളവരോട് ചെയ്യാതിരിക്കുക” ഉജ്ജ്വല വ്യക്തി

ത്വത്തിനുടമയാണ് താൻ എന്നും തന്റെ ആ അവസ്ഥയ്ക്ക് ചേരാത്ത ഒരു പ്രവൃത്തിയും ചെയ്യാതിരിക്കണമെന്നും ഓർക്കുക.

ഇംഗ്ലീഷ് എഴുത്തുകാരനായ ബേക്കണിന്റെ അഭിപ്രായത്തിൽ "നമ്മുടെ എല്ലാ ന്യൂനതകളും കണ്ടുപിടിച്ച് നമ്മോട് പറയുകയും അന്യരുടെ മുൻപിൽ മറച്ചുവയ്ക്കുകയും ചെയ്യുന്നവനാണ് യഥാർത്ഥ സുഹൃത്ത്." തിരുവള്ളുവർ രചിച്ച് 1812 ൽ പുറത്തിറങ്ങിയ പ്രമുഖ തമിഴ് ഗ്രന്ഥമായ *തിരുക്കുറലിൽ* പറഞ്ഞത്, "നിങ്ങൾക്ക് ദ്രോഹം ചെയ്തവനോട് പകരം വീട്ടുവാനുള്ള ഏറ്റവും നല്ല മാർഗ്ഗം അവന് വല്ല ഉപകാരവും ചെയ്ത് അവനെ ലജ്ജിപ്പിക്കുകയാണ്." ഇംഗ്ലീഷ് തത്ത്വചിന്തകനായ റസ്സൽ (1872 - 1970) ന്റെ അഭിപ്രായം. "ലോകത്ത് നാം ആദരിക്കേണ്ടതായി രണ്ട് കാര്യങ്ങൾ മാത്രമേയുള്ളൂ, ഒന്ന് ജ്ഞാനം രണ്ട് സ്നേഹം."

പറഞ്ഞതുപോലെ പ്രവർത്തിക്കുന്ന ഒരാൾ എന്നും മൂല്യബോധമുള്ളവനായി നിലനില്ക്കും. അന്യോന്യം ജീവിതത്തിന്റെ ബുദ്ധിമുട്ടുകൾ കുറയ്ക്കുന്നതിനായാണ് നാം ജീവിക്കുന്നത് എന്ന് മനസ്സിലാക്കുക. എല്ലാവരും എന്നെ മനസ്സിലാക്കണം എന്ന് വാശിപിടിക്കാതെ അവരെ മനസ്സിലാക്കാൻ പരമാവധി ശ്രമിക്കുക. ആരെയെങ്കിലും കുറ്റപ്പെടുത്താനും വിമർശിക്കാനും ഉപദേശിക്കാനും പോകുന്നതിന് പകരം അവരെ ശ്രവിക്കാനും (കേൾക്കാനും) മനസ്സിലാക്കാനും ശ്രമിച്ചാൽ അവർക്ക് നമ്മിലുള്ള വിശ്വാസം കാത്തുസൂക്ഷിക്കാൻ കഴിയും.

ഇറാനിൽ നടന്ന ഒരു സംഭവകഥയാണിത്: ഇറാൻ, മർവിയാനിലെ എലിമെന്ററി സ്കൂളിലെ അദ്ധ്യാപകനായിരുന്നു അലി മുഹമ്മദിയൻ. ക്ലാസിലെ ഒരു കുട്ടിക്ക് ഏതോ അജ്ഞാത രോഗം ബാധിച്ചു. ചികിത്സയുടെ ഭാഗമായി കുട്ടിയുടെ മുടി മുഴുവൻ പൊഴിഞ്ഞു. ദീർഘനാളത്തെ അവധിക്ക് ശേഷം അസുഖത്തിന് അല്പം ശമനം വന്നപ്പോൾ അവൻ വീണ്ടും ക്ലാസിലെത്തി. ക്ലാസിലെ വില്ലന്മാരായ മറ്റുകുട്ടികൾ മൊട്ടേ മൊട്ടേ എന്നു വിളിച്ച് അവനെ കളിയാക്കാൻ തുടങ്ങി. കുട്ടികളല്ലേ, അവർക്ക് അസുഖത്തെക്കുറിച്ചൊന്നും അറിവുണ്ടാകണമെന്നില്ലല്ലോ. അവൻ ക്ലാസിൽ ഒറ്റപ്പെട്ടു. അവന്റെ മുഖത്തുനിന്നും നിഷ്കളങ്കമായ പുഞ്ചിരി അകന്നു.

ഇതുകണ്ട അദ്ധ്യാപകൻ അലി സാധാരണ ടീച്ചർമാരെ പോലെ വില്ലന്മാരായ മറ്റുകുട്ടികളെ വഴക്കു പറയാനോ അടിക്കാനോ ഒന്നും തുനിഞ്ഞില്ല, പകരം, അലി തന്റെ തലമുടിയങ്ങു മുറിച്ചുകളഞ്ഞു. ഇപ്പോൾ കുട്ടിയെ പോലെ തന്നെ സാറിന്റെയും തല മൊട്ട.

കളിയാക്കിയിരുന്ന കുട്ടികൾ ആകെ ആശയക്കുഴപ്പത്തിലായി. തങ്ങൾ സഹപാഠിയെ കളിയാക്കിയത് തെറ്റാണെന്ന് അവർക്ക് തോന്നിത്തുടങ്ങി. അവർ കളിയാക്കൽ നിർത്തി എന്നുമാത്രമല്ല സഹപാഠിയെ സന്തോഷിപ്പിക്കാൻ ക്ലാസിലെ 23 കുട്ടികളും തല മൊട്ടയടിച്ചു.

അസുഖം മൂലം തല മൊട്ടയടിച്ച കുട്ടിയെ സഹപാഠികൾ കളിയാക്കി

വേദനിച്ച കുട്ടിക്കുവേണ്ടി അധ്യാപകൻ തല മൊട്ടയടിച്ചു

പിന്നാലെ ക്ലാസിലെ മുഴുവൻ കുട്ടികളും

(അലി മുഹമ്മദിയൻ കുറിച്ചുള്ള പത്രവാർത്ത)

അസുഖബാധിതനായ കുട്ടിക്ക് മുടി കിളിർക്കും വരെ തങ്ങൾക്കും മുടി വേണ്ടെന്ന് അവർ തീരുമാനിച്ചു. സമൂഹ മാധ്യമങ്ങളിലൂടെ ഈ അദ്ധ്യാപകന്റെയും കുട്ടികളുടെയും കാര്യങ്ങൾ ചിത്രം സഹിതം പ്രചരിച്ചു. വാർത്ത ഇറാനിയൻ പ്രസിഡന്റ് ഹസൻ റുഹാനിയുടെ ചെവികളിലുമെത്തി. റുഹാനി അലിയെ വിളിച്ച് അഭിനന്ദിക്കുക മാത്രമല്ല ചെയ്തത് അസുഖം ബാധിച്ച കുട്ടിയുടെ മുഴുവൻ ചെലവും സർക്കാർ വഹിക്കുമെന്ന് ഉറപ്പ് നല്കുകയും ചെയ്തു. ചില വിഷയങ്ങളോട് എങ്ങനെ പ്രതികരിക്കണം എന്ന് സമൂഹത്തിന് മുമ്പിൽ കാട്ടിത്തന്ന അദ്ധ്യാപകൻ അലി മുഹമ്മദിയൻ ഇറാനിലെ ദേശീയ ഹീറോ ആയി മാറുന്ന കാഴ്ചയാണ് പിന്നെ കണ്ടത്.

ജീവിതത്തിലെ പ്രസന്നതയും മഹത്വവും നിലനിർത്താൻ പരസ്പര ബഹുമാനം അത്യാവശ്യമാണ്. കൊടുത്തുവാങ്ങാൻ കഴിയുന്ന ഏറ്റവും എളുപ്പമുള്ള കാര്യമാണ് ബഹുമാനം. മറ്റുള്ളവർ നിങ്ങളെ എങ്ങനെ സന്തോഷിപ്പിക്കും എന്ന് ചിന്തിക്കാതെ നിങ്ങൾക്കവരെ എങ്ങനെ സന്തോഷിപ്പിക്കാൻ കഴിയും എന്നു ചിന്തിക്കൂ. അപ്പോൾ സമൂഹം നിങ്ങൾക്കായി കാത്തിരിക്കും. നമുക്കുചുറ്റും ഉള്ള ആളുകളുടെ ആവശ്യങ്ങൾ കണ്ടറിഞ്ഞ് പ്രവർത്തിച്ചാൽ ഫലം തീർച്ചയാണ്. ജീവിതത്തിൽ നിങ്ങളെക്കൊണ്ട് എന്തെങ്കിലും പ്രയോജനമുള്ള കുറച്ചാളുകൾ ഉണ്ടായിരിക്കണം.

മറ്റുള്ളവരുടെ സ്വഭാവത്തിലേയും പ്രവർത്തനങ്ങളിലേയും നല്ല വശ

ങ്ങൾ കണ്ടെത്തുകയും അതേപ്പറ്റി സംസാരിക്കുകയും അതിലേക്ക് ശ്രദ്ധിക്കാൻ ആളുകളെ പ്രലോഭിപ്പിക്കുകയും ചെയ്താൽ നമുക്കുള്ളിലെ നന്മകൾ പതിന്മടങ്ങായി വർദ്ധിക്കുന്നത് കാണാൻ കഴിയും. എപ്പോഴും നല്ല ആൾക്കാരുടെ കൂടെ ഇരിക്കാൻ എല്ലാവരും ഇഷ്ടപ്പെടും. അന്യരുടെ സ്വകാര്യതയിലേക്കുള്ള അനാവശ്യ കൗതുകം ആരോഗ്യമുള്ള മനസ്സിന്റെ ലക്ഷണമല്ല. ഞാൻ മാത്രമല്ല മറ്റുള്ളവരും ശരിയാണ് എന്ന ജീവിതവീക്ഷണം പുലർത്തുക. നമുക്കൊരാളെപ്പറ്റി നല്ലതൊന്നും പറയാൻ കഴിയുന്നില്ലെങ്കിൽ ഒന്നും തന്നെ പറയാതിരിക്കുക.

Affirmations (ദൃഢ പ്രതിജ്ഞാവാചകങ്ങൾ)

☞ മികച്ച സുഹൃത്തുക്കളാൽ ഞാൻ അനുഗ്രഹീതനാണ്.

☞ ഞാൻ വിശ്വസ്തനാണ്.

☞ ഭാവിയിലെ വിജയത്തിനായാണ് ഇപ്പോൾ ഞാൻ പരിശ്രമിക്കുന്നത് എങ്കിലും, ഇപ്പോഴത്തെ എന്റെ ജീവിതം വിജയിച്ചതാണ് എന്നാണ് എനിക്ക് അനുഭവപ്പെടുന്നത്.

☞ മറ്റുള്ളവരിലെ നന്മകൾ കണ്ടെത്താൻ ഞാൻ പരമാവധി ശ്രമിക്കുന്നുണ്ട്.

☞ സൗഹൃദങ്ങൾക്ക് വലിയ സ്ഥാനം എന്റെ ജീവിതത്തിലുണ്ട്.

☞ ഞാൻ ഒരു മികച്ച സുഹൃത്താണ്.

☞ എന്റെ സൗഹൃദം ഒരു വിലപ്പെട്ട നിധിയാണ്.

വിശിഷ്ടവും നികൃഷ്ടവുമായ നാവ്

ഇസ്രായേലുകാരുടെ ഇടയിൽ പ്രചാരമുള്ള ഒരു കഥയാണിത്. ഒരിക്കൽ രാജ്യത്തെ പ്രധാന പുരോഹിതൻ ദൈവ പ്രീതിക്കായി ഒരു മൃഗത്തെ ബലി അർപ്പിക്കാൻ ഒരുങ്ങുകയായിരുന്നു. അപ്പോൾ നാടുവാഴിയായ രാജാവിൽനിന്ന് അയാൾക്ക് ഒരു ആജ്ഞ ലഭിച്ചു:

"ബലിവസ്തുവിന്റെ ഏറ്റവും വിശിഷ്ടമായ ഭാഗവും ഏറ്റവും നികൃഷ്ടമായ ഭാഗവും കൊടുത്തയക്കുക."

പുരോഹിതൻ ബലിമൃഗത്തിന്റെ നാവറുത്ത് ഒരു ഇലയിൽ പൊതിഞ്ഞ് രാജസമക്ഷം എത്തിച്ചു. ഒരു കാര്യം മാത്രമേ കൊടുത്തയച്ചിട്ടുള്ളൂ എന്നറിഞ്ഞപ്പോൾ മഹാരാജാവ് കോപിച്ചു. പുരോഹിതനെ കൊട്ടാരത്തിലേക്ക് ആളയച്ച് വിളിപ്പിച്ചു.

രാജാവിന്റെ കോപാവേശം കണ്ട് പുരോഹിതൻ പറഞ്ഞു "തിരുമേനീ അങ്ങെന്തിനാണ് കോപിക്കുന്നത്. അങ്ങാവശ്യപ്പെട്ട ഏറ്റവും വിശിഷ്ടമായ ഭാഗവും ഏറ്റവും നികൃഷ്ടമായ ഭാഗവുമല്ലേ? അത് നാവ് തന്നെയാണ്."

പുരോഹിതൻ വ്യക്തമാക്കി: "നാവ് കൊണ്ട് തനിക്കും മറ്റുള്ളവർക്കും നല്ലത് വരുത്താനാകും, നാവ് മോശമായി ഉപയോഗിച്ചാൽ ഏറ്റവും നികൃഷ്ടമായ ഫലം ഉണ്ടാവുകയും ചെയ്യും."

നാം ജീവിക്കുന്ന സമൂഹത്തിൽ നമ്മുടെ സ്ഥാനം അരക്കിട്ടുറപ്പിക്കാൻ ആഗ്രഹിക്കുന്നവർ നാവ് വളരെ സൂക്ഷിച്ചുപയോഗിക്കുക. വ്യക്തിയെ ഉത്തമനോ അധമനോ ആക്കി മാറ്റുന്നത് അവന്റെ നാവ് തന്നെയാണ്.

"എനിക്ക് നിങ്ങളെ സഹായിക്കാൻ കഴിയുമോ" എന്ന് ചോദിക്കാൻ എപ്പോഴും സന്നദ്ധനായിരിക്കണം. മറ്റുള്ളവരുടെ വാക്കുകൾ കേൾക്കു

കയും മനസ്സിലാക്കുകയും ഉൾക്കൊള്ളുകയും ചെയ്യുക. പറയുന്നതിൽ കൂടുതൽ കേൾക്കാൻ ശ്രമിക്കുക. മറ്റുള്ളവരുടെ അനുഭവങ്ങളിൽ ശ്രദ്ധ അർപ്പിക്കുക. കേവലം ചെവികൾകൊണ്ട് മാത്രം ശ്രദ്ധിക്കാതെ കണ്ണുകൾകൊണ്ടും ഹൃദയംകൊണ്ടും ശ്രദ്ധിക്കുക.

പ്രമുഖ ബ്രിട്ടീഷ് കവിയും പൊളിറ്റീഷ്യനുമായ ലോഡ് ബൈറൺ പറഞ്ഞത്, "സ്വന്തം കണ്ണീർ മാറ്റാൻ മറ്റൊരാളിന്റെ ഒരൊറ്റത്തുള്ളി കണ്ണീർ തുടയ്ക്കുക, അത് അനശ്വരതയിലേക്കുള്ള ഏറ്റവും നേരായ വഴിയായിരിക്കും." മലയാളത്തിലെ അനശ്വര എഴുത്തുകാരനായ കെ പി കേശവമേനോന്റെ (1886-1978) വാക്കുകളിൽ, "പണവും പ്രതാപവു മല്ല മനുഷ്യനെ ഉയർത്തുന്നത് അറിവും ഹൃദയശുദ്ധിയുമാണ്."

നാം ജീവിച്ചിരിക്കുന്നതിൽ നമ്മുടെ അച്ഛനമ്മമാരോട് കടപ്പെട്ടിരിക്കുന്നു. നന്നായി ജീവിക്കുന്നതിൽ ഗുരുനാഥന്മാരോടും. അതിനാൽ അവരിൽ വിശ്വാസമർപ്പിച്ച് മുൻപോട്ടു പോവുക. പതിനെട്ടാം നൂറ്റാണ്ടിൽ ജീവിച്ചിരുന്ന സ്കോട്ടിഷ് നോവലിസ്റ്റായ സർ വാൾട്ടർ സ്കോട്ടിന്റെ അഭിപ്രായത്തിൽ, "സ്വന്തക്കാർ പരിഹസിക്കുന്ന ഒരുവനെ അന്യർ ആദരിക്കുകയില്ല." നിങ്ങൾ സ്നേഹിക്കപ്പെടാൻ ആഗ്രഹിക്കുന്നു എങ്കിൽ മറ്റുള്ളവരെ സ്നേഹിക്കുക. ഇന്നലത്തേക്കാൾ കുറച്ചധികം പരിഗണന മാതാപിതാക്കൾക്കും ഗുരുജനങ്ങൾക്കും നല്ല രീതിയിൽ നമ്മോട് സഹകരിക്കുന്ന മറ്റുള്ളവർക്കും കൊടുക്കാൻ തീരുമാനിക്കണം. പ്രത്യേകിച്ചും മാതാപിതാക്കളോട് സംസാരിക്കാൻ മനഃപൂർവ്വം സമയം കണ്ടെത്തണം. രാവിലെ ഉറക്കമുണരുമ്പോൾ തന്നെ ഒരു സുഖാന്വേഷണം നടത്തുക, ആഹാരമോ വെള്ളമോ ഒന്നെടുത്തുകൊടുക്കുക, പുറത്തോട്ടൊക്കെ ഒന്നു കൊണ്ടുപോവുക, വിരുന്നുകാരോടൊക്കെ അഭിമാനപൂർവ്വം മാതാപിതാക്കളെക്കുറിച്ച് സംസാരിക്കുക തുടങ്ങിയ ചെറിയ കാര്യങ്ങളിൽ ഒന്നു ശ്രദ്ധിച്ചാൽ അതിന്റെ ഫലം വളരെ വലുതായിരിക്കും. പ്രാചീന റോമൻ തത്ത്വചിന്തകനായ പ്ലീനിയുടെ വാക്കുകൾ ഓർക്കുക: "ഇഷ്ടം നടിക്കൽ വെറുപ്പിനേക്കാൾ വൃത്തികെട്ടതാണ്." മാതാപിതാക്കളോട് എപ്പോഴെങ്കിലും വഴക്കടിച്ചാൽ ഒട്ടും താമസിക്കാതെ ക്ഷമാപണം നടത്തുക. നിങ്ങൾ അവരെ അതിയായി സ്നേഹിക്കുന്നു എന്ന് അവരോട് വെളിപ്പെടുത്തുക.

മാതാ പിതാ ഗുരു ദൈവം.

ജീവിതത്തിൽ കൈവിട്ടു പോയാൽ തിരിച്ചുകിട്ടാത്ത 3 സംഗതികളാണുള്ളത്.

1. പറഞ്ഞുപോയ വാക്ക്
2. ഉപയോഗപ്പെടുത്താതെ പോയ സന്ദർഭം
3. കഴിഞ്ഞുപോയ നിമിഷം

ഇവ മൂന്നും സൂക്ഷിച്ച് ഉപയോഗിക്കുക. എല്ലാ അവസരങ്ങളിലും മറ്റുള്ളവർക്കുകൂടി അല്പം പരിഗണന കൊടുക്കുക.

ഒരു റിപ്പോർട്ട് പൂർത്തിയാക്കേണ്ടതിനാൽ എഞ്ചിനീയറായ ബാലു അന്ന് സന്ധ്യവരെ ഓഫീസിൽത്തന്നെ ഉണ്ടായിരുന്നു. ജോലി കഴിഞ്ഞ് ഇറങ്ങാൻ സമയത്താണ് Cooling cell ലെ temperature നിയന്ത്രിക്കാനാവുന്നില്ല എന്ന കുഴപ്പം staff വന്നു പറഞ്ഞത് ബാലു ഓർത്തത്. അതു കൂടി നോക്കിയിട്ട് പോകാം എന്നു കരുതി ബാലു തിരക്കിട്ട് അങ്ങോട്ട്

പോയി. എല്ലാ ജീവനക്കാരും പോയിക്കഴിഞ്ഞിരുന്നു.

Temperature അളക്കുന്ന ഉപകരണവുമായി ബാലു പതുക്കെ cellന് ഉള്ളിൽ കടന്നു -10 ഡിഗ്രി സെറ്റ് ചെയ്തിരിക്കുന്ന cooling cell ഇപ്പോൾ -20 ഡിഗ്രിയിലാണ്. തുറന്നുകിടക്കുന്ന വാതിൽ ചെറുതായി ഒന്നു ചാരി ടെസ്റ്റ് ചെയ്യാം എന്നു കരുതി. പക്ഷേ, വൈകിയല്ലോ എന്ന വെപ്രാളത്തിൽ ചാരിയതും ആട്ടോമാറ്റിക്ക് ഡോർലോക്കുള്ള cooling cell door ലോക്കായിപ്പോയി.

"ഭഗവാനേ ഇനി പുറത്തുനിന്ന് മാത്രമേ തുറക്കാൻ പറ്റുള്ളൂ" ബാലു ഓർത്തു.

സാധാരണ ഒരു സ്റ്റാഫിനെ പുറത്തുനിർത്തിയിട്ടാണ് അകത്ത് കയറാറുള്ളത്. ഇന്നത് പറ്റിയില്ല. എല്ലാരും പോയി. അകത്തുനിന്ന് തട്ടിയാലോ ബഹളം വച്ചാലോ പുറത്തറിയുകയും ഇല്ല. മൊബൈലിനുള്ളിൽ റേഞ്ചും ഇല്ല.

"ഇനി എന്തു ചെയ്യും?"

തണുപ്പ് - 20 ഡിഗ്രിയിൽനിന്നും പതുക്കെ കൂടിക്കൂടി വരുന്നു. ഒരു ഊഹവുമില്ലാതെ ബാലു കൈ തലയിൽ വച്ച് വീഷണ്ണനായി നിന്നു. ഈ തണുപ്പിൽ ഒരു മണിക്കൂർ പോലും പിടിച്ചുനില്ക്കാനാവില്ലെന്ന് ബാലുവിന് തോന്നി. നെഞ്ചിടിപ്പ് കൂടിക്കൂടി വന്നു.

പെട്ടെന്നാണത് സംഭവിച്ചത് ആ വലിയ വാതിൽ ആരോ പതിയെ തുറന്നു.

"സാറേ"

"ങേ" ബാലു വിറച്ചുകൊണ്ട് ഡോറിന് അടുത്തെത്തി. "തോമാ ചേട്ടനോ കമ്പനി ഗേറ്റിന്റെ കാവല്ക്കാരനായ ചേട്ടനെങ്ങനാ ഇവിടെ?"

"അതുപിന്നെ എല്ലാ ദിവസവും വരുമ്പോഴും പോകുമ്പോഴും ബാലു സാർ എന്നോട് എന്തെങ്കിലും ഒന്നു സംസാരിച്ചല്ലേ അടുത്തുനിന്ന് പോകാറുള്ളൂ. ഇന്ന് വൈകിട്ട് ഇതുവരെ കാണാത്തോണ്ട് ഞാനൊന്ന് തിരക്കി വന്നതാ. ജോലിക്കൂടുതൽ വല്ലതും ഉണ്ടെങ്കിൽ ഒരു കട്ടൻ കാപ്പി വാങ്ങിത്തരാമെന്ന് കരുതി. ഓഫീസിൽ കണ്ടില്ല വെറുതേ ഇതുവഴി നോക്കിയപ്പോ ഇതിന്റെ വാതുക്കേ ചെരുപ്പ് കിടക്കുന്ന കണ്ടു.

ജോലി കഴിഞ്ഞോ? ഞാൻ കതക് തുറന്നത് കുഴപ്പമായില്ലല്ലോ. ഇനി ഈ കാപ്പികുടിച്ചിട്ട് മതി പണി."

ബാലുവിന്റെ നെഞ്ചിനുള്ളിൽ ഒരു വെള്ളിടി വെട്ടി.

വിറയ്ക്കുന്ന കൈകളോടെ അവൻ ആ കാപ്പി വാങ്ങി.

"തോമാ ചേട്ടന് സുഖം തന്നെയല്ലേ?"

"പരമസുഖം, സാറിന്റെ വായീന്ന് ഈ ചോദ്യം എങ്കിലും കേക്കാതെ എനിക്ക് പറ്റില്ല."

ഈശ്വരാ ഈ കാവല്ക്കാരനെ അങ്ങാണ് എന്റടുത്ത് പറഞ്ഞുവിട്ടത്. എല്ലാ ദിവസവും അരക്കിലോമീറ്ററോളം അകലെയുള്ള ഗേറ്റിൽ ചിരിച്ചുകൊണ്ട് നില്ക്കുന്ന വൃദ്ധനായ തോമസ് എന്ന വാച്ചറോട് എന്തെ

ങ്കിലും ഒരു കാര്യം പറയാതെ ബാലു വരികയും പോവുകയും ചെയ്യില്ലായിരുന്നു. ആ ചെറിയ പരിഗണനയാണ് ഇന്ന് ബാലുവിന്റെ ജീവൻ രക്ഷിച്ചത്.

ചുറ്റുമുള്ള എല്ലാവർക്കും അല്പം പരിഗണന നല്കൂ. പ്രശസ്ത ഇംഗ്ലീഷ് എഴുത്തുകാരൻ ജാക്സൺ പറഞ്ഞത്, "നിങ്ങളുടെ ധർമ്മം ചെയ്യുക ബാക്കി ഈശ്വരന് വിട്ടുകൊടുക്കുക."

Affirmations (ദൃഢ പ്രതിജ്ഞാവാചകങ്ങൾ)

- എനിക്ക് ഏറ്റവും പ്രധാനപ്പെട്ട ദിവസമാണ് ഇന്ന്, എന്നിൽ ഊർജ്ജവും സന്തോഷവും നിറഞ്ഞുകൊണ്ടിരിക്കുന്നു.
- കാരുണ്യത്തിന്റെ നദി എന്നിൽ സ്നേഹം നിറച്ചുവച്ചിരിക്കുകയാണ്.
- ഹൃദയത്തിൽ ശക്തിയും മനസ്സിൽ വ്യക്തതയും ആയാണ് ഞാൻ ഉണർന്നെഴുന്നേല്ക്കുന്നത്.
- നാളെയെക്കുറിച്ചുള്ള എന്റെ ഭയങ്ങൾ എല്ലാം അലിഞ്ഞലിഞ്ഞ് ഇല്ലാതാവുകയാണ്.
- എന്റെ മാതാപിതാക്കൾക്ക് പൂർണ്ണ ബഹുമാനവും പരിഗണനയും നല്കുക എന്നത് എന്റെ കടമയാണ്.
- എന്നിൽ ഞാൻ പൂർണ്ണമായും വിശ്വസിക്കുന്നു. എന്റെ മനസ്സാക്ഷി എന്നെ മുന്നോട്ട് നയിക്കുന്നു.
- അനുദിനം ഞാൻ ലാളിത്യമുള്ളവനായിക്കൊണ്ടിരിക്കുന്നു.
- ശക്തമായ കുടുംബ ബന്ധങ്ങളിൽ ഞാൻ പൂർണ്ണമായി വിശ്വസിക്കുന്നു.

സ്വപ്നങ്ങളെ ലക്ഷ്യങ്ങളാക്കാം

ജീവിതത്തെ പോസിറ്റീവായി കാണുകയും നമുക്ക് നമ്മളിൽ തന്നെ ഉറച്ച വിശ്വാസം ഉണ്ടായിരിക്കുകയും വേണം. നാം ഇപ്പോൾ എങ്ങനെയായിരിക്കുന്നുവോ അതിനെ പൂർണ്ണമായി അംഗീകരിക്കുകയും ഓരോ ദിവസവും തലേ ദിവസത്തേക്കാൾ കൂടുതൽ മനോഹരങ്ങളായ തീരുമാനങ്ങൾ എടുത്ത് കൂടുതൽ നന്മയിലേക്ക് മുന്നേറാൻ ശ്രമിക്കുകയും വേണം.

"നാളെയും പുഞ്ചിരിച്ചുകൊണ്ട് സൂര്യൻ വരും" എന്നു ചിന്തിച്ച് ഉദിച്ചുവരുന്ന സൂര്യനിലേക്ക് മനസ്സിനെ തിരിക്കുക.

ചെറിയ ക്ലാസിലെ കുട്ടികൾക്ക് അദ്ധ്യാപകൻ പറഞ്ഞുകൊടുത്ത ഒരു കഥ ഇങ്ങനെയാണ്: അടുത്തടുത്തുള്ള രണ്ട് ഭരണികളിൽ തൈര് സൂക്ഷിച്ചിരുന്നു. അടുത്ത് ചാടിക്കളിച്ചുകൊണ്ടിരുന്ന രണ്ട് തവളകൾ ചാടിയപ്പോൾ അബദ്ധത്തിൽ ആ തൈര് ഭരണിയിൽ വന്നു വീഴാൻ ഇടയായി. തണുത്ത ആ തൈരിൽനിന്നും പുറത്തു കടക്കാൻ രണ്ടു തവളകൾ ആവത് ശ്രമിച്ചു. പക്ഷേ, പരാജയം ആയിരുന്നു ഫലം. ഒന്നാം തവള വിചാരിച്ചു: "ഇനി എനിക്ക് രക്ഷയില്ല, ഇവിടെനിന്ന് പുറത്തുകടക്കാൻ ഒരു മാർഗ്ഗവുമില്ല, ദ്രാവകാവസ്ഥയിലുള്ള ഈ തൈരിൽ കാലുറയ്ക്കുകയില്ല, തണുപ്പ് കൂടിക്കൂടി വരുന്നു. ഇതെന്റെ വിധിയാണ്. അത് മാറ്റിമറിക്കാൻ ആർക്കും സാദ്ധ്യമല്ല." വിധിയെ പഴിച്ച് ആ തവള അവിടെ കിടന്നു ചത്തു.

രണ്ടാം തവള വിചാരിച്ചത് നേരെ മറിച്ചാണ്: "ഈ വീഴ്ചയെ അതിജീവിക്കാനുള്ള കഴിവെനിക്കുണ്ട്, ശക്തിയേറിയ കാലുകളും ഉറച്ച ശരീരവുമാണ് എനിക്കുള്ളത്. ഈ ഭരണിയിൽനിന്ന് തീർച്ചയായും ഞാൻ പുറത്തു കടക്കും." ആ തവള തൈരിൽ നിരന്തരം കാലുകളിട്ട് ഇളക്കിക്കൊണ്ടിരുന്നു. കുറേ സമയംകൊണ്ട് തൈര്

നന്നായി ഇളകി വെണ്ണ ഉറഞ്ഞുകൂടാൻ തുടങ്ങി. തവള പിന്നെയും ചലിച്ചുകൊണ്ടിരുന്നു. വെണ്ണ വേഗത്തിൽ കട്ടയായി പന്തുപോലെ തൈരിൽ പൊങ്ങിക്കിടന്നു. ഖരാവസ്ഥയിലുള്ള വെണ്ണയിൽ കാലുറപ്പിച്ച് ആ തവള സർവ്വ ശക്തിയും പ്രയോഗിച്ച് ആഞ്ഞു ചാടി ഭരണിയിൽനിന്നും പുറത്തുവന്നു. ശക്തമായ ആത്മവിശ്വാസമുള്ള പ്രയത്നശാലിയായ ആ തവള അവസാനം വിജയം കണ്ടെത്തി. രണ്ടുതരം മനുഷ്യരെ കുട്ടികൾക്ക് മുൻപിൽ അവതരിപ്പിക്കാനാണ് ആ അദ്ധ്യാപകൻ ശ്രമിച്ചത്.

പതിനെട്ടാം നൂറ്റാണ്ടിൽ ലോകത്തെ വിറപ്പിച്ച ഫ്രാൻസിലെ യുദ്ധതന്ത്രജ്ഞനായ നെപ്പോളിയൻ (1769-1821) ആത്മവിശ്വാസത്തെ പറ്റി പറഞ്ഞത്, "പ്രാണവായു കഴിഞ്ഞാൽ എനിക്ക് ആദ്യം വേണ്ടത് ആത്മവിശ്വാസമാണ് അതില്ലെങ്കിൽ മറ്റെല്ലാം എന്തിനാണ്" എന്നാണ്. ജീവിതത്തിൽ ആത്മവിശ്വാസത്തിന്റെ പ്രാധാന്യം ഈ വാക്കുകളിലുണ്ട്. ആത്മീയാചാര്യൻ സ്വാമി വിവേകാനന്ദൻ പറഞ്ഞത്, "നിങ്ങൾക്ക്

വേണ്ട ശക്തിയും വിജയവും നിങ്ങളിൽ തന്നെയാണ് വേണ്ടത്. അതിനാൽ നിങ്ങളുടെ സ്വന്തം ഭാവിയുണ്ടാക്കുക" എന്നാണ്. ഒരേ വോൾട്ടേജിൽ 5 വാട്ടിന്റെയും 25, 60, 100, 1000 വാട്ടുകളുടെയും ബൾബുകൾ കത്തിക്കാം എന്നപോലെ ചെയ്യുന്ന ഓരോ കാര്യങ്ങളും കൂടുതൽ കൂടുതൽ മനോഹരമായി ചെയ്യാൻ നമുക്ക് അനന്തമായ സാദ്ധ്യതകളുണ്ട്. തല ഉയർത്തിപ്പിടിച്ച് നടക്കാൻ മനുഷ്യന് ഈശ്വരൻ കഴിവ് തന്നിരിക്കുന്നതു തന്നെ അവന്റെ ആത്മവിശ്വാസം ഉയർത്താൻ വേണ്ടിയാണ്.

ചില പ്രായോഗിക നിർദ്ദേശങ്ങൾ

1. നിവർന്ന് നില്ക്കുകയും ഇരിക്കുകയും നടക്കുകയും ചെയ്യുക, നടക്കുന്നത് ഉത്സാഹത്തോടെ ആയിരിക്കണം. തിരക്കിട്ട് എങ്ങോട്ടോ പോകുന്നതിന്റെ ആവേശവും ചുറുചുറുക്കും പ്രകടിപ്പിക്കുക.
2. മുഖത്ത് നോക്കി ആത്മവിശ്വാസത്തോടെ വേണം ആരോടും സംസാരിക്കാൻ. ശബ്ദം കുറച്ച്, പതുക്കെ കാര്യങ്ങൾ പറയണം. നല്ല കേൾവിക്കാരനായിരിക്കണം, നല്ല ഭാഷ ശീലിക്കണം.
3. ചെയ്യുന്ന എല്ലാ കാര്യങ്ങളിലും പരിപൂർണ്ണമായ ഏകാഗ്രതയോടെ മനസ്സും ശരീരവും അതിൽ തന്നെ മുഴുകിയിരിക്കാൻ അനുവദിക്കുക. "ഈ ജോലിയാണ് എന്റെ ഹോബി" എന്നു മനസ്സിൽ പറയുക. കഷ്ടപ്പെട്ടു ചെയ്യാതെ ഇഷ്ടപ്പെട്ടു ചെയ്യുക.
4. ശക്തമായ ആത്മവിശ്വാസം ഉള്ള രീതിയിൽ ഏറെനാൾ അഭിനയിക്കുക. "ഞാൻ ധീരനാണ് ഏത് സാഹചര്യങ്ങളും നേരിടാനുള്ള ചങ്കൂറ്റം എനിക്കുണ്ട്" എന്നൊക്കെ മനസ്സിനെ പറഞ്ഞുറപ്പിക്കുക. "നന്മയുള്ള ഹൃദയത്തിനുടമയാണ് ഞാൻ, മറ്റുള്ളവരുടെ ജീവിതങ്ങളിൽ നല്ല കാര്യങ്ങൾ നടത്താൻ വേണ്ടിയാണ് ഞാൻ ജീവിക്കുന്നത്." ഇതും നല്ല ചിന്തയാണ്.
5. ലക്ഷ്യ പ്രാപ്തിയെക്കുറിച്ചും, കിട്ടിയിട്ടുള്ള അനുഗ്രഹങ്ങളെക്കുറിച്ചും കിട്ടിയ അംഗീകാരങ്ങളെക്കുറിച്ചും എപ്പോഴും ചിന്തിക്കുക, തന്നെ മറ്റുള്ളവർ അംഗീകരിച്ച നിമിഷങ്ങളെ അല്പസമയം കണ്ണുകൾ അടച്ചുവെച്ച് കാണുവാൻ ശ്രമിക്കുക. സിനിമയിലെ ഒരു രംഗം കാണുന്നതുപോലെ കളറിൽ തന്നെ കാണുവാൻ നോക്കണം. നല്ല ഒരു ക്ലാസ് കഴിഞ്ഞപ്പോഴുള്ള അനുമോദനങ്ങൾ. ഒരു പ്രവൃത്തി ചെയ്തു കഴിഞ്ഞപ്പോഴുള്ള നല്ല വാക്കുകളുടെ പ്രവാഹം. ഒരു സഹായം ചെയ്തു കൊടുത്തപ്പോഴുള്ള സ്നേഹപ്രകടനങ്ങൾ. ചില അവസരങ്ങളിൽ കഴിവ് പ്രകടിപ്പിച്ചപ്പോഴുള്ള അഭിനന്ദന പ്രവാഹങ്ങൾ ഇങ്ങനെ കുറച്ചുകാര്യങ്ങൾ നമ്മുടെ എല്ലാവരുടേയും ജീവിതത്തിൽ സംഭവിച്ചുകാണും.

ഇത്തരം അവസരങ്ങളെ ഓർമ്മയിൽ തിരിച്ചുകൊണ്ടുവരാൻ ശ്രമിക്കുക. വ്യക്തമായി, കളറിൽ തന്നെ അത്തരം രംഗങ്ങളെ മനസ്സിൽ പുനഃസൃഷ്ടിക്കുക. താൻ ഇവിടെ ഇങ്ങനെ ഉണ്ടാവേണ്ടത് തന്റെ മാത്രമല്ല മറ്റുള്ളവരുടേയും കൂടി ആവശ്യമാണെന്ന് തോന്നാൻ തുടങ്ങും. പഴയ കാര്യങ്ങൾ ഓർക്കാനോ ദിവാസ്വപ്നങ്ങളിൽ മുഴുകാനോ സമയം ലഭിച്ചാൽ ഇത്തരം കാര്യങ്ങൾ ചെയ്യുന്നത് നല്ലതായിരിക്കും.

6. വ്യക്തിശുചിത്വം പാലിക്കുക, നല്ല രീതിയിൽ വസ്ത്രം ധരിക്കുക, സ്വാഭിമാനവും ആത്മവിശ്വാസവും ഉള്ളവരുമായി ഇടപെടുക, തികഞ്ഞ സത്യസന്ധത പുലർത്തുക, നല്ല പുസ്തകങ്ങൾ വായിക്കുക.

ഇത്തരം കാര്യങ്ങളിൽ കുറച്ച് ശ്രദ്ധ പുലർത്തിയാൽ ജീവിതത്തിൽ ഉണ്ടാകുന്ന മാറ്റങ്ങൾ വളരെ വലുതായിരിക്കും.

പതിവുപോലെ അവർ എല്ലാവരും ജോലി ചെയ്യാൻ കമ്പനി ഓഫീസിന്റെ മുമ്പിൽ എത്തിയപ്പോൾ നോട്ടീസ് ബോർഡിൽ കണ്ട വാർത്ത അമ്പരപ്പെടുത്തുന്നതായിരുന്നു.

"ഈ കമ്പനിയിൽ നിങ്ങളുടെ വളർച്ചയ്ക്ക് വിഘാതമായി നിന്ന വ്യക്തി ഇന്നലെ ഹൃദയാഘാതംമൂലം മരണമടഞ്ഞു. മൃതദേഹം ഹാളിൽ പൊതുദർശനത്തിന് വച്ചിട്ടുണ്ട്. ശവസംസ്കാര ശുശ്രൂഷയ്ക്ക് എല്ലാവരേയും ഹാളിലേക്ക് ക്ഷണിക്കുന്നു."

തങ്ങളുടെ ഒരു സഹപ്രവർത്തകൻ മരിച്ചതിന്റെ ആഘാതം അവരിൽ ആദ്യം ഞെട്ടൽ ഉണ്ടാക്കിയെങ്കിലും തങ്ങളുടെ വളർച്ചയ്ക്ക് തടസ്സം നിന്ന വ്യക്തി ആരെന്നറിയാൻ അവരെല്ലാം ആകാംക്ഷാഭരിതരായി. "എന്റെ വളർച്ചയ്ക്ക് തടസ്സം നിന്ന വ്യക്തി മരിച്ചല്ലോ, ആശ്വാസം" അവരുടെ മനസ്സ് അറിയാതെ പറഞ്ഞു. ജോലിക്കാർ ഓരോരുത്തരായി ശവമഞ്ചത്തെ സമീപിച്ചു ഞെട്ടി വിറച്ചുകൊണ്ട് അവർ ഓരോരുത്തരായി പിന്മാറി. അവർക്ക് ഉൾക്കൊള്ളാൻ സാധിക്കുന്നതിലും അപ്പുറമായിരുന്നു അവർ കണ്ട കാഴ്ച.

ശവമഞ്ചത്തിനുള്ളിൽ സ്ഥാപിച്ചിരുന്ന കണ്ണാടിയിൽ ഓരോരുത്തരും തങ്ങളുടെ പ്രതിബിംബം ദർശിച്ചു. താഴെ എഴുതിയിരുന്ന കുറിപ്പ് ഇപ്രകാരമായിരുന്നു.

"നിങ്ങളുടെ വളർച്ചയ്ക്ക് തടസ്സം നില്ക്കാൻ ഒരാൾക്കേ കഴിയൂ... അത് നിങ്ങൾ തന്നെയാണ്. നിന്റെ വിജയങ്ങളേയും സന്തോഷങ്ങളേയും, സ്വപ്നങ്ങളേയും സ്വാധീനിക്കാൻ കഴിയുന്ന ഏക വ്യക്തി നീ തന്നെയാണ്."

നിങ്ങളുടെ ബോസ് മാറിയതുകൊണ്ടോ, സുഹൃത്തുക്കളോ കമ്പനിയോ മാറിയതുകൊണ്ടോ നിന്റെ ജീവിതം മാറുന്നില്ല. നിന്റെ ജീവിതത്തിന് മാറ്റം വരണമെങ്കിൽ നീ തന്നെ മാറണം. അത് നിന്നിൽ തുടങ്ങണം. ഇന്നു തന്നെ ആരംഭിക്കണം.

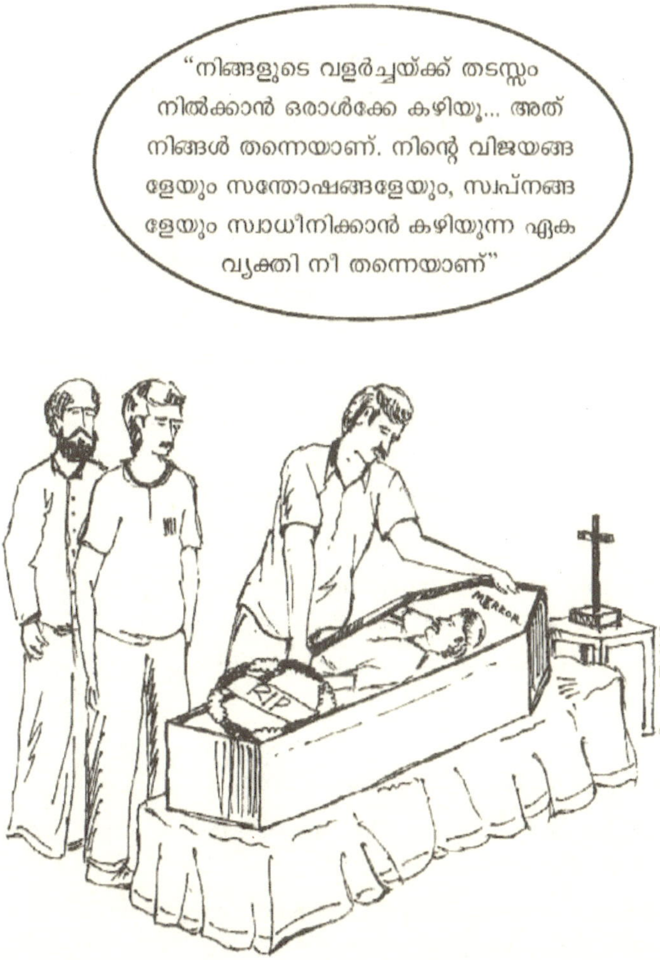

അതിർ വരമ്പുകൾ നിശ്ചയിക്കുന്ന വിശ്വാസങ്ങളിൽനിന്ന് നീ പുറത്തുവരണം.

നിന്റെ ജീവിതത്തിന്റെ ഏക ഉത്തരവാദി നീ തന്നെ എന്നു തിരിച്ചറിയണം.

ആരെയും പഴിച്ചതുകൊണ്ടോ, കരഞ്ഞതുകൊണ്ടോ ജീവിതത്തിൽ ഒരു മാറ്റവും വരില്ല. നഷ്ടങ്ങൾ മാത്രമേ സമ്മാനിക്കൂ.

ഒരു കോഴിമുട്ട പുറമേ നിന്നുള്ള ശക്തിയാൽ പൊട്ടിയാൽ, ഒരു

ജീവൻ അവിടെ പൊലിയുന്നു. നേരെ മറിച്ച് ഉള്ളിൽ നിന്നുള്ള ശക്തിയാൽ പൊട്ടിയാൽ അത് ഒരു ജീവന്റെ ആരംഭമാണ്. പ്യൂപ്പയിൽനിന്ന് സ്വയം പുറത്തുവന്നെങ്കിൽ മാത്രമേ ശലഭത്തിന് വാനിൽ പറന്നു നടക്കാനാകൂ. മറ്റുള്ളവരുടെ സഹായത്താൽ പുറത്തെത്താൻ ശ്രമിച്ചാൽ അതിന്റെ അവസാനമായിരിക്കും ഫലം. മഹത്തായ കാര്യങ്ങൾ എല്ലായ്പ്പോഴും നമ്മുടെ ഉള്ളിൽനിന്നാണ് പിറവി കൊള്ളുന്നത്.

പ്രസിദ്ധ അമേരിക്കൻ എഴുത്തുകാരനായ നോർമ്മൽ കസിൻസ് (1915-90) പറഞ്ഞത്, "ജീവിതത്തിൽ ദുരന്തം മരണമല്ല. ജീവിച്ചിരിക്കുമ്പോൾ നമുക്കുള്ളിലുള്ളതിനെ മരിക്കാൻ അനുവദിക്കുക എന്നതാണ്." പൂർണ്ണതയിലേക്കുള്ള പ്രയാണമാണ് മനുഷ്യ ജീവിതം. എത്ര നാൾ ജീവിച്ചു എന്നതല്ല, ഇന്നുവരെയുള്ള ജീവിതം പൂർണ്ണമായി ജീവിക്കുക. ഉള്ളിലുള്ള അഗ്നിയെ തിരിച്ചറിയുക, ഒരു ഈശ്വരചൈതന്യമാണ്. ഒന്ന് ഉള്ളിലേക്ക് നോക്കി, ഒരു തീക്കനലായി കിടക്കുന്ന ചൈതന്യത്തെ തിരിച്ചറിഞ്ഞ്, ഒന്ന് ഊതി ജ്വലിപ്പിച്ചാൽ ഈ മനുഷ്യജീവിതത്തിന് ഒത്തിരി അർത്ഥങ്ങൾ ഉണ്ടെന്ന് തിരിച്ചറിയാനാകും.

Affirmations (ദൃഢ പ്രതിജ്ഞാവാചകങ്ങൾ)

- ഞാൻ ധീരനാണ്.
- എന്നെ ശക്തനാക്കിയ ഈശ്വരന്റെ സഹായത്താൽ ഏറ്റെടുക്കുന്ന പ്രവൃത്തികൾ സുന്ദരമായി പൂർത്തീകരിച്ചുകൊണ്ടിരിക്കുന്നു.
- ദൃഢമായ അടിത്തറയുള്ള എന്റെ ജീവിതത്തിന്റെ ചിത്രകാരനാണ് ഞാൻ.
- എനിക്ക് അളവറ്റ കഴിവുകൾ നല്കപ്പെട്ടിട്ടുണ്ട്. ഈ കഴിവുകൾ ഞാൻ ഉപയോഗിച്ചുകൊണ്ടിരിക്കുകയാണ്.
- എന്റെ വിലയെന്തെന്ന് എനിക്കറിയാം, എന്റെ ആത്മവിശ്വാസം കുതിച്ചുയർന്നുകൊണ്ടിരിക്കുന്നു.
- ഞാൻ ഒരു ഊർജ്ജനിലയമാണ്, ഞാൻ അജയ്യനാണ്.
- എന്റെ പരിശ്രമങ്ങൾക്കെല്ലാം പ്രപഞ്ചത്തിന്റെ പിന്തുണയുണ്ട്.
- എന്റെ സ്വപ്നങ്ങൾ കൺമുൻപിൽ യാഥാർത്ഥ്യമാകുന്നത് ഞാൻ കാണുന്നുണ്ട്.
- നല്ല സംതൃപ്തിയും സന്തോഷവും നിറഞ്ഞ നിമിഷമാണ് ഇപ്പോഴെനിക്ക് അനുഭവപ്പെടുന്നത്.

Miles to go before I sleep

പ്രസിദ്ധ അമേരിക്കൻ കവിയും നാടകകൃത്തുമായ ശ്രീ. റോബർട്ട് ലീ ഫ്രോസ്റ്റ് (1874 - 1963) എഴുതിയ (Stopping by woods in a snowy evening) കവിതാ ശകലം:

"The woods are lovely dark and deep
But I have promises to keep
And miles to go before I sleep
And miles to go before I sleep"

"മനോഹരം മഹാവനം ഇരുണ്ടഗാധമെങ്കിലും
അനേകമുണ്ട് കാത്തിടേണ്ട മാമക പ്രതിജ്ഞകൾ
അനക്കമറ്റ നിദ്രയിൽ ലയിപ്പതിന്നു മുൻപിലായ്
എനിക്കതീവ ദൂരമുണ്ടവിശ്രമം നടക്കുവാൻ"

മുന്നോട്ട് പോകാൻ ഒരു പാട് ദൂരമുണ്ടെന്നും നിറവേറ്റാൻ അനവധി പ്രതിജ്ഞകൾ ബാക്കിയുണ്ടെന്നും ഉള്ള അറിവാണ് ക്രിയാത്മകമായി ജീവിക്കാൻ നമ്മെ പ്രേരിപ്പിക്കുന്നത്.

ഒരു ഹോട്ടലുടമയും ഹോട്ടലിൽ തൂപ്പുകാരനായി ജോലി ചെയ്യുന്ന തൊഴിലാളിയും തമ്മിലുള്ള ഒരു സംഭാഷണം:

"മുപ്പത് വർഷമായി ഞാനീ ഹോട്ടലിൽ ജോലി ചെയ്യുന്നു. ഈ കാലയളവിൽ താങ്കളെനിക്ക് കൂട്ടിത്തന്ന ശമ്പളം വെറും മൂവായിരം രൂപ... ഇതാരോടെങ്കിലും പറയാൻ പറ്റുമോ മുതലാളീ?"

"എന്താ നിന്റെ പ്രശ്നം ഒന്നു തെളിച്ചുപറയൂ."

"ഞാനിവിടെ ആദ്യമായി ജോലിക്ക് കയറുമ്പോൾ ഇതൊരു ചെറിയ ചായക്കട മാത്രമായിരുന്നു. ഇപ്പോൾ ടൂറിസ്റ്റുകൾ നിരന്തരം കയറിയിറ

ങ്ങുന്ന വലിയ ഒരു റസ്റ്റോറന്റായി. എന്നിട്ടും എന്റെ ശമ്പളത്തിന് വലിയ മാറ്റമൊന്നുമില്ല. എനിക്ക് ശേഷം വന്ന ആൾക്കാർക്കൊക്കെ നല്ല മാറ്റങ്ങളുണ്ട് താനും."

"ഓഹോ അപ്പോ അതാണ് വിഷയം."

"എന്താ ശരിയല്ലേ?"

"നിങ്ങളുടെ ആവശ്യം ഞാൻ പരിഗണിക്കാം. അതിനു മുൻപ് ഞാനൊരു കാര്യം ചോദിച്ചോട്ടെ. നിങ്ങളെന്നെങ്കിലും ഈ ഹോട്ടൽ സ്വന്തമാക്കാൻ ആഗ്രഹിച്ചിരുന്നോ? സ്വപ്നത്തിലെങ്കിലും!"

"ഈ ഹോട്ടൽ സ്വന്തമാക്കുകയോ? ഞാനെങ്ങനെയാണ്? ഞാനൊരു തൂപ്പുകാരനല്ലേ? അതല്ലേ എന്റെ ജോലി? "

"ഇതു തന്നെയാണ് നിന്റെ പ്രശ്നം. മുപ്പത് വർഷം മുൻപ് നീ എവിടെയായിരുന്നോ അവിടെ തന്നെയാണ് നീ ഇപ്പോഴുമുള്ളത്. ഈ തൂപ്പുജോലിയിൽനിന്നും മാറി ഉയർന്ന വല്ല തസ്തികയും സ്വപ്നം കാണാൻ ഇത്രകാലമായിട്ടും നിനക്കായിട്ടില്ല. പിന്നെ എങ്ങനെയാണ് നിന്റെ ശമ്പളം കൂട്ടുക. നിന്നിടത്തുതന്നെ നിന്നാൽ വളർച്ചയുണ്ടാകുമോ?"

നിങ്ങൾക്ക് ആവശ്യമുള്ളത് എന്തൊക്കെയാണെന്ന് അറിയുക എന്നുള്ളത് ജീവിതത്തിൽ വളരെയധികം പ്രാധാന്യമുള്ള കാര്യമാണ്. സാധാരണ കഴിവും ആഗ്രഹങ്ങളും വിദ്യാഭ്യാസവുമുള്ള ഒരു വ്യക്തിക്ക് സുനിശ്ചിതവും കേന്ദ്രീകൃതവുമായ ഒരു ലക്ഷ്യമുണ്ടെങ്കിൽ വിജയം നിശ്ചയമാണ്. മഹത്തായ ഒരു ലക്ഷ്യം പടിപടിയായി പൂർത്തീകരിക്കുന്നതാണ് വിജയം.

പ്രസിദ്ധ അമേരിക്കൻ കവിയും ഹാസ്യകഥാകാരനുമായ ജയിംസ് റസ്സൽ ലോവെൽ (1819-91) ന്റെ അഭിപ്രായത്തിൽ "തോൽവിയല്ല, താഴ്ന്ന ഉദ്ദേശ്യമാണ് കുറ്റം." ചെറിയ ലക്ഷ്യങ്ങളെ മാത്രം ലാക്കാക്കി ജീവിക്കുന്നവർക്കുള്ള ഒരു മുന്നറിയിപ്പാണ് ഈ വചനം. പാശ്ചാത്യലോകത്തിന് ഇന്ത്യൻ ആത്മീയ പാരമ്പര്യം പരിചയപ്പെടുത്തുന്നതിൽ മുഖ്യപങ്കുവഹിച്ച സന്ന്യാസിവര്യൻ സ്വാമി വിവേകാനന്ദൻ (1863-1902) ലക്ഷ്യബോധത്തെക്കുറിച്ച് പറഞ്ഞത്, "അനുസരണ, സന്നദ്ധത, ലക്ഷ്യത്തോടുള്ള താല്പര്യം എന്നിവ നിങ്ങൾക്കുണ്ടെങ്കിൽ നിങ്ങളെ പിന്തിരിപ്പിക്കാൻ ഒന്നിനും കഴിയില്ല." എന്നാണ്. ലക്ഷ്യം നിർണ്ണയിക്കുന്നതിനായി കണക്കിലെടുക്കേണ്ട വസ്തുതകൾ.

➢ വ്യക്തമായും കൃത്യമായും ലക്ഷ്യം നിർവ്വചിക്കുക

(a)ഏതെങ്കിലും ഒരു ജോലി നേടണം എന്ന ലക്ഷ്യം മാറ്റി, വ്യക്തമായ തസ്തിക നിർണ്ണയിക്കുകയും അതിന്റെ സാദ്ധ്യതകളെപ്പറ്റിയും പ്രൊമോഷനെപ്പറ്റിയും പഠനം നടത്തി തീരുമാനിക്കുക.

(b) പരീക്ഷയിൽ 90% മാർക്ക് വാങ്ങണം എന്നു തീരുമാനിക്കുക.

(c) വരുമാനവും ആസ്തിയും നിലവിലുള്ളതിന്റെ 50% വർദ്ധിപ്പിക്കണം എന്നു ലക്ഷ്യമിടുക.

➢ വെല്ലുവിളികൾ ഉയർത്തുന്നതും ഉത്തേജിപ്പിക്കുന്നതുമായ ലക്ഷ്യങ്ങൾ തെരഞ്ഞെടുക്കുക. ആർക്കും അനായാസം നേടാൻ കഴിയുന്ന ലക്ഷ്യങ്ങൾ സ്വീകരിക്കുന്നത് ഒരിക്കലും നല്ലതല്ല.

➢ ലക്ഷ്യം നേടുമെന്ന് പരസ്യമായി പ്രഖ്യാപിക്കുകയും ലക്ഷ്യത്തെ അഗാധമായി സ്നേഹിക്കുകയും ചെയ്യുക.

➢ ലക്ഷ്യങ്ങൾ എഴുതിവയ്ക്കുക, വിദ്യാഭ്യാസം, ഔദ്യോഗികം, നൈപുണികൾ, കുടുംബപരം, സമ്പത്ത്/ആസ്തികൾ, കല/കായികം എന്നിങ്ങനെ വിവിധ മേഖലകളിലുള്ള ലക്ഷ്യങ്ങളെ വ്യക്തമായി നിർവ്വചിച്ച് എഴുതിവെക്കുക. ഓരോ മേഖലകളിലും കുറഞ്ഞത് 10 ലക്ഷ്യങ്ങ

ളെങ്കിലും എപ്പോഴും കാണണം. അതായത് ഒരു ലക്ഷ്യം എഴുതി വയ്ക്കണം.

➢ ലക്ഷ്യം കൈവരിക്കാനുള്ള സമയ പരിധി നിർണ്ണയിക്കുക, പൂർണ്ണമായ ആത്മവിശ്വാസത്തോടെ അതിലേക്ക് നീങ്ങുകയും ചെയ്യുക.

സ്വന്തം വ്യക്തിത്വത്തിനും കഴിവിനും അഭിരുചിക്കും ഇണങ്ങുന്ന വ്യക്തമായ ലക്ഷ്യങ്ങൾ രൂപീകരിച്ച് അത് നേടാനായി ക്ഷമയോടെ കഠിനാദ്ധ്വാനം നടത്തുമ്പോൾ ചെയ്യുന്ന പ്രവൃത്തികൾ നമുക്ക് ആസ്വദിക്കാനാകും. "ലക്ഷ്യം മുന്നിൽ കണ്ടുകൊണ്ട് പ്രവർത്തിക്കുന്നെങ്കിൽ മാത്രമേ മനുഷ്യജീവിതത്തിന് അർത്ഥമുള്ളൂ" എന്ന് പ്രമുഖ ഗ്രീക്ക് തത്ത്വചിന്തകനും സയന്റിസ്റ്റുമായ ശ്രീ. അരിസ്റ്റോട്ടിൽ (ബി സി 384 - ബി സി 322) പറഞ്ഞതുപോലെ "ഗോൾ പോസ്റ്റ് എവിടെ എന്നു നോക്കാതെ ഫുട്ബോൾ തട്ടിയിട്ട് കാര്യമില്ലെന്ന് നമുക്കും അറിയാം."

നമുക്ക് വ്യക്തവും ശക്തവുമായ ഒരു ലക്ഷ്യമുണ്ടെങ്കിൽ; ആ ലക്ഷ്യം സാധിക്കാനായി ഉറച്ച ഒരു മനസ്സുണ്ടെങ്കിൽ; ലക്ഷ്യസാക്ഷാൽക്കാരം തീവ്രമായ ഒരു ആഗ്രഹമാണെങ്കിൽ; ലക്ഷ്യത്തോട് പൂർണ്ണമായ ഇഷ്ടമുണ്ടെങ്കിൽ; നമുക്ക് ഏകാഗ്രതയോടെ പ്രവർത്തിക്കാൻ കഴിയുന്നുവെങ്കിൽ; ഒരു വേള,

ലക്ഷ്യസാക്ഷാൽക്കാരം പൂർണ്ണമാവും മുൻപേ
നാം തളർന്നു പോയാൽ;
നാം തോറ്റുപോകുമെന്ന് തോന്നിയാൽ;
ദൈവത്തിന്റെ ഇടപെടൽ നമുക്ക് കാണാനാകും;

അതെ, നമ്മുടെ ആരാധനാമൂർത്തി നമ്മുടെ ലക്ഷ്യത്തെ ഏറ്റെടുത്ത്; നമ്മുടെ കൈയും പിടിച്ച് ലക്ഷ്യസ്ഥാനത്ത് കൊണ്ടെത്തിക്കുന്നത് നമുക്ക് പൂർണ്ണമായും അനുഭവിക്കാനാകും!

ഇത് ഒരാളുടെയല്ല, ഒരുപാട് പേരുടെ അനുഭവങ്ങളിൽനിന്ന് വ്യക്തമാണ്.

ആധുനിക കാലഘട്ടത്തിലെ ഇംഗ്ലീഷ് എഴുത്തുകാരിയായ സിബൽ മാർഷലിന്റെ അഭിപ്രായത്തിൽ, "ഏതു തരം വിദ്യാഭ്യാസത്തിനും ഒരു ലക്ഷ്യമുണ്ടാകണം. കാരണം വിദ്യാഭ്യാസം ഒരിക്കലും ലക്ഷ്യമല്ല, മാർഗ്ഗമാണ്." ജീവിതത്തിൽ എന്തായിത്തീരണം എന്ന ലക്ഷ്യം നമ്മുടെ മനസ്സിലില്ലെങ്കിൽ നമ്മൾ പെട്ടെന്ന് തന്നെ നമ്മളെ നയിക്കാനാഗ്രഹിക്കുന്ന ആരുടെ ഏങ്കിലും പിറകേപോകും. ഒരിക്കലും എത്തിച്ചേരാനാകാത്ത ലക്ഷ്യങ്ങളിലേക്കാവും ഒരുപക്ഷേ അവർ നമ്മെ നയിക്കുക. അതിനാൽ സ്വന്തം ജീവിതം എന്തിനായി സമർപ്പിച്ചിരിക്കുന്നുവെന്ന് സ്വയം തീരുമാനിക്കുക.

ലക്ഷ്യം നേടാൻ ഏറ്റവും എളുപ്പമുള്ള മാർഗ്ഗം ലക്ഷ്യങ്ങളെ ഹോബികളാക്കുക എന്നുള്ളതാണ്. ലക്ഷ്യ സാക്ഷാൽക്കാരത്തിനായുള്ള ഓരോ പടിയും ഹോബികളാക്കുക. അതായത് പരന്ന വായന, ലൈബ്രറി, അദ്ധ്യാപകരുമായുള്ള സഹകരണം, നല്ല കൂട്ടുകാരെ സൃഷ്ടിക്കുക

എന്നിവയെല്ലാം ഹോബികളിൽ പെടണം. സവിശേഷമായൊരു ലക്ഷ്യത്തിനും മഹനീയമായ ഉദ്ദേശ്യത്തിനും വേണ്ടിയാണ് നാമോരോരുത്തരും ഇവിടെ വന്നിരിക്കുന്നത്.

ദ്രോണാചാര്യൻ തന്റെ ശിഷ്യന്മാരെ അസ്ത്രവിദ്യ അഭ്യസിപ്പിക്കുകയായിരുന്നു. തടി കൊണ്ടുണ്ടാക്കിയ ഒരു പക്ഷിയെ അല്പമകലെയുള്ള ഒരു വൃക്ഷശിഖരത്തിൽ വച്ചു. ആ പക്ഷിയുടെ കണ്ണിൽ കൊള്ളു

വാൻ അമ്പ് എയ്യുകയാണ് വേണ്ടത്. ശിഷ്യരിൽ ഒരുവനെ വിളിച്ച് ലക്ഷ്യത്തിലേക്ക് കണ്ണ് ഉന്നം വയ്ക്കുവാൻ പറഞ്ഞിട്ട് അവൻ എന്തുകാണുന്നു എന്നു ചോദിച്ചു. "നീലാകാശം, ഒരു മരം, അതിന്റെ ശിഖരങ്ങളും ഇലകളും അതിൽ ഒരു പക്ഷിയും അതിന്റെ കണ്ണുകളും." ഇതുതന്നെ മറ്റു പല ശിഷ്യരും പറഞ്ഞു. തുടർന്ന് അർജ്ജുനനെ വിളിച്ച് മുൻപത്തെ ചോദ്യമാവർത്തിച്ചു. "അർജ്ജുനാ നീ എന്തു കാണുന്നു?" അർജ്ജുനൻ പറഞ്ഞു: "പക്ഷിയുടെ കണ്ണുകൾ." "കൊള്ളാം വളരെ നല്ലത് നീ അമ്പ് എയ്തുകൊള്ളുക." അമ്പ് നേരെ പക്ഷിയുടെ കണ്ണിൽ തന്നെ തറച്ചു. ഈ *മഹാഭാരത* കഥയുടെ സാരം ലക്ഷ്യത്തിൽ തന്നെ കാഴ്ചയും ഉന്നവും വയ്ക്കുകയാണെങ്കിൽ വിജയം സുനിശ്ചിതം.

നമ്മുടെ ജീവിതത്തിൽ എല്ലാ മേഖലകളിലും കൃത്യമായ ലക്ഷ്യങ്ങൾ നിർണ്ണയിക്കണം. നിരവധി വിഷയങ്ങളാൽ സങ്കീർണ്ണമായ ഈ ലോകത്ത് കേന്ദ്രീകരണത്തിന്റെ അവബോധം സൃഷ്ടിക്കാൻ ലക്ഷ്യങ്ങൾക്കാവും. നമ്മുടെ ശ്രദ്ധയെ വ്യതിചലിപ്പിക്കാൻ നിരവധി സംഗതികൾ ലോകത്തുണ്ട്. ലക്ഷ്യങ്ങൾ നമ്മുടെ ആഗ്രഹങ്ങളെ വ്യക്തമാക്കുകയും നമുക്കാവശ്യമുള്ള കാര്യങ്ങളിലേക്ക് മാത്രം ശ്രദ്ധ കേന്ദ്രീകരിക്കാൻ നമ്മെ സഹായിക്കുകയും ചെയ്യുന്നു. നമ്മളെങ്ങോട്ടാണ് പോകുന്നതെന്ന് കൃത്യമായിട്ടറിയാമെങ്കിൽ അങ്ങോട്ടെത്താനുള്ള പ്രവർത്തനങ്ങൾ തെരഞ്ഞെടുക്കാൻ എളുപ്പമാണ്. പ്രശസ്ത അമേരിക്കൻ ഗുസ്തിക്കാരനായ ഗ്ലെൻ ബ്രാൻഡ് (1923-2003) എഴുതിയത്, "ലക്ഷ്യങ്ങളും ആസൂത്രണങ്ങളും നിങ്ങളുടെ ജീവിതത്തിൽനിന്ന് പ്രയാസങ്ങളെ പുറത്തെടുക്കുന്നു."

സ്വന്തം ടൈംസോൺ ആധാരമാക്കിയാണ് ഓരോ വ്യക്തിയും പ്രവർത്തിക്കുന്നതും ജീവിക്കുന്നതും. ഓരോരുത്തർക്കും സ്വന്തം ജീവിതതാളത്തോട് സമന്വയിച്ചാണ് കാര്യങ്ങൾ പൂർത്തിയാക്കാനാകുക.

ചില ആൾക്കാർ 25-ാമത്തെ വയസ്സിൽ ഒരു കമ്പനിയുടെ CEO ആയി അമ്പതാമത്തെ വയസ്സിൽ മരിക്കുന്നു. മറ്റൊരാൾ അമ്പതാം വയസ്സിൽ മറ്റൊരു കമ്പനിയുടെ CEO സ്ഥാനം ഏറ്റെടുത്ത് തൊണ്ണൂറ് വയസ്സുവരെ ആ കമ്പനി ഭരിക്കുന്നു. മുൻ അമേരിക്കൻ പ്രസിഡന്റ് ഒബാമ 55-ാം വയസ്സിൽ റിട്ടയർ ചെയ്യുമ്പോൾ ട്രംപ് 70-ാമത്തെ വയസ്സിൽ സ്ഥാനാരോഹണം നടത്തുന്നു. 22-ാമത്തെ വയസ്സിൽ ബിരുദം നേടിയിട്ടും ആഗ്രഹിച്ച ജോലി ലഭിക്കുവാൻ 5 വർഷം കാത്തിരിക്കേണ്ടിവരുന്ന ഒരാൾ, 25-ാം വയസ്സിൽ ബിരുദം പൂർത്തിയാക്കി ഉടൻ ജോലി കരസ്ഥമാക്കിയ മറ്റൊരാൾ. അതുകൊണ്ട് സ്വന്തം ടൈംസോൺ മനസ്സിലാക്കുക, അംഗീകരിക്കുക, പ്രവർത്തിക്കാൻ ശീലിക്കുക.

ഈ ലോകത്തിലെ എല്ലാവരും സ്വന്തം ട്രാക്കിൽ അവനവന്റെ സമയത്തിനനുസരിച്ച് അവനവന്റെ ഓട്ടം ഓടിക്കൊണ്ടിരിക്കുന്നു. പണ്ട് ഒരു സന്ന്യാസിവര്യൻ ഇഹലോകവാസം വെടിഞ്ഞ് സ്വർഗ്ഗത്ത് ചെന്നപ്പോൾ ഈശ്വരനുമായി ഒരു കൂടിക്കാഴ്ചയ്ക്കുള്ള അവസരം ലഭിച്ചു. ഒരു ചോദ്യം മാത്രം ചോദിക്കാനുള്ള അവസരം അദ്ദേഹത്തിന് ലഭിച്ചപ്പോൾ അദ്ദേഹം ചോദിച്ചു:

"സ്വാമീ, എല്ലാവർക്കും വിജയിക്കാനുള്ള സാഹചര്യങ്ങളെല്ലാം ഭൂലോകത്തുണ്ടായിട്ടും എന്തുകൊണ്ടാണ് ചിലർ മാത്രം വിജയിക്കുകയും മറ്റുള്ളവർ പരാജയപ്പെടുകയും ചെയ്യുന്നത്?"

"ജീവിത പരീക്ഷയിൽ ഞാൻ ഓരോരുത്തർക്കും ഓരോ വ്യത്യസ്ത ചോദ്യപേപ്പറുകൾ ആണ് നല്കിയത്. പക്ഷേ, ആളുകൾ തങ്ങൾക്ക് ലഭിച്ച ചോദ്യപേപ്പറുകൾ ശ്രദ്ധയോടെ നോക്കാതെ മറ്റുള്ളവരുടെ ഉത്തരങ്ങൾ പകർത്തിയെഴുതാനാണ് നോക്കിയത്. കുറച്ചുപേർമാത്രം അവർക്ക് ലഭിച്ച ചോദ്യങ്ങൾക്കുള്ള യഥാർത്ഥ ഉത്തരങ്ങൾ നല്കി. അവർ വിജയിക്കും, പകർത്തിയെഴുതാൻ നോക്കിയവർ പരാജയപ്പെടും."

നമ്മളാരും ഒട്ടും വൈകിയിട്ടില്ല. ഒരിക്കലും നേരത്തേയുമല്ല. നമ്മൾ നമ്മുടെ ടൈംസോണിലാണെന്ന് മാത്രം. പൊരുതാനുള്ള മനസ്സുമായി പിടിച്ചുനില്ക്കുക. മനസ്സാക്ഷിയെ വഞ്ചിക്കാതിരിക്കുക. നിങ്ങളുടെ സമയം വരും. ഒന്നോ രണ്ടോ ദിവസംകൊണ്ട് ഒരു പശുത്തൊഴുത്ത് പണിയാം. നല്ലൊരു വീട് പണിയാൻ മാസങ്ങൾ വേണ്ടിവരും. വർഷങ്ങൾ ഉണ്ടെങ്കിലേ നല്ലൊരു ദേവാലയം പണിയാനാകൂ.

Affirmations (ദൃഢ പ്രതിജ്ഞാവാചകങ്ങൾ)

- ഞാൻ മികച്ചവനായതിനാൽ എനിക്കായ് പ്രപഞ്ചം നിരവധി അവസരങ്ങൾ ഒരുക്കുന്നുണ്ട്.
- എന്റെ എല്ലാ ജോലിയിലും ഞാൻ വിജയിച്ചുകൊണ്ടിരിക്കുന്നു.
- ഞാൻ ജയിക്കാനായി ജനിച്ചവനാണ്, നിരവധി നേട്ടങ്ങൾ നേടിക്കൊണ്ടിരിക്കുന്നു.
- മോശമായ ചിന്തകളും വിലകുറഞ്ഞ പ്രവൃത്തികളും എതിർത്ത് തോല്പിക്കാനുള്ള ശക്തി എന്നിലുണ്ട്, ഞാനത് ചെയ്തുകൊണ്ടിരിക്കുന്നു.
- ഇപ്പോൾ ഞാനൊരു വിജയിയാണ്, നാളെയും ഞാനൊരു വിജയിയായിരിക്കും, എല്ലാ ദിവസവും വിജയിച്ചുകൊണ്ടിരിക്കും.
- മാറ്റങ്ങൾ ഉണ്ടാക്കാനുള്ള ശക്തി എന്നിലുണ്ട്. ഞാനത് പ്രയോഗിച്ചുകൊണ്ടിരിക്കുന്നു.
- ഞാൻ റിസ്ക് എടുക്കാൻ തയ്യാറാണ്, പുതിയ കാര്യങ്ങളിലേക്ക് ഭയമില്ലാതെ ഞാൻ കടന്നുചെല്ലാറുണ്ട്.
- ഞാൻ കണ്ട സ്വപ്നങ്ങളേക്കാൾ മനോഹരമാണ് എന്റെ ജീവിതം.
- എന്റെ ലക്ഷ്യങ്ങളെല്ലാം എന്റെ ഹോബികളാണ്. അവ നേടാനുള്ള പാതകൾ എനിക്ക് പൂർണ്ണ സന്തോഷം നല്കുന്നുണ്ട്.

ഒരു ഭീരുവല്ലായിരുന്നു എങ്കിൽ .....

കാശിയിൽ സന്ദർശനം നടത്തവേ ഒരുദിവസം രാവിലെ ദുർഗ്ഗാ ദേവി ക്ഷേത്രത്തിൽ പോയി മടങ്ങുകയായിരുന്നു സ്വാമി വിവേകാനന്ദൻ. വഴിമദ്ധ്യേ ഒരു തടാകവും ഉയർന്ന ഒരു മതിലുമുണ്ടായിരുന്നു. അല്പം വിജനമായ ഒരിടത്ത് സ്വാമി എത്തിയപ്പോൾ ഒരു പറ്റം വാനരന്മാർ അദ്ദേഹത്തിന് ചുറ്റും കൂടുകയും ആക്രമിക്കാനൊരുങ്ങുകയും ചെയ്തു. ആക്രമണത്തിൽനിന്നും രക്ഷനേടാൻ അദ്ദേഹം വേഗത്തിൽ മുന്നോട്ടുനടന്നു.

വിവേകാനന്ദസ്വാമി വേഗം കൂട്ടുന്നതിനനുസരിച്ച് വാനരന്മാരും വേഗം കൂട്ടി. അദ്ദേഹം ഓടാൻ തുടങ്ങി. അപ്പോൾ വാനരസൈന്യവും അദ്ദേഹത്തിന് പിറകേ ഓട്ടമായി. വാനരസേനയെയും ആക്രമണത്തിൽ നിന്ന് രക്ഷപ്പെടാൻ പാടുപെട്ടോടുന്ന സ്വാമിയെയും കണ്ട് സമീപത്തുണ്ടായിരുന്ന ഒരു വൃദ്ധ വിളിച്ചുപറഞ്ഞു:

“ഓടാതെ താങ്കൾ ആ മൃഗങ്ങളെ തിരിഞ്ഞുനിന്ന് ഓടിച്ചുകളയൂ.”

അത് കേട്ട അദ്ദേഹം ധൈര്യമവലംബിച്ച് അവയെ നേരിടാൻ തിരിഞ്ഞുനിന്നു. രണ്ട് കൈയും ചുരുട്ടി ആക്രോശിച്ചുകൊണ്ട് അവയ്ക്ക് നേരെ ചെന്നു. അപ്പോൾ വാനരന്മാർ കൂട്ടത്തോടെ പേടിച്ച് പിറകോട്ട് ഓട്ടമായി. ആ വൃദ്ധയ്ക്ക് നന്ദി പറഞ്ഞുകൊണ്ട് സ്വാമിജി തന്റെ യാത്ര തുടർന്നു.

പ്രതികൂല സാഹചര്യങ്ങളും പ്രതിബന്ധങ്ങളും ഒക്കെ നമ്മുടെയെല്ലാം ജീവിതത്തിൽ ഉണ്ടാകും. എല്ലാവരുടെയും ജീവിതത്തിൽ ഇവയെല്ലാം പ്രതീക്ഷിക്കാവുന്നത് തന്നെയാണ്. മിക്കപ്പോഴും അവയിൽ നിന്ന് ഒഴിഞ്ഞുപോകാനോ ഒളിച്ചോടാനോ ആയിരിക്കും നമുക്കുണ്ടാകുന്ന ആദ്യ തോന്നൽ. എന്നാൽ ശുഭപ്രതീക്ഷയോടെ അവയെ നേരിട്ടാൽ നമുക്ക് ഒരിക്കലും പിന്തിരിഞ്ഞ് ഓടേണ്ടിവരില്ല.

നാമെല്ലാം ധീരന്മാരാണെങ്കിലും ജീവിതത്തിലെ ചില അവസരങ്ങളിൽ ഉദാഹരണത്തിന്

- അടുത്തതായി ഇന്റർവ്യൂവിന് കയറേണ്ടി വരുമ്പോൾ
- അടുത്തതായി വേദിയിൽ പ്രസംഗിക്കേണ്ടിവരുമ്പോൾ

- ചില പ്രധാന പരീക്ഷകൾക്ക് ഒരുങ്ങുമ്പോൾ
- പ്രധാന അഭിമുഖസംഭാഷണം നടത്തേണ്ടി വരുമ്പോൾ
- അറിയാത്ത ഒരു സ്ഥലത്ത് എത്തുമ്പോൾ
- അമ്യൂസ്മെന്റ് പാർക്കിലെ വലിയ സ്ലൈഡുകളിൽ കയറുമ്പോൾ

നമ്മുടെ ഉള്ളിന്റെ ഉള്ളിൽ ചെറിയ ഒരു ഭയം മുളപൊട്ടി വളർന്ന് വളർന്ന് വരുന്നത് കാണാം. കൈകാൽ വിറപ്പ്, ഒരു തരിപ്പ്, ശബ്ദത്തിന് ഒരു പതർച്ച ഇവയൊക്കെയാണ് പ്രധാന ലക്ഷണങ്ങൾ. ചിലപ്പോൾ തലകറക്കം വരെ ഉണ്ടാകും. അത്തരം അവസരങ്ങളിൽ ചൊല്ലാനുള്ള ഒരു മാന്ത്രികചോദ്യമാണ്.

"ഒരു ഭീരുവല്ലായിരുന്നു എങ്കിൽ ഞാനിപ്പോൾ എന്തുചെയ്യും"? അവനവൻ തന്നെ ഉത്തരമെഴുതേണ്ട ഒരു മാന്ത്രികചോദ്യമാണിത്. ഇതിന്റെ മൂന്ന് ഉത്തരങ്ങൾ കണ്ടെത്തുകയും ആവശ്യമായ സമയത്ത് ഈ ചോദ്യവും അതിന്റെ മൂന്ന് ഉത്തരങ്ങളും മനസ്സിൽ ഉരുവിടുകയും ചെയ്യുക. ഇതൊരു രഹസ്യമന്ത്രം ആണ്. ഭയപ്പാട് അലിഞ്ഞലിഞ്ഞ് ഇല്ലാതാകുന്നൊരു മന്ത്രം.

പ്രശസ്ത ജാപ്പനീസ് എഴുത്തുകാരനായ കെറ്റോയുടെ അഭിപ്രായത്തിൽ, "മരണത്തെ ഭയപ്പെടുന്നവന് താനിഷ്ടപ്പെടുന്ന ജീവിതം നഷ്ടപ്പെട്ടുകഴിഞ്ഞു." മരണഭയം, രോഗഭയം, പൊതുവേദികളോടുള്ള ഭയം തുടങ്ങിയവയാണ് നമ്മെ കൂടുതലായി അലട്ടുന്ന ഭയങ്ങൾ. പണ്ട് നടത്തിയ ഒരു സർവ്വേഫലം സൂചിപ്പിക്കുന്നത് മരണഭയത്തേക്കാൾ രോഗഭയത്തേക്കാൾ മനുഷ്യനെ കൂടുതലായി അലട്ടുന്നത് പൊതുവേദികളിൽ സംസാരിക്കുകയോ, പ്രസംഗിക്കുകയോ ചെയ്യുമ്പോൾ തെറ്റുകയോ, പതറുകയോ ചെയ്യുമോ, അതുവഴി മറ്റുള്ളവർ തന്നെ കളിയാക്കുമോ എന്നുള്ള ഭയമാണ്.

മരണഭയം വൃദ്ധരെയാണ് കൂടുതലായി അലട്ടുന്നത്. ബ്രിട്ടീഷ് തത്വചിന്തകനായിരുന്ന വില്യം ഹാസ്ലിറ്റ് (1778-1830) ഒരിക്കൽ അഭിപ്രായപ്പെട്ടത്, "താൻ എന്നെങ്കിലും മരിക്കും എന്ന് ഒരു യുവാവും വിചാരിക്കുന്നില്ല." മരിക്കും വരെ ആസ്വദിച്ച് ജീവിക്കുന്ന ഒരു ചെറുപ്പക്കാരനായിരിക്കുന്നതാണ് നല്ലത്. ഒരിക്കൽ ഒരു സൂഫി സന്ന്യാസിവര്യൻ പ്രായാധിക്യംമൂലം തന്റെ ജീവിതത്തിന്റെ അവസാന ദിനങ്ങളിലെത്തിയ സമയം. ശിഷ്യഗണങ്ങൾ എല്ലാവരും അദ്ദേഹത്തിനൊപ്പം അവിടുണ്ടായിരുന്നു. നില വഷളാണെന്ന് മനസ്സിലാക്കിയ ശിഷ്യന്മാർ ചുറ്റും കൂടി നിന്ന് ചോദിച്ചു.

"അങ്ങേക്ക് അവസാനമായി ഞങ്ങളോട് എന്ത് ഉപദേശമാണ് നല്കാനുള്ളത്?"

സന്ന്യാസിവര്യൻ പറഞ്ഞു: "എനിക്ക് ഒരു ലഡു വേണം." ഉടൻ തന്നെ മധുരമുള്ള ലഡു അവിടെ എത്തിച്ചു. വൃദ്ധ സന്ന്യാസി ആ ലഡു എടുത്ത് നല്ലവണ്ണം ഒന്നു കണ്ട്, അല്പം ഒന്നു നക്കി, ഒന്നു നുണഞ്ഞ് ഇറക്കി അതിന്റെ മധുരം ആസ്വദിച്ചു. എന്നിട്ട് ആ ലഡുവിൽ തന്നെ

പൂർണ്ണമായി ശ്രദ്ധിച്ച് അല്പാല്പം ആയി പുഞ്ചിരിച്ചുകൊണ്ട് നുണഞ്ഞിറക്കി പതുക്കെ കണ്ണുകൾ അടച്ചു, അന്ത്യനിദ്രയിലേക്ക് തിരിച്ചു പോയി.

ആസ്വദിച്ച് ജീവിക്കുന്നതിന്റെ ഒരു ഫലമാണ് മനോഹരമായ അവസാനം. തന്റെ പ്രധാന ഉത്തരവാദിത്വങ്ങൾ ഒരു പരിധിവരെ പൂർത്തിയായി എന്ന ആത്മവിശ്വാസത്തോടെ തന്നെ വെറുക്കുന്നവരോ, താൻ വെറുക്കുന്നവരോ ആയി ആരും ഇല്ല എന്ന അറിവോടെ മറ്റുള്ളവർക്ക് തന്നിലുള്ള വിശ്വാസം സംരക്ഷിച്ചിട്ടുണ്ട് എന്ന ഉറപ്പോടെ ഇവിടെനിന്നും ഉള്ള ജീവിതയാത്ര അവസാനിപ്പിക്കാൻ കഴിയുക എന്നത് ഒരു വലിയ ഭാഗ്യം ആണ്. “അന്യർക്ക് വേണ്ടി ജീവിക്കുന്നവരേ ജീവിക്കുന്നുള്ളൂ മറ്റുള്ളവരെല്ലാം ജീവിച്ചിരുന്നാലും മരിച്ചവർക്ക് സമമാണ്.” ആത്മീയാചാര്യൻ സ്വാമി വിവേകാനന്ദന്റെ വാക്കുകളാണിവ. മരണം എന്നത് നമുക്ക് സ്വാധീനം തീരെ കുറഞ്ഞ ഒരു മേഖലയായതിനാൽ ഭയപ്പെട്ടിട്ട് വലിയ കാര്യം ഒന്നും ഇല്ല എന്ന് ഓർക്കണം.

നമുക്ക് അല്പം സ്വാധീനം ചെലുത്താവുന്ന ഒരു ഭയമാണ് രോഗഭയം. രോഗങ്ങളെ ഒരിക്കലും ഭയപ്പെടരുത്. മിക്ക ആളുകളുടേയും അസുഖങ്ങൾ വെറും തോന്നൽ മാത്രമാണ്. ചിലർ അല്പരോഗാവസ്ഥയിൽ പോലും വലുതായി വിഷമിച്ച് ചുറ്റുപാടുമുള്ളവരോടൊക്കെ രോഗത്തെ പറ്റി പറഞ്ഞുകൊണ്ടുനടക്കും. “ഞാൻ അരോഗ ദൃഢഗാത്രനാണ്” എന്ന മന്ത്രം ഓർക്കുക. ആരോഗ്യത്തോടെയുള്ള ജീവിതം തന്നെയാണ് മനുഷ്യന്റെ വലിയ ഭാഗ്യങ്ങളിൽ ഒന്ന്. ആഹാരം ഔഷധം പോലെ കഴിച്ചില്ലെങ്കിൽ ഔഷധം ആഹാരം പോലെ കഴിക്കേണ്ടിവരും എന്ന പഴഞ്ചൊല്ല് ഓർക്കുന്നത് നല്ലതാണ്. നമുക്ക് സ്വാധീനം കുറഞ്ഞ പല രോഗാവസ്ഥകളും ഉണ്ട് എന്ന യാഥാർത്ഥ്യം മനസ്സിലാക്കിക്കൊണ്ട് തന്നെ; കഴിയുന്നിടത്തോളം ശരീരത്തെ ഒരു ക്ഷേത്രം പോലെ സംരക്ഷിക്കാൻ ശ്രമിക്കണം. ഫിറ്റ്നസ് സംരക്ഷിക്കാൻ പലമാർഗ്ഗങ്ങളും ആധുനിക കാലഘട്ടത്തിലുണ്ട്. യോഗ, പ്രാണായാമങ്ങൾ, നീന്തൽ, ഓട്ടം, നടത്തം എക്സർസൈസുകൾ, വർക്കൗട്ടുകൾ മുതലായവ ഉദാഹരണങ്ങളാണ്.

ആകർഷകമായ ശരീരവും ആരോഗ്യവും ഒരുമിച്ച് ചേരുന്നതാണ് ഫിറ്റ്നസ്. ശരീരത്തിലെ ഓരോ പേശികൾക്കും പ്രത്യേകം പ്രത്യേകം പരിചരണം ലഭിക്കും വിധത്തിൽ ചിട്ടപ്പെടുത്തിയ വ്യായാമങ്ങൾ ചെയ്യുന്നതിലൂടെ ശരീരത്തിന് ആകർഷകമായ ഘടനയും സൗന്ദര്യവും നേടിയെടുക്കാൻ കഴിയും. ഒതുങ്ങിയ ശരീരം, ചടുലമായ ചലനങ്ങൾ, പ്രസന്നമായ മുഖം, ആത്മവിശ്വാസം, ആരോഗ്യം ഇവയൊക്കെ ഏതൊരാളും ആഗ്രഹിക്കുന്നതാണ്. വ്യായാമമുറകൾ നിത്യജീവിതത്തിൽ ശീലമാക്കിയാൽ എത്ര പ്രയാസമേറിയ ശാരീരിക പ്രവർത്തനങ്ങളും എത്ര സമയം വേണമെങ്കിലും തളരാതെ, ഊർജ്ജസ്വലതയോടെയും പ്രസരിപ്പോടെയും നിർവ്വഹിക്കാൻ കഴിയും.

നിത്യവ്യായാമം ചെയ്യുന്നതിന്റെ പ്രയോജനങ്ങൾ:

- ക്രമമായ വ്യായാമം ശരീരശേഷിയും രോഗപ്രതിരോധശേഷിയും വർദ്ധിപ്പിക്കും.
- ശരീരപേശികൾക്ക് കരുത്തും പ്രവർത്തനശേഷിയും വർദ്ധിക്കുന്നതിനോടൊപ്പം മാനസിക ആരോഗ്യവും ആത്മവിശ്വാസവും വർദ്ധിക്കും.
- ശരീര ശോഷണവും അധിക സ്ഥൂലതയും ദാമ്പത്യത്തെ സാരമായി ബാധിക്കുന്ന കാര്യങ്ങളാണ്. ശരിയായ ഫിറ്റ്നസ് വർക്കൗട്ടിലൂടെ ഈ പോരായ്മകൾ മറികടക്കാൻ കഴിയും.
- എന്നും യുവത്വം നിലനിർത്തി ജീവിതം സന്തോഷപ്രദമായ ഒരു അനുഭവമാക്കി മാറ്റാൻ സാധിക്കും.
- യുവജനങ്ങളെ മദ്യപാനം, പുകവലി, ലഹരി വസ്തുക്കളുടെ ഉപയോഗം തുടങ്ങിയ ദുഃശീലങ്ങളിൽനിന്നും അകറ്റാൻ നിത്യവ്യായാമത്തോടുള്ള താല്പര്യം സഹായിക്കും.
- നിത്യവ്യായാമം ചെയ്യുന്നവർക്ക് ജീവിതശൈലി രോഗങ്ങളായ പ്രമേഹം, രക്തസമ്മർദ്ദം, കൊളസ്ട്രോൾ എന്നിവ നിയന്ത്രിക്കാനാകും.
- വാർദ്ധക്യകാലത്തെ ക്ഷീണാവസ്ഥയും നിരുന്മേഷവും അകറ്റാൻ വ്യായാമങ്ങൾ പ്രയോജനപ്പെടും.

നമുക്ക് ഒട്ടും സ്വാധീനമില്ലാത്ത പകർച്ചവ്യാധികളും മാരകരോഗങ്ങളും ലോകത്തുണ്ടെന്ന് അംഗീകരിച്ചുകൊണ്ട്, നമുക്ക് പറ്റുന്നതിൽ വച്ച് ഏറ്റവും മികച്ച ആരോഗ്യ സംരക്ഷണം നടപ്പിലാക്കിക്കൊണ്ട് മുന്നോട്ട് പോയാൽ ജീവിതകാലത്തിന്റെ 90% സമയവും അഴകും ആരോഗ്യവും ഒത്തിണങ്ങിയ ശരീരവുമായി കഴിയാനാകും.

നമുക്ക് പൂർണ്ണ സ്വാധീനമുള്ളതും ഏറ്റവും കൂടുതൽ ആളുകൾ അഭിമുഖീകരിക്കുന്നതുമായ ഭയമാണ് പൊതുവേദികളോടുള്ള ഭയം. പ്രസംഗിക്കേണ്ടിവരുമ്പോൾ, ഉത്തരം പറയേണ്ടിവരുമ്പോൾ, ഒരു നിർദ്ദേശം മുന്നോട്ടു വയ്ക്കേണ്ടി വരുമ്പോൾ, ഒരു ഗ്രൂപ്പിനെ നയിക്കേണ്ട സാഹചര്യം വരുമ്പോൾ കൂടുതൽ പേരും പിൻവലിയുന്നത് കാണാനാകും. ഒരു ചെറിയ ധൈര്യം കാണിച്ചാൽ നമ്മുടെ പേര് ചരിത്രത്താളുകളിൽ എഴുതി ചേർക്കപ്പെടും എന്നറിയുമ്പോഴും എവിടെയെങ്കിലും പിഴച്ചുപോവുമോ, തെറ്റിപ്പോകുമോ എന്ന ഭയം നമ്മളെയെല്ലാം വളരെയധികം അലട്ടാറുണ്ട്. ഒന്നു തെറ്റിപ്പോയാൽ സമൂഹം നമ്മെ കഴിവില്ലാത്തവനായി കരുതും. എല്ലാ കാലത്തും ആ പിഴവിനെക്കുറിച്ച് പറഞ്ഞുകൊണ്ടിരിക്കും, കളിയാക്കും എന്നീ മുൻവിധികൾ നമുക്കുള്ളതുകൊണ്ടാണ് ജീവിതത്തിൽ സ്വന്തം വ്യക്തിത്വം പ്രദർശിപ്പിക്കാൻ അവസരങ്ങൾ കിട്ടുമ്പോൾ അത് പ്രയോജനപ്പെടുത്താതെ പതുക്കെ മറ്റ് ആർക്കെങ്കിലും വേണ്ടി ഒഴിഞ്ഞുമാറിക്കൊടുത്ത്, ആ ഒഴിഞ്ഞുമാറ്റം ഒരു വലിയ മിടുക്കാണ് എന്ന് തെളിയിക്കാൻ എന്തൊക്കെയോ പുലമ്പിക്കൊണ്ട് ഭീരുത്വം മറയ്ക്കുന്നത്.

"ഒരു ഭീരുവല്ലായിരുന്നു എങ്കിൽ ഈ അവസരത്തിൽ ഞാൻ എന്തു ചെയ്യുമായിരുന്നു" എന്ന ആത്മഗതം ഈ അവസരത്തിൽ വളരെ പ്രസക്തമാണ്.

റോമൻ സ്വേച്ഛാധികാരി ആയിരുന്ന യുദ്ധവീരൻ ജൂലിയസ് സീസർ ഒരിക്കൽ ഇംഗ്ലണ്ടിനെ ആക്രമിക്കാൻ പുറപ്പെട്ടു. സൈനിക ബലത്തിൽ മുൻപന്തിയിലുള്ള ഇംഗ്ലണ്ടിനെതിരെ വിജയ സാദ്ധ്യത ഉറപ്പുവരുത്താൻ അദ്ദേഹം പ്രയോഗിച്ചതന്ത്രം - അടയാളപ്പെടുത്തിയിരിക്കുന്ന മലഞ്ചെരുവുകളിൽ തന്റെ സൈന്യത്തെ വിന്യസിച്ചിട്ട് ഇരുനൂറടി താഴ്ചയിൽ നിർത്തിയിട്ടിരുന്ന തങ്ങൾ സഞ്ചരിച്ചു വന്ന കപ്പലുകളെ അദ്ദേഹം അഗ്നിക്കിരയാക്കി - തങ്ങളുടെ ഭൂഖണ്ഡവുമായുള്ള അവസാന ബന്ധവും നഷ്ടപ്പെട്ടെന്ന് കണ്ട സൈനീകർ പിൻവാങ്ങാനുള്ള അവസാനമാർഗ്ഗവും അവസാനിച്ചു എന്ന് തിരിച്ചറിഞ്ഞു. ഇനി ഒരു കാര്യം മാത്രമേ ചെയ്യാൻ അവശേഷിക്കുന്നുള്ളൂ. മുന്നേറുക, കീഴടക്കുക. ഇല്ലായ്മ ചെയ്യാൻ നമുക്കും ഇതുപോലൊരു മാർഗ്ഗം പിൻവാങ്ങാൻ മറ്റൊരവസരങ്ങളിലും മുന്നിലില്ലാത്ത ഒരു മാർഗ്ഗം സ്വീകരിച്ചുകൂടേ.

സൈനിക മേധാവി ആയിരുന്ന ഫോക്ക് പറഞ്ഞത്, "യുദ്ധത്തിൽ ഏറ്റവും മികച്ച പ്രതിരോധം ആക്രമണമാണ്." ഭയത്തിനെ ആക്രമിക്കുക, വെറും ധൈര്യം കൊണ്ടുമാത്രം ഭയത്തിനെ അധീനതയിലാക്കുക. ഭയം ഉള്ളിലുണ്ടെന്ന് ഏതെങ്കിലും രീതിയിൽ ബോദ്ധ്യപ്പെട്ടാൽ മുൻപ് താൻ അംഗീകരിക്കപ്പെട്ട ഏതെങ്കിലും നിമിഷങ്ങളെ പൂർണ്ണ വ്യക്തതയോടെ മനസ്സിൽ ചിത്രീകരിക്കാൻ ശ്രമിക്കുക. മനസ്സിന് ചെറുതായി സന്തോഷം തോന്നും.

മനസ്സിനും ശരീരത്തിനും സന്തോഷം തോന്നുന്ന കാര്യങ്ങൾ ചെയ്യുകയും ചിന്തിക്കുകയും ചെയ്താൽ നമുക്കുള്ളിൽ നടക്കുന്ന ഹോർമോൺ വ്യതിയാനങ്ങൾ നമുക്ക് മനസ്സിലാകും. അതായത്,

- ശരീരത്തിലെ സ്വാഭാവിക വേദനസംഹാരി ഹോർമോണായ എൻഡോർഫിൻ കൂടും.
- പ്രണയ ഹോർമോണായ ഓക്സിടോസിന്റെ അളവ് വർദ്ധിക്കും.
- ആസ്വദിച്ച് ജോലി ചെയ്യാൻ സഹായിക്കുന്ന ഡൊപ്പാമെൻ ഹോർമോൺ കൂടും.
- സന്തോഷത്തിന്റെ ഹോർമോണായ സെറോടിനിൻ അളവ് വർദ്ധിക്കും.
- ഗാഢനിദ്രയ്ക്ക് സഹായകമാകുന്ന പ്രോജസ്റോൺ വർദ്ധിക്കും.
- സന്തുലിതമായ മാനസികാവസ്ഥയ്ക്ക് സഹായിക്കുന്ന ഈസ്ട്രജൻ ഹോർമോൺ അളവ് കൂടും.

നമ്മുടെ മനസ്സിനെയോ ശരീരത്തിനെയോ ചില അവസരങ്ങളിൽ നമ്മൾ മനപ്പൂർവ്വം ബുദ്ധിമുട്ടിൽ ആഴ്ത്താറുണ്ട്. അത്തരം അവസരങ്ങളിൽ ഒത്തിരി ശാരീരിക ബുദ്ധിമുട്ടുകൾ നമ്മൾ അനുഭവിക്കാറുമുണ്ട്. അതിന് കാരണക്കാരായ ഹോർമോണുകൾ ഇവയാണ്:

- ➢ മാനസിക സമ്മർദ്ദം വർദ്ധിപ്പിക്കുന്ന സ്ട്രസ് ഹോർമോൺ. കോർട്ടിസോൾ കൂടും.
- ➢ ക്ഷീണാവസ്ഥ വർദ്ധിപ്പിക്കാൻ തൈറോയ്ഡ് ഹോർമോൺ സഹായിക്കും.
- ➢ ഈസ്ട്രജനും, പ്രോജസ്റോണും കുറയും. മാനസികാവസ്ഥ തെറ്റുകയും ഉറക്കം കുറയുകയും ചെയ്യും.

അതിനാൽ സ്വാഭാവികമായി തന്റെ സ്ഥിരഭാവം സന്തോഷമാണെന്നും ഏത് അവസരത്തിലും അത് കണ്ടെത്തുമെന്നും തീർച്ചയാക്കുക.

പ്രസംഗിക്കേണ്ട അവസരം വരുമ്പോൾ നിവർന്ന് നിന്ന് സദസ്യരുടെ കണ്ണുകളിലേക്ക് നോക്കി, അവർ നിങ്ങൾക്ക് കടക്കാരാണെന്ന രീതിയിൽ ചെറിയ ഒരു അനുകമ്പയോടെ കടം വീട്ടിക്കിട്ടാൻ യാചിക്കാനാണ് അവർ വന്നിരിക്കുന്നത് എന്ന സങ്കല്പത്തോടെ ഉന്നതിയിൽനിന്ന് സംസാരിക്കാൻ ശ്രമിക്കുക.

ശക്തവും നിരന്തരവുമായ ആഗ്രഹത്താൽ തുടങ്ങുക. ഭയമുണ്ടെങ്കിലും ധൈര്യം അഭിനയിക്കുക. ആ സമയത്തെ ലക്ഷ്യത്തിനായി സകല നിശ്ചയധാർഷ്ട്യവും പ്രയോജനപ്പെടുത്തുക. ആത്മവിശ്വാസത്തോടെ മുന്നോട്ടുപോവുക. ഒരു ഭീരുവല്ല ഞാൻ എന്ന് ഉറച്ചുവിശ്വസിക്കുക.

Affirmations (ദൃഢ പ്രതിജ്ഞാവാചകങ്ങൾ)

- ☞ വ്യായാമം ചെയ്യുന്നതിലും മസിലുകൾക്ക് ശക്തിപകരുന്നതിലും ഞാൻ സന്തോഷിക്കുന്നു.
- ☞ എന്റെ ശരീരം വളരെ സുഖകരമായ അവസ്ഥയിലാണുള്ളത്. ഞാൻ അനുദിനം മെച്ചപ്പെട്ടുകൊണ്ടിരിക്കുന്നു.
- ☞ ആരോഗ്യം എന്റെ ശീലമായതിനാൽ ഞാൻ ആരോഗ്യവാനാണ്.
- ☞ വ്യായാമം എനിക്കൊരു ഹോബിയാണ്, ഞാൻ വ്യായാമത്തെ ഇഷ്ടപ്പെടുന്നു.
- ☞ സ്വന്തം കഴിവുകളിലുള്ള വിശ്വാസമാണ് വിജയത്തിലേക്കുള്ള ആദ്യ ചുവട്.
- ☞ ഗാഢമായ ഉറക്കത്തിനായി എന്റെ മനസ്സിനെ രാവിലെ വരെ ഞാൻ പിരിയുകയാണ്.
- ☞ വിജയം എന്റെ സ്വാഭാവിക അവസ്ഥയാണ്. എന്റെ എല്ലാ പരിശ്രമങ്ങളും വിജയത്തിലെത്താറുണ്ട്.
- ☞ ഞാൻ ധീരനാണ്, ഏത് സാഹചര്യങ്ങളും നേരിടാനുള്ള ചങ്കൂറ്റമെനിക്കുണ്ട്.

നേടുമ്പോഴല്ല, ചിന്തിക്കുമ്പോഴാണ് സന്തോഷിക്കുന്നത്

സന്തോഷം എന്ന വികാരം എപ്പോഴും നമ്മോടൊപ്പം ഉണ്ട്. ജീവിതത്തിലെ സാധാരണ കാര്യങ്ങളിൽ ആനന്ദം കണ്ടെത്തുന്നതിലൂടെ ഇപ്പോഴത്തെ ജീവിതത്തെ സ്നേഹിക്കുന്നതിലൂടെ, നമുക്ക് ആഹ്ലാദകരമായ ജീവിതം ആസ്വദിക്കാൻ കഴിയും. ജീവിതത്തിലെ സാധാരണ കാര്യങ്ങൾ ആസ്വദിക്കുക എന്നാൽ മനോഹരമായ പ്രഭാതം, പൂക്കളുടെ ഭംഗി, കിളികളുടെ സംഗീതം, മഴയുടെ താളം, ചൂട് ചായ, വായിൽ വെള്ളമൂറുന്ന ആഹാരങ്ങൾ, മക്കളുടെ സ്നേഹം, കൂട്ടുകാരുടെ ആത്മാർത്ഥത, വീട്ടുകാരുടെ വിശ്വാസം, യാത്രകളിലെ ആസ്വാദനം, കാഴ്ചയിലെ കൗതുകങ്ങൾ തുടങ്ങി ഓരോ നിമിഷവും നമുക്ക് ലഭിക്കുന്ന ഒട്ടനവധി അനുഗ്രഹങ്ങളെ ആസ്വദിക്കാൻ മനസ്സിനെ പാകപ്പെടുത്തുക. സന്തോഷം വരുന്നത് ചിലത് നേടുമ്പോഴല്ല, ചിലത് ചിന്തിക്കുമ്പോഴാണ്.

ക്ലാസ് റൂമിൽ നടന്ന ഒരു സംഭവമാണിത്. അദ്ധ്യാപകൻ ഒരു ഗ്ലാസിൽ കുറച്ചുവെള്ളം എടുത്ത് ഉയർത്തിപ്പിടിച്ചിട്ടു ചോദിച്ചു.

"ഇതിന് എത്ര ഭാരം ഉണ്ട്?"

കുട്ടികൾ 50ഗ്രാം, 100ഗ്രാം എന്നിങ്ങനെ പലവിധത്തിൽ ഉത്തരം നല്കി.

"എനിക്കും അറിയില്ല ഇതിന്റെ യഥാർത്ഥ ഭാരം. പക്ഷേ, എന്റെ ചോദ്യം അതല്ല; ഈ ഗ്ലാസ് ഇതുപോലെ കുറച്ച് സെക്കന്റുകൾ ഉയർത്തി നിന്നാൽ എന്ത് സംഭവിക്കും?" കുട്ടികൾ "ഒന്നും സംഭവിക്കില്ല."

"ഇതുപോലെ കുറച്ച് മിനിറ്റുകൾ നിന്നാലോ..."

"മാഷിന്റെ കൈ കഴയ്ക്കാൻ തുടങ്ങും."

"അത് ശരിയാണ് എനിക്ക് വേദനിക്കാൻ തുടങ്ങും. ഞാൻ ഇതുപോലെ കുറച്ച് മണിക്കൂറുകൾ നിന്നാലോ..."

"മാഷിനെ ആശുപത്രിയിൽ കൊണ്ടുപോകേണ്ടിവരും."

ഒരു കുട്ടി പറഞ്ഞു. മറ്റുള്ളവർ ചിരിച്ചു.

"വെരി ഗുഡ് .... പക്ഷേ, അപ്പോഴെല്ലാം ഈ ഗ്ലാസിലെ വെള്ളത്തിന്റെ അളവ് കൂടിയിരുന്നോ?"

കുട്ടികൾ: "ഇല്ല."

"അപ്പോൾ പിന്നെ എങ്ങനെയാണ് കൈ കഴയ്ക്കാനും വേദനിക്കാനും ആശുപത്രിയിൽ കൊണ്ടുപോകാനുമൊക്കെ പാകത്തിൽ അതിന് കഴിഞ്ഞത്."

കുട്ടികൾ നിശ്ശബ്ദരായി.

"ഇതെല്ലാം ഒഴിവാക്കാൻ ഞാൻ എന്തുചെയ്യണമായിരുന്നു?"

ഒരു കുട്ടി പറഞ്ഞു: "ആ ഗ്ലാസ് താഴെ വെക്കണമായിരുന്നു."

"യെസ്! അതു പറയാനാണ് ഞാൻ ഇത് ചെയ്തത് ഈ ഗ്ലാസിലെ വെള്ളം നമ്മുടെ ജീവിതത്തിലെ പ്രയാസങ്ങളും ദുഃഖങ്ങളും ആണെന്നിരിക്കട്ടെ അതൊക്കെ കുറച്ചു സമയത്തേക്ക് ചിന്തിച്ച് പോകുന്നതിൽ പ്രയാസമില്ല. പക്ഷേ, അതേക്കുറിച്ചുള്ള ചിന്തകൾക്ക് സമയം കൂടുന്തോറും നമ്മെ എടുത്ത് ആശുപത്രിയിൽ കൊണ്ടുപോകാൻ തക്ക കാരണം അതുണ്ടാക്കും. അപ്പോൾ എന്തുവേണം... പറയൂ..." ഒരു കുട്ടി പറഞ്ഞു: "ആ ഗ്ലാസ് താഴെ വെച്ചപോലെ നമ്മുടെ ദുഃഖങ്ങളേയും പ്രയാസങ്ങളേയും, നഷ്ടങ്ങളേയും മനസ്സിൽനിന്നും മറക്കണം."

"അതെ, ജീവിതത്തിലെ പ്രധാന പരീക്ഷണങ്ങളെ നേരിടാൻ മനസ്സിനെ സജ്ജമാക്കണം. നല്ല ചിന്തകൾ നിറച്ച് മനസ്സിനെ ഊർജ്ജസ്വലമാക്കണം" അദ്ധ്യാപകൻ പറഞ്ഞുനിർത്തി.

കൂടുതൽ പുഞ്ചിരിച്ചുകൊണ്ട് നമുക്ക് സന്തോഷിക്കാം. എന്തൊക്കെ ഓർത്ത് സങ്കടപ്പെടാം എന്നന്വേഷിച്ച് നമ്മുടെ സങ്കടങ്ങളെ ഭൂതക്കണ്ണാടിവെച്ച് പെരുപ്പിച്ച് കണ്ട് കഴിയാതെ എന്തൊക്കെ ഓർത്ത് സന്തോഷിക്കാം എന്ന് ചിന്തിക്കുക. ആസൂത്രണം ചെയ്ത് ഓരോരോ പ്രവൃത്തികളിൽ ലയിച്ചും നമുക്ക് ആനന്ദം കണ്ടെത്താൻ കഴിയും. മനസ്സിൽ സന്തോഷം നിറയ്ക്കാൻ അറിഞ്ഞിരിക്കേണ്ട ഒരു സൂത്രവാക്യം.

സന്തോഷം = ആരോഗ്യം + ഭക്തി/വിശ്വാസം + ജ്ഞാനം

ശാരീരികവും മാനസികവുമായ ആരോഗ്യം ഒരു ഘടകമാണ്. നാം ആരാധിക്കുന്ന നമ്മുടെ എല്ലാം ഉള്ളിലുണ്ടെന്ന് വിശ്വസിക്കുന്ന ദൈവത്തോടുള്ള ഭക്തി മറ്റൊരു ഘടകമാണ്. കൂടാതെ ഓരോരോ ദിവസങ്ങളിലും നമ്മൾ ആർജ്ജിക്കുന്ന അറിവുകളും നമ്മുടെ സന്തോഷം ഇരട്ടിക്കാൻ കാരണമാവും.

രാഷ്ട്രപിതാവ് മഹാത്മാഗാന്ധിയുടെ വാക്കുകൾ, "ഹൃദയശുദ്ധിയിലാണ് യഥാർത്ഥ സൗന്ദര്യം നിലനില്ക്കുന്നത്." പതിനേഴാം നൂറ്റാണ്ടിൽ ജീവിച്ചിരുന്ന ഐറിഷ് എഴുത്തുകാരനായിരുന്ന റിച്ചാർഡ് സ്റ്റീലിന്റെ അഭിപ്രായത്തിൽ, "ശരീരത്തിന് വ്യായാമം എങ്ങനെയാണോ അതുപോലെയാണ് മനസ്സിന് വായന." ദുഃഖങ്ങളെ മറക്കാനും കൈവന്ന ഭാഗ്യങ്ങളെ ഓർക്കാനും കഴിയുന്നതാണ് ഏറ്റവും നല്ല ഓർമ്മശക്തി. ഈ ലോകത്തുനിന്നും നമുക്ക് കിട്ടിയ എണ്ണിയാലൊടുങ്ങാത്ത ചെറുതും വലുതുമായ അനുഗ്രഹങ്ങളെ ഓർത്ത് ഓരോ നിമിഷവും നന്ദിയുള്ളവരാകുക. എണ്ണപ്പെടാനാവാത്ത നിരവധി അനുഗ്രഹങ്ങൾ നമുക്കായ് വച്ചുനീട്ടിയ ഈ ലോകത്തിന് എന്തെങ്കിലും തിരിച്ചുനല്കുക എന്നത് നമ്മുടെ ഉത്തരവാദിത്വമാണ്.

നാം ഓർക്കാത്ത പലതരത്തിലുള്ള ഭാഗ്യങ്ങൾ നമ്മെ കടാക്ഷിച്ചിരിക്കുന്നുണ്ട്. നമ്മുടെ ഈ ലോകത്തേക്ക് കണ്ണ് തുറന്ന് ഒന്നു നോക്കിയാൽ നാം അനുഭവിക്കുന്ന മഹാഭാഗ്യങ്ങൾ കുറേയൊക്കെ എണ്ണിയെ

ടുക്കാനാകും.

നാം ഓർക്കാത്ത പല രീതിയിലുള്ള ഭാഗ്യങ്ങൾ നമ്മോടൊപ്പമുണ്ട്. പട്ടിണി അനുഭവിക്കുന്ന എണ്ണിയാലൊടുങ്ങാത്ത ജനങ്ങളേക്കാൾ, അംഗ വൈകല്യമുള്ള 10 കോടിയിലേറെ ജനങ്ങളേക്കാൾ, ധരിക്കാൻ വസ്ത്രവും കിടക്കാൻ കൂരയും ഇല്ലാത്ത 5 കോടിയിലേറെ ജനങ്ങളേക്കാൾ, ഭൂമികുലുക്കം, പ്രകൃതി ക്ഷോഭം, സുനാമി എന്നീ ദുരന്തങ്ങൾ അനുഭവിക്കുന്ന രണ്ടരകോടിയിലേറെ ജനങ്ങളേക്കാൾ, ഗുരുതരമായ രോഗങ്ങളുള്ള കോടിക്കണക്കിന് ജനങ്ങളേക്കാൾ, പഠിക്കാൻ പോകാൻ കഴിയാത്ത ലക്ഷക്കണക്കിന് കുട്ടികളേക്കാൾ, അച്ഛനും അമ്മയും ഇല്ലാത്ത അനാഥരേക്കാൾ, പീഡനം അനുഭവിച്ച പതിനായിരങ്ങളേക്കാൾ ..... സൗഭാഗ്യങ്ങൾ നമുക്കായി ഈ ലോകം തന്നിട്ടുണ്ട്. നമ്മുടെ ജീവിതത്തിൽ നാം അനുഭവിക്കുന്ന അനുഗ്രഹങ്ങളെക്കുറിച്ച് പൂർണ്ണമായ അറിവുണ്ടെങ്കിലേ സംതൃപ്തമായ ഒരു ജീവിതം നയിക്കാനാകൂ. നിലവിലുള്ള നേട്ടങ്ങളിൽ സംതൃപ്തി കണ്ടെത്താനാവട്ടെ നിങ്ങളുടെ ആദ്യ ശ്രമം.

എഴുപത് വർഷങ്ങൾക്ക് മുൻപ് നടന്ന ഒരു സംഭവ കഥയാണിത്. ബസിൽ യാത്ര ചെയ്തുകൊണ്ടിരുന്ന ഒരു വെളുത്ത വർഗ്ഗക്കാരനായ വിദ്യാർത്ഥിയുടെ സീറ്റിനു സമീപം കറുത്ത് തടിച്ച ഒരു മനുഷ്യൻ വന്നിരുന്നു. ഒരു കറുത്ത ആഫ്രിക്കക്കാരൻ തന്റെ അടുത്തിരുന്നത് ആ വിദ്യാർത്ഥിക്ക് ഇഷ്ടപ്പെട്ടില്ല. അവൻ തന്റെ നീരസം പ്രകടമാക്കിക്കൊണ്ട് അടുത്തിരിക്കുന്ന മനുഷ്യനെ തള്ളി നീക്കാൻ തുടങ്ങി. ആ കുട്ടി തള്ളുന്നതും സഹിച്ച് ആ മനുഷ്യൻ ഒതുങ്ങിക്കൂടി പരമാവധി അരിക് ചേർന്നിരുന്നു. പക്ഷേ, ആ വിദ്യാർത്ഥി വീണ്ടും വീണ്ടും തന്റെ അസഹിഷ്ണുത പ്രകടിപ്പിച്ചുകൊണ്ടിരുന്നു. യാതൊരു ഭാവവ്യത്യാസവുമില്ലാതെ അദ്ദേഹം കുറച്ചുകൂടി ഒതുങ്ങി ഇരുന്നു.

അല്പം കഴിഞ്ഞ് ആ തടിച്ച മനുഷ്യന് ഇറങ്ങാനുള്ള സ്ഥലമായി. ബസിൽനിന്നും ഇറങ്ങുന്നതിന് മുമ്പ് അദ്ദേഹം പോക്കറ്റിൽനിന്ന് തന്റെ ബിസിനസ് കാർഡ് എടുത്ത് ആ വിദ്യാർത്ഥിക്ക് നല്കി. അതിനുശേഷം ഒന്നു പുഞ്ചിരിച്ചുകൊണ്ട് ബസിൽനിന്നും ഇറങ്ങിപ്പോവുകയും ചെയ്തു.

തന്റെ കൈയിലിരിക്കുന്ന ബിസിനസ് കാർഡിലേക്ക് പുച്ഛഭാവത്തോടെ നോക്കിയ ആ വിദ്യാർത്ഥി ഞെട്ടിപ്പോയി.

"ജോ ലൂയിസ്"

"ലോക ഹെവി വെയിറ്റ് ബോക്സിങ് ചാമ്പ്യൻ"

1937 മുതൽ 1949 വരെ തുടർച്ചയായി ലോക ബോക്സിങ് ചാമ്പ്യൻ പട്ടം നേടിയ ജോ ലൂയിസിനു വേണമെങ്കിൽ തന്നെ തള്ളി നീക്കാൻ ശ്രമിക്കുന്ന ആ ബാലനോട് പ്രതികരിക്കാമായിരുന്നു. തന്റെ കരുത്തേറിയ മസിലിന്റെ ശക്തി പലതവണ പ്രദർശിപ്പിച്ചിട്ടുള്ള അദ്ദേഹത്തിന് ഒരു പൂ പറിക്കുന്ന ലാഘവത്തോടെ ആ ചെറുക്കനെ കൈകാര്യം ചെയ്യാമായിരുന്നു. എന്നാൽ അദ്ദേഹം ഒന്നും ചെയ്തില്ല.

കഴിവില്ലാത്തതുകൊണ്ടല്ല താൻ പരമാവധി ഒതുങ്ങി കൊടുത്ത തെന്ന് ആ ബാലന് മനസ്സിലാകും വിധം താൻ ലോകത്തിലെ ഏറ്റവും കരുത്തനായ ഗുസ്തിക്കാരനാണെന്ന് തെളിയിക്കുന്ന അഡ്രസ് കാർഡ് മാത്രം നല്കി. കാരണം ജോ ലൂയിസിന് ശരീരത്തേക്കാൾ കൂടുതൽ കരുത്ത് മനസ്സിനുണ്ടായിരുന്നു. മനസ്സിന് ശക്തിയില്ലാത്തവർ എപ്പോഴും എല്ലാത്തിനോടും പ്രതികരിച്ചുകൊണ്ടിരിക്കും. പല കുടുംബങ്ങളും സമൂഹങ്ങളും നരക തുല്യമായിത്തീരുന്നത് ഇത്തരം സ്വഭാവമുള്ള വ്യക്തികളുള്ളതുകൊണ്ടാണ്. സമൂഹത്തിൽ ശരികളും ശരികേടുകളും ഉണ്ടാകും. എങ്ങനെ പ്രതികരിക്കണമെന്ന വിവേകം അവനവനുണ്ടാകണമെന്ന് മാത്രം. സ്വന്തം കഴിവുകളിൽ വിശ്വാസമർപ്പിച്ചുകൊണ്ട് സംതൃപ്തമായി മുന്നോട്ടു നീങ്ങിയാൽ നാം വിവേകശാലികളായി തീരും.

സമയം കിട്ടുമ്പോഴൊക്കെ നിങ്ങളുടെ ജീവിതത്തിലെ ആനന്ദകരമായ നിമിഷങ്ങളെപ്പറ്റി വീണ്ടും വീണ്ടും ചിന്തിക്കുക. നിങ്ങൾക്ക് ലഭിച്ച അഭിനന്ദനങ്ങളെപ്പറ്റിയും നിങ്ങൾ ഏറ്റെടുത്ത് നടപ്പിലാക്കിയ ഉത്തരവാദിത്വങ്ങളെക്കുറിച്ചും നിങ്ങളുടെ കഴിവുകളെപ്പറ്റിയും ഉള്ള ഒരു നീണ്ട ലിസ്റ്റ് തയ്യാറാക്കുക.

പഠനകാര്യങ്ങളിൽ തനിക്ക് ലഭിച്ച അഭിനന്ദനങ്ങൾ.

കലാരംഗത്ത് കൈവരിച്ച നേട്ടങ്ങൾ.

കായികരംഗത്ത് ലഭിച്ച അംഗീകാരങ്ങൾ.

സുഹൃത്തുക്കളിൽനിന്നും ലഭിച്ച സ്നേഹവാത്സല്യങ്ങൾ.

കുടുംബാംഗങ്ങൾക്ക് തന്നോടുള്ള വിശ്വാസം തെളിയിക്കുന്ന വാക്കുകൾ.

സദസ്സുകളിൽ പ്രസംഗിക്കുമ്പോഴും വിഷയങ്ങൾ അവതരിപ്പിക്കുമ്പോഴും ലഭിച്ചിട്ടുള്ള പ്രശസ്തി.

കഴിഞ്ഞകാലങ്ങളിൽ ഏറ്റെടുത്ത് നടപ്പിലാക്കിയിട്ടുള്ള പ്രധാന സംഭവങ്ങൾ.

തന്റെ പേരിൽ കുടുംബാംഗങ്ങളും ബന്ധുമിത്രാദികളും അഭിമാനം കൊണ്ട നിമിഷങ്ങൾ.

സ്വന്തം കഴിവുകളുടേയും അനുഗ്രഹങ്ങളുടേയും നീണ്ടലിസ്റ്റ്.

ഇതെല്ലാം ഒരു കടലാസിൽ ഒന്നു വിശദീകരിച്ച് എഴുതിനോക്കൂ. മനസ്സ് നിറയുന്നത് കാണാം. താൻ ഇത്രയും കൊള്ളാവുന്ന ഒരാളാണെന്ന് അപ്പോഴായിരിക്കും തനിക്ക് തന്നെ മനസ്സിലാകുന്നത്. എണ്ണിയാലൊടുങ്ങാത്ത നല്ല കാര്യങ്ങളുടെ ഒരു കലവറയാണ് താൻ എന്ന ബോധം ഉണ്ടാക്കിയെടുക്കുക.

നിങ്ങളുടെ കഴിവുകൾ മറ്റുള്ളവർക്ക് ഏതെങ്കിലും രീതിയിലുള്ള സഹായങ്ങൾക്കായി ഉപയോഗിക്കുക. "മറ്റുള്ളവർക്ക് സഹായം ചെയ്യാനും അവരുടെ ജീവിതഭാരം ലഘൂകരിക്കാനും ആണ് ഈ ലോകത്ത് ഞാനുള്ളത്" എന്ന് ഉറച്ചു വിശ്വസിക്കുക. ലോകത്തിന് നാം എന്തു നല്കുന്നുവോ അതിലുപരിയായി നമുക്ക് തിരിച്ചുകിട്ടും.

Affirmations (ദൃഢ പ്രതിജ്ഞാവാചകങ്ങൾ)

- ഞാൻ സന്തോഷവാനാണ്.
- ശുഭചിന്തകളെ ഞാൻ സ്നേഹിക്കുന്നു.
- സ്നേഹിക്കുന്നതിലും സ്നേഹിക്കപ്പെടുന്നതിലും ഞാൻ സന്തോഷിക്കുന്നു.
- ഞാൻ ജീവിതത്തിൽ നല്ലകാര്യങ്ങൾ പ്രതീക്ഷിക്കുന്നു. നെഗറ്റീവ് ചിന്തകളാലെ എന്നിലെ ശക്തി ക്ഷയിപ്പിക്കാൻ ഞാൻ ഉദ്ദേശിക്കുന്നില്ല.
- ഞാൻ തിളക്കമാർന്ന ജീവിതത്തിലേക്ക് നടന്നടുക്കുകയാണ്.
- ഞാൻ സന്തോഷവാനാണ് മറ്റുള്ളവർക്കും ഞാൻ സന്തോഷം പകർന്നുകൊണ്ടിരിക്കുന്നു.
- അത്ഭുതങ്ങൾ സംഭവിപ്പിക്കാനുള്ള ശക്തി എന്നിലുണ്ട്.
- എനിക്ക് പ്രാധാന്യം കുറഞ്ഞ, സ്വാധീനം ഇല്ലാത്ത കാര്യങ്ങളിൽ നിന്ന് അല്പം മാറിനില്ക്കാൻ കഴിയുന്നുണ്ട്.

ലക്ഷ്മണരേഖകൾ

"**H**ai"

"Hai Sundari Kutiii ...."

മറുപടി ഒന്നും പറഞ്ഞില്ലെങ്കിലും അവളുടെ മനസ്സിൽ ഒരു ചെറിയ തീപ്പൊരി വീണുകഴിഞ്ഞിരുന്നു. നാലുദിവസമായി 21 തവണയാണ് ഇത്തരം ചെറിയ മെസേജുകൾ അവളുടെ ഫേസ്ബുക്ക് പേജിലേക്ക് വന്നുകൊണ്ടിരിക്കുന്നത്. ഒന്നിനും മറുപടി പറഞ്ഞില്ലെങ്കിലും രണ്ട് ദിവസമായി ഇത്തരം മെസേജുകൾ കാണാനായി മാത്രം കൗതുകത്തോടെ അവൾ കമ്പ്യൂട്ടറിനു മുൻപിൽ കാത്തിരിക്കും. പ്ലസ് ടു ക്ലാസിലെ പല സഹപാഠികൾക്കും പല പ്രണയകഥകളും പറയാനുണ്ടെങ്കിലും ലക്ഷ്മിക്ക് ഇതേവരെ വലിയ താല്പര്യമില്ലാത്ത മേഖലയായിരുന്നു പ്രണയം.

ക്ലാസിൽ നടക്കുന്ന എല്ലാ കാര്യങ്ങളും വീട്ടിൽ വന്ന് അച്ഛനമ്മമാരോട് പറയുന്നത് ലക്ഷ്മിയുടെ ഒരു ശീലമായിരുന്നു. ഒരു സാധാരണ സർക്കാർ ഉദ്യോഗസ്ഥനായിരുന്ന അച്ഛൻ തന്റെ എല്ലാ കാര്യങ്ങളിലും നല്ല അഭിപ്രായങ്ങൾ പറയുകയും പ്രോത്സാഹനങ്ങളുമായി എപ്പോഴും കൂടെ ഉണ്ടാവുകയും ചെയ്യുന്നതിനാൽ അച്ഛനമ്മമാരുടെ അരുമസന്താനമായി കഴിയുന്നതായിരുന്നു അവൾക്ക് താല്പര്യം. വീട്ടിലെല്ലാവർക്കും അവളിൽ പൂർണ്ണവിശ്വാസവും ആയിരുന്നു.

"എന്റെ മകൾ സത്യം മാത്രമേ പറയൂ.... മാത്രമല്ല അവൾ എല്ലാ കാര്യങ്ങളും എന്നോട് പറയുകയും ചെയ്യും."

അച്ഛൻ തന്റെ കൂട്ടുകാരോട് ഇത് പറയുന്നത് അവൾ പലപ്പോഴും കേട്ടിട്ടുണ്ട്.

എവിടെപ്പോയാലും അവൾക്കായി എന്തെങ്കിലും വാങ്ങാൻ ഡിഗ്രി പഠനം പൂർത്തിയാക്കിയ അവളുടെ ചേട്ടൻ മറക്കാറില്ല. കല്യാണങ്ങൾക്ക്

സദ്യക്ക് ഒപ്പം കിട്ടുന്ന ശർക്കരപെരട്ടി കുഞ്ഞുനാളു മുതലേ അവൻ അവൾക്കായി മാറ്റിവെക്കുമായിരുന്നു. ഇപ്പോഴും എവിടെ കല്യാണ ങ്ങൾക്ക് പോയാലും ആരും കാണാതെ അവൻ ശർക്കരപെരട്ടി എടുത്ത് പോക്കറ്റിലിട്ട് കൊണ്ടുവരും. വൈകിട്ട് അനിയത്തി വരുമ്പോൾ അതെ ടുത്ത് അവൾക്ക് കൊടുത്തിട്ട് ഒന്നും മിണ്ടാതെ നടന്നുപോകും. വീട്ടി ലുള്ള മറ്റ് പലഹാരങ്ങളേക്കാൾ രുചി ആ ശർക്കരപെരട്ടിക്ക് ഉണ്ടെന്ന് അവൾക്ക് പലപ്പോഴും തോന്നിയിട്ടുണ്ട്. മുതിർന്നിട്ടും ആ ശീലം അവർ രണ്ട് പേരും തുടർന്നു.

"എന്റെ ചേട്ടൻ കൂടെ ഉള്ളതുകൊണ്ട് എനിക്ക് ഒന്നും പേടിക്കേണ്ട കാര്യമില്ല."

പല സന്ദർഭങ്ങളിലും അവൾ ഈ വാചകം ഉപയോഗിക്കാറുണ്ട്. ചേട്ടനെന്നാൽ അവൾക്ക് ധൈര്യവും ആത്മവിശ്വാസവും സ്നേഹവും പ്രത്യാശയും നിറഞ്ഞതാണ്.

അവളുടെ ഫേസ്ബുക്ക് അക്കൗണ്ടിലേക്ക് വന്ന ആ മെസേജുകൾ മാത്രം അവൾ ആരോടും പറഞ്ഞില്ല. സുന്ദരമായ ആ പ്രോഫൈൽ ഫോട്ടോ തന്നെയായിരുന്നു അതിന് കാരണം.

"Hai Ente sundari kuttikku sukhamano? ....

വീണ്ടും മെസേജുവന്നപ്പോൾ അവൾ ആ നമ്പർ ഒന്നു സെർച്ച് ചെയ്യാൻ തീരുമാനിച്ചു. ഫേസ്ബുക്കിലൂടെ ആ നമ്പരിന്റെ ഉടമയെ തിര യാൻ തുടങ്ങിയപ്പോൾ പ്രൊഫൈൽ ഫോട്ടോയേക്കാൾ മനോഹരങ്ങ ളായ ഫോട്ടോകളാണ് അവൾക്ക് കാണാൻ കഴിഞ്ഞത്. തിരുവനന്തപുരം ഗവ:എഞ്ചിനീയറിങ് കോളേജിലെ മൂന്നാം വർഷ വിദ്യാർത്ഥിയാണെന്നും വർക്കലയാണ് സ്വന്തം സ്ഥലമെന്നും വീടും ചുറ്റുപാടുമെല്ലാം അവന്റെ അക്കൗണ്ടിലുണ്ടായിരുന്നു. മധുരപ്പതിനേഴ് എന്ന പ്രായം അവളെ പ്രലോ ഭിപ്പിക്കാൻ തുടങ്ങിയിരുന്നു. ഇത് തല്ക്കാലം ആരോടും പറയണ്ട എന്ന വൾ തീരുമാനിച്ചു.

???

വീണ്ടും മെസേജ്

Sukham

അവളുടെ കൈകൾ പതുക്കെ കീ ബോർഡിൽ അമർന്നു. ഒരു തവ ണകൂടി ചിന്തിച്ചശേഷം അവൾ Send button അമർത്തി.

☺

ഒരു പുഞ്ചിരി തിരികെ വന്നു.

തുടർന്നും മെസേജുകൾ പ്രതീക്ഷിച്ചെങ്കിലും ഒന്നും വന്നില്ല. അവ ളുടെ ആകാംക്ഷ കൂടി. ഒപ്പം നിരാശയും. അടുത്ത ദിവസം വൈകു ന്നേരം സ്കൂളിൽനിന്നും വന്ന അവൾ കമ്പ്യൂട്ടറിന്റെ മുന്നിൽ തിരക്കിട്ടി രിക്കുന്നത് കണ്ട് അമ്മ അവളെ വഴക്ക് പറഞ്ഞു.

"പ്രോജക്ടിന്റെ വർക്കുണ്ടമ്മേ" എന്ന് പറഞ്ഞ് ഫേസ്ബുക്ക് അക്കൗണ്ട് ഓപ്പൺ ചെയ്തു. ഒരു മെസേജ് പോലുമില്ല. കഴിഞ്ഞ നാലു

ദിവസമായി ഇരുപത്തിരണ്ടിലധികം തവണ വന്നുകൊണ്ടിരുന്ന ആൾക്കെന്തുപറ്റി. ഒരെണ്ണം തിരിച്ചയക്കാം.

Chettanu Sukhamanoo?? ...

Sukham, Mol Evida Padikkunathe?

വീണ്ടും മെസേജുകൾ വരാൻ തുടങ്ങി. ആരോടും പറയാതെ അവൾ മറുപടി അയച്ചുതുടങ്ങി.

ചേട്ടന്റെ ബൈക്കിന്റെ ശബ്ദം പുറത്തുകേട്ടപ്പോൾ അവൾ ലോഗൗട്ട് ചെയ്തു. ഇന്നു പോയ കല്യാണത്തിന്റെ ശർക്കരപെരട്ടി അവളുടെ കൈയിലേക്ക് വച്ചുകൊടുത്ത്. ചേട്ടൻ മുറിയിലേക്ക് പോയി. അവന്റെ വിയർപ്പിന്റെ ഗന്ധം ഉള്ള ശർക്കരപെരട്ടി അവൾക്ക് ഇഷ്ടപ്പെട്ടില്ല. ആരും കാണാതെ അതവൾ ജനലിലൂടെ പുറത്തേക്ക് എറിഞ്ഞു.

പിറ്റേദിവസം അവൾ സ്കൂളിൽ പോയില്ല. വയറുവേദന, തലവേദന എന്നൊക്കെ കള്ളം പറഞ്ഞ് വീട്ടിൽ തന്നെ കൂടി. അച്ഛനും ചേട്ടനും പുറത്ത് പോയപ്പോൾ അവൾ പതുക്കെ കമ്പ്യൂട്ടറിന് മുമ്പിലെത്തി. ഇന്നലെ പെട്ടെന്ന് ലോഗൗട്ട് ചെയ്തതിലെ പരിഭവം നിറഞ്ഞ കത്തുകൾ മൂന്നെണ്ണം അന്നുണ്ടായിരുന്നു. മാപ്പ് പറഞ്ഞുകൊണ്ട് അവൾ മറുപടിയെഴുതി. ഇന്ന് സുഖമില്ലാത്തതിനാൽ അവനും കോളേജിൽ പോയില്ലെന്ന് അവൻ പറഞ്ഞപ്പോൾ അവനുമായി നല്ല ചേർച്ചയാണ് തനിക്കെന്ന് അവൾക്ക് തോന്നി. സുഖമില്ലെന്ന് പറഞ്ഞ മകൾ രാവിലെ മുതൽ കമ്പ്യൂട്ടറിന്റെ മുന്നിൽ ആകാംക്ഷയോടെ ഇരിക്കുന്നത് കണ്ട അവളുടെ അമ്മ അവളെ വഴക്ക് പറഞ്ഞു. സ്വഭാവത്തിലുണ്ടായ ചെറിയ മാറ്റങ്ങൾ അമ്മ തിരിച്ചറിഞ്ഞിരുന്നു.

അമ്മ അവളുടെ അടുത്തുവന്നിരുന്നു.

“മോൾക്ക് ലക്ഷ്മണരേഖയുടെ കഥ അറിയുമോ?”

“ഇല്ല” അല്പം നീരസത്തോടെ.

ശ്രീരാമന്റെ വനവാസവും മാനായി വന്ന മാരീചനും സീതയുടെ നിർബ്ബന്ധത്തിന് വഴങ്ങി അതിനെ പിടിക്കാൻ പോയ രാമന്റെ കാര്യവും ഒരു കരച്ചിൽ കേട്ട് അത് ശ്രീരാമനാണെന്ന് തെറ്റിദ്ധരിച്ച് ലക്ഷ്മണനെ അന്വേഷിക്കാൻ സീത പറഞ്ഞുവിട്ടകാര്യവും സീതയുടെ രക്ഷയ്ക്കായി ചുറ്റും ഒരു വൃത്തം ലക്ഷ്മണൻ വരച്ചിട്ട് ഇത് ഒരിക്കലും മറികടക്കരുത് എന്ന നിർദ്ദേശവും കൊടുത്ത് ലക്ഷ്മണൻ രാമനെത്തേടി പുറപ്പെട്ട കാര്യവും ആ നിർദ്ദേശം പരിഗണിക്കാതെ പെരുമാറിയതിനാൽ സീതാദേവിയെ രാവണൻ തട്ടിക്കൊണ്ടുപോയ കാര്യവും വിശദമായി അമ്മ പറഞ്ഞുകൊടുത്തപ്പോൾ എന്തിനാണ് ഇപ്പോൾ തന്നോട് ഈ കഥ പറഞ്ഞതെന്ന് അവൾ അമ്മയോട് ചോദിച്ചു.

“ഇത്തരം ചില നിയന്ത്രണ രേഖകൾ നമുക്ക് ചുറ്റും നിർണ്ണയിക്കേണ്ടത് അത്യാവശ്യമാണ്.”

“നമ്മൾ എന്തിനുവേണ്ടി നിലകൊള്ളുമെന്നും എന്തൊക്കെ അംഗീകരിക്കുകയില്ല എന്നും പൂർണ്ണമായും തിരിച്ചറിയണം. ഈ തിരിച്ചറിവ്

ശക്തമാവുമ്പോഴാണ് അവ നമുക്ക് ചുറ്റും ലക്ഷ്മണരേഖയായി മാറുന്നത്. നമ്മുടെ അനുവാദമില്ലാതെ ആർക്കും അത് മുറിച്ച് കടക്കാനാവില്ല." അമ്മയുടെ ഉപദേശം നീണ്ടുപോയപ്പോൾ സ്കൂളിൽ പോയാൽ മതിയായിരുന്നു എന്നവൾക്ക് തോന്നി.

"ഈ നിയന്ത്രണരേഖ കൊണ്ട് ഒട്ടനവധി പ്രയോജനങ്ങൾ ഉണ്ട്. ആരെങ്കിലും നമ്മോട് പരുഷമായി പെരുമാറുകയാണെങ്കിൽ അല്പം മാറി നില്ക്കാൻ സഹായിക്കും, നമ്മെ ചൂഷണം ചെയ്യാൻ ശ്രമിക്കുന്നവരിൽനിന്നും രക്ഷപ്പെടാൻ സഹായിക്കും. ശാരീരിക പീഡന ശ്രമങ്ങളിൽനിന്നും കൂട്ടുകെട്ടുകൾ മൂലമുണ്ടാകുന്ന മോശപ്പെട്ട ശീലങ്ങളിൽ നിന്നും രക്ഷിക്കാൻ സഹായിക്കും."

അമ്മ വിടുന്ന ലക്ഷണമില്ല.

മകളുടെ മനസ്സിൽ തുറന്ന് പറയാത്ത ഏതോ ഒരു ബന്ധം വളരുന്നു എന്നു മനസ്സിലാക്കിയ അമ്മ അവളെ ചേർത്ത് പിടിച്ചുകൊണ്ട് തുടർന്നു.

"മറ്റുള്ളവർ എന്തുവിചാരിക്കും അല്ലെങ്കിൽ അവരുടെ മനസ്സ് വിഷമിക്കും എന്നൊക്കെ വിചാരിച്ച് നമ്മുടെ വ്യക്തിത്വം ബലികൊടുക്കാൻ പറ്റില്ല, എന്ന് പുഞ്ചിരിയോടെ പറയാൻ കഴിയുന്ന ആളായി മാറണം."

"ഞാനൊരു തെറ്റും ചെയ്തിട്ടില്ലമ്മേ."

"മോളുടെ കാര്യമല്ല ഞാൻ പറഞ്ഞത്, ശാരീരികമായും മാനസികമായും നമുക്കുചുറ്റും ചില നിയന്ത്രണരേഖകൾ ആവശ്യമാണ്. നമ്മിൽ ഏറ്റവും കൂടുതൽ സ്വാധീനം ചെലുത്തുന്ന ശാരീരികമായും മാനസികമായും നമ്മുടെ പുരോഗതി കാംക്ഷിക്കുന്ന ആളുകൾക്ക് മാത്രമേ ആ രേഖയ്ക്കുള്ളിൽ കടക്കാൻ അവകാശമുള്ളൂ. മറ്റുള്ളവരെ കുറച്ച് ദൂരെ നിർത്തേണ്ടത് അത്യാവശ്യമാണ്. അവരുടെ പരിധി എന്താണെന്ന് അറിയിച്ചുകൊടുത്താൽ ചതിയിൽപ്പെടാനുള്ള സാദ്ധ്യത കുറയും."

മകളുടെ മുഖഭാവത്തിലെ അതൃപ്തി അമ്മ കാര്യമാക്കിയില്ല.

"No" എന്ന് പറയാനുള്ള കഴിവ് പലപ്പോഴും സ്വന്തം വ്യക്തിത്വത്തിന്റെ പ്രകാശനമാണ്. ഒരു വ്യക്തി എന്ന നിലയിൽ സ്വകാര്യതയ്ക്കും മര്യാദയ്ക്കും സ്വയം ബഹുമാനത്തിനും ആദരവിനും നമുക്കവകാശമുണ്ട്. പക്ഷേ, ഇവ നിലനിർത്താനും സ്വന്തം വ്യക്തിത്വം സംരക്ഷിക്കാനും വ്യക്തിപരമായ ചില ലക്ഷ്മണരേഖകൾ ജീവിതത്തിൽ ആവശ്യമാണ്."

അമ്മ പറഞ്ഞുനിർത്തി

ഒരു മഴപെയ്തു തോർന്നതുപോലെയാണ് അവൾക്ക് തോന്നിയത്. അവൾ മുറിയിലേക്ക് പോയി കതക് അടച്ച് കട്ടിലിൽ കിടന്നു. സുന്ദരനായ, നഗരത്തിലെ പ്രമുഖ കോളേജിൽ പഠിക്കുന്ന, നല്ല സാമ്പത്തികശേഷിയുള്ള, മധുരമായി സംസാരിക്കുന്ന ആ ഫേസ് ബുക്ക് കൂട്ടുകാരനെ മറക്കാൻ അവൾക്ക് മനസ്സുവന്നില്ല.

അമ്മ അപ്പുറത്തെ വീട്ടിൽ പോയ തക്കം നോക്കി അവൾ വീണ്ടും ഫേസ്ബുക്ക് തുറന്നു. അവനോട് ചാറ്റ് ചെയ്യുന്നത് ഒരാവേശമായി അവൾക്ക് മാറിക്കഴിഞ്ഞിരുന്നു. കുടുംബജീവിതത്തെപ്പറ്റിയും തൊഴിലിനെപ്പറ്റിയും വ്യക്തമായ ഉൾക്കാഴ്ചകൾ സ്വാധീനം ചെലുത്തി. ഒന്നു നേരിൽ കാണാൻ അവൾക്ക് കൊതിയായി.

"Nale Ente schoolil Varumo"

"Pattilla nale exam Anu"

"Ennu Kanum"

"Kanam"

നേരിൽ കാണുക എന്ന അവളുടെ ആഗ്രഹം കൂടിക്കൂടി വന്നു. പിറ്റേ ദിവസം അച്ഛനും അമ്മയും ലക്ഷ്മിയും കൂടി തിരുവനന്തപുരം

പരീക്ഷാഭവനിൽ പോകേണ്ട കാര്യമുണ്ടായിരുന്നു. ഫേസ്ബുക്കിലൂടെ അതും അവൾ സുഹൃത്തായ ഹരിയെ അറിയിച്ചു.

Varkala railway stationaduthu Ente veedu

ട്രെയിൻ വർക്കലയിലെത്തിയപ്പോൾ ആകാംക്ഷയോടെ അവൾ നാലുപാടും നോക്കി, ട്രെയിൻ മുന്നോട്ട് നീങ്ങിയപ്പോൾ ഫേസ്ബുക്കിലെ ഹരിയുടെ മുഖം എങ്ങും കാണാഞ്ഞ് അവൾ നിരാശയായി. മകൾ തന്നിൽനിന്നും എന്തോ മറയ്ക്കുന്നുണ്ടെന്ന് അച്ഛനും തോന്നിത്തുടങ്ങി. പക്ഷേ, അയാൾ മകളോട് അതേപ്പറ്റി ഒന്നും ചോദിച്ചില്ല.

വീടിന്റെ സാഹചര്യം അടിക്കടി മോശമായിക്കൊണ്ടിരുന്നു. പരസ്പരം മിണ്ടുക എന്നത് തന്നെ അപൂർവ്വമായി. എല്ലാം മനസ്സിലാക്കിയിട്ടാവണം ഒരു ദിവസം ചേട്ടൻ അവളോട്, "എനിക്ക് കുറച്ച് സംസാരിക്കാനുണ്ട്" എന്നു പറഞ്ഞു.

"എന്താ നിന്റെ പ്രശ്നം? എന്നോട് പറ എന്തു വന്നാലും ഞാൻ നിന്റെ കൂടെ കാണും." ചേട്ടൻ പറഞ്ഞു.

"ഒന്നുമില്ല"

"ഒന്നുമില്ലാഞ്ഞിട്ടാണോ നീ പഴയതുപോലെ കളിച്ചു ചിരിച്ചു നടക്കാതെ എപ്പോഴും വീട്ടിൽ മൂകയായിട്ടിരിക്കുന്നത്. നിനക്ക് തന്നെ അറിയാം നീ എന്തോ തെറ്റ് ചെയ്യുന്നുണ്ടെന്ന്." ഇനി ചേട്ടന്റെ വക ഉപദേശങ്ങൾ തുടങ്ങാൻ പോവുകയായിരിക്കും എന്നും ആലോചിച്ചവൾ ഒന്നും മിണ്ടാതെ ഭിത്തിയിൽ ചാരി നിന്നു.

"എടീ എന്തുവന്നാലും ഞാൻ നിന്റെ കൂടെ കാണും, എന്നോട് പറ."

എന്തും വരട്ടെ എന്നു കരുതി അവൾ ചേട്ടനോട് നടന്ന കാര്യങ്ങൾ ചുരുക്കി പറഞ്ഞു. ഇതുവരെ നേരിൽ കണ്ടിട്ടില്ലെന്നും, ഫോൺ നമ്പർ അറിയാമെന്നും വാട്ട്സ് അപ്പും, ഫേസ്ബുക്കും, മെസഞ്ചറുവഴിയൊക്കെ പരസ്പരം സംസാരിക്കാറുണ്ടെന്നും അവൾക്ക് അവനെ ഇഷ്ടമാണെന്നും ഒക്കെ ഒരു വിധം പറഞ്ഞൊപ്പിച്ചു.

"നീ പറഞ്ഞതൊക്കെ ശരിയാണെങ്കിൽ ഈ ഹരി നല്ല ഒരാളായിരിക്കും, പക്ഷേ, നമുക്കൊന്ന് നേരിൽ കാണണ്ടേ? അവനോട് അത്യാവശ്യമായി നേരിൽ കാണണം എന്നു പറ, എന്നോട് പറഞ്ഞ കാര്യം ഒന്നും പറയണ്ട."

"പറയാം."

"വർക്കലയല്ലേ വീട്, ഒരു കാര്യം ചെയ്യ്, ആറ്റിങ്ങൽ ബസ്സ്റ്റാൻഡിൽ വരാൻ പറ."

"എപ്പോ."

"നാളെത്തന്നെ."

"തല്ക്കാലം വീട്ടിൽ പറയണ്ട. നാളെ രാവിലെ സ്കൂളിൽ പോണം എന്നു പറഞ്ഞ് ഇറങ്ങിക്കോ. ഞാനവിടെ കാണും, അത്യാവശ്യമുണ്ടെങ്കിൽ മാത്രമേ ഞാനിടപെടൂ. നിങ്ങൾ നേരിൽക്കണ്ട് സംസാരിച്ചാൽ

മതി."

ചേട്ടൻ എന്തിനും കൂടെ കാണും എന്നവൾക്ക് തോന്നി.

പ്ലാൻ ചെയ്തപോലെ അവൾ രാവിലെതന്നെ ബസ് സ്റ്റാന്റിലെത്തി പറഞ്ഞ സമയം കഴിഞ്ഞിട്ടും ഹരിയെ കണ്ടില്ല.

കുറച്ചുകഴിഞ്ഞപ്പോൾ ഒരു അപരിചിതൻ അവളുടെ അടുത്തുവന്ന് പതിയെ ചോദിച്ചു. "ഹരിയെ കാണാൻ വന്നതാണല്ലേ, എന്നെ ഹരി പറഞ്ഞുവിട്ടതാ, അവൻ ആ കടയുടെ അപ്പുറമുണ്ട് എന്റെ കൂടെ വാ." ചെറിയ പേടിയോടെ അവൾ കൂടെ നടന്നു. കുറച്ചുനടന്നപ്പോൾ അവൾക്ക് തോന്നി ഹരിക്ക് ഒന്നു ഫോൺ ചെയ്യാം എന്ന്. പക്ഷേ, ഡയൽ ചെയ്തപ്പോൾ ബെൽ അടിച്ചതുതന്നെ കൂടെ കൂട്ടാൻ വന്നയാളുടെ പോക്കറ്റിൽ നിന്ന് തന്നെയായിരുന്നു.

ഫോൺ പോക്കറ്റിൽനിന്നും എടുത്തുകൊണ്ട് അയാൾ പുഞ്ചിരിച്ചു പതുക്കെ പറഞ്ഞു:

"ഞാനാണ് ഹരി, നമ്മൾ രണ്ടുപേരുമാണ് ഇതുവരെ സംസാരിച്ചത്, പ്രണയിച്ചത്."

അവൾ വിറച്ചുപോയി.

"പേടിക്കണ്ട എന്റെ കൂടെ വാ."

"ഇല്ല."

" ഈ ഫോണിലെ മെസേജുകൾ കണ്ടോ? നിന്റെ ശബ്ദം റിക്കോർഡ് ചെയ്തിരിക്കുന്നത് കേക്കണോ? നിന്റെ പല രീതിയിലുള്ള ഫോട്ടോകളും എന്റെ കൈയിലുണ്ട്. കാണണോ?"

അവൾക്ക് തല കറങ്ങുന്നതായി തോന്നി.

"അപ്പോ ഇതുവരെ ഞാൻ സംസാരിച്ചതെല്ലാം.."

"എന്നോടായിരുന്നു."

കൂടെ വാ എന്നും പറഞ്ഞ് അയാൾ അവളുടെ കൈയിൽ പിടിച്ചു. കൈ വിടുവിക്കാൻ എത്ര ശ്രമിച്ചിട്ടും അവൾക്ക് കഴിഞ്ഞില്ല.

ഇതെല്ലാം ശ്രദ്ധിച്ചുകൊണ്ട് അവളുടെ ചേട്ടൻ അല്പം അകലെ നില്പുണ്ടായിരുന്നു. അവൾ കരയുകയാണെന്ന് മനസ്സിലാക്കി പെട്ടെന്ന് തന്നെ അവർക്കരികിലെത്തി. വിക്കി വിക്കി ഒരു വിധം അവൾ കാര്യങ്ങൾ പറഞ്ഞൊപ്പിച്ചു. പറയും മുമ്പേ മാറിപ്പോകാൻ ശ്രമിച്ച ആ അപരിചിതന്റെ കഴുത്തിൽ ചേട്ടന്റെ കൈ പതിയുന്നതാണ് അവൾ കണ്ടത്. നിഷ്പ്രയാസം ചേട്ടൻ അയാളെ കീഴ്പ്പെടുത്തി. ഫോൺ വാങ്ങി അവളേയും കൂട്ടി തിരിച്ചുപോയി.

ഒരു സുഹൃത്ത് പങ്കുവെച്ച സംഭവകഥയാണ് ഇവിടെ ഞാൻ വിവരിച്ചത്. സംഭാഷണങ്ങളിൽ അല്പം പൊടിപ്പും തൊങ്ങലും വച്ചിട്ടുണ്ടെങ്കിലും സംഭവം നടന്നതാണ്. ഇതുപോലെ എത്ര എത്ര കാര്യങ്ങളാണ് നമുക്കു ചുറ്റും ഇപ്പോൾ നടക്കുന്നത്. ഉപയോഗത്തേക്കാൾ കൂടുതൽ ദുരുപയോഗം ചെയ്യാൻ പറ്റുന്ന സോഷ്യൽ മീഡിയാകളും ഇന്റർനെറ്റും വ്യാപകമായപ്പോൾ എപ്പോൾ എന്ത് സംഭവിക്കും എന്ന് പ്രവചിക്കാൻ

കഴിയാത്ത സ്ഥിതിയായി.

നമുക്ക് സംഭവിക്കുന്ന എല്ലാ കാര്യങ്ങളും നമ്മുടെ നിയന്ത്രണത്തിന് വിധേയമല്ല. എങ്കിലും നാം എന്തിനുവേണ്ടി നിലകൊള്ളുമെന്നും എന്തൊക്കെ അംഗീകരിക്കുകയില്ലെന്നും പൂർണ്ണമായി തിരിച്ചറിയണം. പ്രശസ്ത അമേരിക്കൻ എഴുത്തുകാരനായ റ്റോം ഫ്രാങ്ക്ലിൻ പറഞ്ഞത്, "കാൽ വഴുതി വീണാലും നിങ്ങൾക്ക് രക്ഷപ്പെടാം എന്നാൽ നിങ്ങളുടെ നാവിന് പറ്റുന്ന വീഴ്ചയിൽനിന്ന് നിങ്ങൾക്ക് ഒരിക്കലും രക്ഷ കിട്ടുകയില്ല." നാം പറയുന്ന കാര്യങ്ങൾ ആളുകൾക്ക് ക്ഷമിക്കാൻ മാത്രമേ പറ്റൂ മറക്കാൻ പറ്റുകയില്ല. ബർണാഡ് ഷായുടെ അഭിപ്രായത്തിൽ "സ്വന്തം മനസ്സ് മാറ്റാൻ കഴിയാത്തവർക്ക് മറ്റൊന്നിലും മാറ്റം വരുത്താനാകില്ല, മാറ്റം വരാതെ പുരോഗതി ഒരിക്കലും സാദ്ധ്യമല്ല."

നമുക്കുള്ളിലുള്ള ശക്തമായ അടിമസംസ്കാരത്തെ പൂർണ്ണമായി ഒഴിവാക്കേണ്ടത് അത്യാവശ്യമാണ്. മറ്റുള്ളവർ എന്തുവിചാരിക്കും അല്ലെങ്കിൽ അവരുടെ മനസ്സു വിഷമിക്കും എന്നൊക്കെ വിചാരിച്ച് നമ്മുടെ വ്യക്തിത്വം ബലി കൊടുക്കാതെ 'പറ്റില്ല' എന്ന് പുഞ്ചിരിയോടെ പറയാൻ കഴിയുന്ന ആളായി മാറുക.

ശാരീരികമായും മാനസികമായും നമുക്കോരോരുത്തർക്കും മിനിമം നാലു നിയന്ത്രണരേഖകൾ ആവശ്യമാണ്. Close circle, inner circle, open circle, outer circle. നമ്മോട് ഏറ്റവും അടുത്തുനില്ക്കുകയും ശാരീരികമായും മാനസികമായും നമ്മുടെ പുരോഗതി കാംക്ഷിക്കുകയും ചെയ്യുന്ന നമ്മിൽ ഏറ്റവും കൂടുതൽ സ്വാധീനം ചെലുത്താൻ കഴിയുന്ന ആളുകളായിരിക്കണം നമ്മുടെ Close circles. നമുക്കു ചുറ്റും 2 അടി അകലത്തിൽ ഒരു വൃത്തം വരച്ചാൽ അതിനുള്ളിൽ കടക്കാൻ അവകാശമുള്ളവർ.

നമുക്കു ചുറ്റും 6 അടി അകലത്തിൽ എന്നും സ്ഥിതി ചെയ്യുന്ന നന്മയുള്ള ആൾക്കാരുടെ കൂട്ടമാണ് inner circle. നമ്മെ ചതിക്കില്ല, കൂടെ കാണും എന്ന് വിശ്വസിക്കുന്ന ബന്ധുക്കൾ, സുഹൃത്തുക്കൾ, അയൽക്കാർ ഇവരെല്ലാം inner circle ൽ പെടും.

നമുക്ക് അടുത്തിടപെടാൻ ബുദ്ധിമുട്ടുള്ള എന്നാൽ ഒരു വിളിപ്പാടകലെ എന്നും ഉണ്ടാകും എന്ന് നാം വിശ്വസിക്കുന്ന നന്മയുള്ള വലിയ ഒരു കൂട്ടം ആൾക്കാർ നമ്മോടൊപ്പം ഉണ്ടാകും. ഈ ആളുകളുടെ കൂട്ടമാണ് Open circle. ആയിരക്കണക്കിനുവരുന്ന നമ്മുടെ സുഹൃത്തുക്കളും സഹപാഠികളും അഭ്യുദയകാംക്ഷികളും എല്ലാം നമ്മുടെ ഓപ്പൺ സർക്കിളിൽ വരും.

നമ്മെ ചൂഷണം ചെയ്യാൻ സാദ്ധ്യതയുള്ള നാം നശിച്ചുകാണണമെന്ന് ആഗ്രഹമുള്ള ബന്ധുക്കളും സുഹൃത്തുക്കളും എല്ലാവർക്കും ഉണ്ടാകാൻ സാദ്ധ്യതയുണ്ട്. നമ്മിൽനിന്നും ശാരീരികമായും മാനസികമായും ഏറ്റവും അകലെ സ്ഥിതിചെയ്യുന്നവർ. നമ്മുടെ ചിന്തകളെ ഒരിക്കലും സ്വാധീനിക്കാത്ത ഇത്തരക്കാരെ നമുക്ക് Outer circle ൽ

പെടുത്താം.

ഇത്തരത്തിൽ ആളുകളെ തരംതിരിച്ച് ചേർത്ത് പിടിക്കേണ്ടവരെ ചേർത്ത് പിടിക്കുകയും അല്ലാതെയുള്ളവർക്ക് അവർ എവിടെയാണെന്നും അവരുടെ പരിധി എവിടെവരെയാണെന്നും അറിയിച്ചുകൊടുത്താൽ നമ്മുടെ വ്യക്തിത്വം വികസിക്കുകയും ചതിയിൽ പെടാനുള്ള സാദ്ധ്യത കുറയുകയും ചെയ്യും "No" എന്നു പറയാനുള്ള കഴിവ് പലപ്പോഴും സ്വന്തം വ്യക്തിത്വത്തിന്റെ പ്രകാശനമാണ്.

ഒരു വ്യക്തി എന്ന നിലയിൽ സ്വകാര്യതയ്ക്കും മര്യാദയ്ക്കും, സ്വയം ബഹുമാനത്തിനും, ആദരവിനും നമുക്കോരോരുത്തർക്കും അവകാശമുണ്ട്. രണ്ടായിരം വർഷങ്ങൾക്കു മുമ്പേ ജീവിച്ചിരുന്ന ഗ്രീക്ക് തത്ത്വചിന്തകനായ എപ്പിക്റ്റ്സ് പറഞ്ഞത്, "ആരേയും സ്നേഹിക്കാത്ത മനുഷ്യന് തന്നെ ആരെങ്കിലും സ്നേഹിക്കണമെന്ന് ആഗ്രഹിക്കാൻ അവകാശമില്ല." നമ്മെ സ്നേഹിച്ചുകൊണ്ടുതന്നെ നമ്മുടെ വ്യക്തിത്വത്തെ സ്നേഹിച്ചുകൊണ്ടു തന്നെ മറ്റുള്ളവരെ സ്നേഹിക്കാൻ നമുക്കു തുടങ്ങാം.

Affirmations (ദൃഢ പ്രതിജ്ഞാവാചകങ്ങൾ)

- No എന്നു പറയേണ്ട അവസരങ്ങൾ ഏതെല്ലാമെന്ന് എനിക്കറിയാം അപ്പോഴെല്ലാം ഞാൻ പറയാറുണ്ട്.
- ഞാൻ തോല്ക്കുന്നത് വീണുപോകുമ്പോഴല്ല, വീണിടത്ത് നിന്ന് എഴുന്നേല്ക്കാതിരിക്കുമ്പോഴാണ്.
- എന്നോട് അടുപ്പമുള്ളവർക്ക് കിട്ടിയ ഒരു സമ്മാനം ആണ്. ഞാൻ സന്തോഷവാനാണ്.
- എന്റെ എല്ലാ പ്രശ്നങ്ങൾക്കും പരിഹാരങ്ങളുണ്ട്.
- സമാധാനത്തിന്റെ ശ്രീകോവിലാണ് എന്റെ വീട്, അവിടെ ഞാൻ സുരക്ഷിതനും സന്തോഷവാനുമാണ്.
- ഇപ്പോൾ സംഭവിച്ചുകൊണ്ടിരിക്കുന്നതിനെ ജീവിതം എന്നു പറയുന്നു.
- 'പറ്റില്ല' എന്ന് എനിക്ക് പുഞ്ചിരിയോടെ പറയാൻ കഴിയുന്നുണ്ട്.
- ജീവിതത്തിൽ സംഭവിക്കുന്ന എല്ലാ ചെറിയ കാര്യങ്ങളിലും സന്തോഷവും തൃപ്തിയും ഞാൻ കണ്ടെത്തുന്നുണ്ട്.
- എന്നെ ചൂഷണം ചെയ്യാൻ സാദ്ധ്യതയുള്ളവരെ തിരിച്ചറിയാൻ എനിക്ക് കഴിയുന്നുണ്ട്.

എന്റെ ജോലി അല്ല .... ഹോബിയാണ്

ചെയ്യുന്ന കാര്യങ്ങളിലെല്ലാം ആസ്വാദനം കണ്ടെത്താൻ കഴിയുന്നവർ ഭാഗ്യവാന്മാരാണ്. നാം നമ്മുടെ അടുത്ത സുഹൃത്തുക്കളോട് പെരുമാറുന്ന ലാഘവത്തോടെ ഓരോ ജോലിയോടും പെരുമാറിയാൽ ജീവിതം ആഹ്ലാദകരമായിത്തീരും. ഏതെങ്കിലും ഒരു കർമ്മം തനിക്കു ലഭിച്ചാൽ അല്ലെങ്കിൽ ആ ഉത്തരവാദിത്വം ഞാൻ ഏറ്റെടുത്താൽ തന്റെ മനസ്സിന്റെ പൂർണ്ണശ്രദ്ധ ആ കാര്യത്തിൽ മാത്രം അർപ്പിച്ചു ചെയ്യാൻ കഴിയണം. ആ ജോലി തന്നെയാണ് എന്റെ ഹോബി എന്നു മനസ്സിൽ ഉറപ്പിക്കണം.

"യുക്തമായ തീരുമാനങ്ങൾ എടുക്കുന്നവനെ ഭാഗ്യം കടാക്ഷിക്കുന്നു." ഗ്രീക്കിലെ പ്രശസ്ത ട്രജീഡിയൻ (tragedian: ദുഃഖ പ്രധാന നാടക അഭിനേതാവ്) ആയിരുന്ന യൂറിപ്പിഡിസി (BC 480 - BC 406)ന്റെ വാക്കുകളാണിവ. നമ്മൾ ആലോചിക്കാൻ എടുക്കുന്ന സമയത്തിന്റെ പകുതി സമയം പ്രവർത്തിക്കാൻ എടുത്താൽ വലിയ ലക്ഷ്യങ്ങൾ സാദ്ധ്യമാകും. വെറുതേ ഇരുന്ന് തുരുമ്പ് പിടിച്ചു പോകുന്നതിനേക്കാൾ അദ്ധ്വാനിച്ച് ക്ഷീണിക്കുന്നതാണ് എനിക്കിഷ്ടം എന്നു പറയാൻ കഴിയണം. ഉപയോഗിച്ചുകൊണ്ടിരിക്കുന്ന യന്ത്രങ്ങൾക്കോ വാഹനങ്ങൾക്കോ കേടുപാടുകൾ സംഭവിക്കുന്ന കാലയളവിന് മുന്നേ തന്നെ ഇതേ വാഹനമോ യന്ത്രമോ വെറുതേ വച്ചു കൊണ്ടിരുന്നാൽ കേടുകൾ വരും എന്ന് നമുക്കറിയാം. അദ്ധ്വാനം ആരാധനയാണ്. കഷ്ടപ്പെട്ടു ചെയ്താൽ കിട്ടുന്നതിനേക്കാൾ ഫലം ഇഷ്ടപ്പെട്ടു ചെയ്താൽ കിട്ടും.

വിജയം നേടിയിട്ടുള്ള ഏതൊരു മനുഷ്യനും സ്വന്തം ഉത്തരവാദിത്വങ്ങളിൽനിന്ന് ഒഴിഞ്ഞുമാറുന്നവനോ സ്വന്തം വികാരങ്ങളെക്കുറിച്ച് അമിതമായി വ്യാകുലപ്പെടുന്നവനോ ആയിരിക്കില്ല. ഒരു ജോലി എത്ര

നന്നായി ചെയ്താലും അടുത്ത തവണ ആ ജോലി അതിലും നന്നായി ചെയ്യാൻ കഴിയണം. ചെറിയ പ്രവൃത്തികൾ പോലും അതീവ സൂക്ഷ്മ തയോടെ നിറവേറ്റാൻ ഈ ഉത്സാഹം നമ്മളെ സഹായിക്കും.

സ്വന്തം തൊഴിലിനോടുള്ള ആത്മസമർപ്പണത്തിന്റെ ഒരു കഥയാ ണിത്. രാജ്യത്തെ മഹാരാജാവിന് സ്വന്തമായി ഒരു മയിൽ ഉണ്ടായി രുന്നു. രാജാവും മയിലും അടുത്ത സുഹൃത്തുക്കളായിരുന്നു. എന്നും ഉറക്കമുണരുമ്പോൾ പീലി വിരിച്ചുനില്ക്കുന്ന മയിലിനെ കണ്ടുകൊ ണ്ടാണ് രാജാവ് ദിനം ആരംഭിക്കുന്നത്.

ആ സൗഹൃദം 15 വർഷം പിന്നിട്ടു. മയിലിന് ഏകദേശം 20 വയ സ്സായി. അപ്പോ മുതൽ രാജാവിന് ഒരു ടെൻഷൻ.

"ഈ മയിൽ എങ്ങാനും മരിച്ചുപോയാൽ..."

മയിലുകൾക്ക് പരമാവധി 25 വർഷം വരെയാണ് ജീവിതം. ഈ മയിലിന്റെ മനോഹരമായ ഒരു ചിത്രം വരപ്പിക്കാൻ രാജാവ് തീരുമാ നിച്ചു. അങ്ങനെയെങ്കിലും തന്റെ സുഹൃത്തിനെ എന്നും കാണാമല്ലോ.

രാജ്യത്തെ പ്രധാന ചിത്രകാരനെ രാജാവ് ആളയച്ച് വിളിപ്പിച്ചു. എന്നിട്ട് ആവശ്യം അറിയിച്ചു. ചിത്രകാരൻ മയിലിനെ സൂക്ഷിച്ച് നോക്കി യശേഷം രണ്ട് നിബന്ധനകൾ മുന്നോട്ടു വച്ചു.

"എനിക്ക് 7 ദിവസം തരണം. ആ 7 ദിവസങ്ങൾ ഈ മയിൽ എന്നോ ടൊപ്പം എന്റെ വീട്ടിൽ കഴിയണം."

രണ്ടാമത്തെ നിബന്ധന രാജാവിന് സ്വീകാര്യമല്ലായിരുന്നു. പക്ഷേ, ചിത്രകാരന്റെ നിർബ്ബന്ധത്തിന് വഴങ്ങി രാജാവ് സമ്മതിച്ചു.

സന്തത സഹചാരിയായ മയിലിന്റെ അഭാവം രാജാവിനെ വല്ലാതെ ഉലച്ചു. ഉറക്കവും ഉന്മേഷവും എല്ലാം നഷ്ടപ്പെട്ട രാജാവ് 6 ദിവസം തള്ളിനീക്കി. തന്റെ കൂട്ടുകാരനായ മയിലിനെ കാണാനായി ഏഴാം നാൾ അതിരാവിലെ തന്നെ മഹാരാജാവ് ചിത്രകാരന്റെ വീട്ടിലേക്ക് നേരിട്ടെ ഴുന്നള്ളി.

ഉറക്കമുണർന്ന ചിത്രകാരൻ തന്റെ മുൻപിൽ മഹാരാജാവിനെ കണ്ട് അന്തംവിട്ടുപോയി. അകത്തുപോയി മയിലിനെ കൊണ്ടുവന്ന് ഉടനേ രാജാവിന് കൈമാറി.

"ചിത്രം എവിടെ" രാജാവ് ചോദിച്ചു."

"ക്ഷമിക്കണം രാജൻ. രാവിലെ വരച്ച് കൊണ്ടുവരാമെന്ന് വിചാരി ച്ചിരിക്കുകയായിരുന്നു ഞാൻ. അങ്ങ് അല്പസമയം ക്ഷമിക്കാമെങ്കിൽ ഇപ്പോൾത്തന്നെ തരാം."

"താങ്കൾ പൂർത്തിയാക്കൂ ഞാൻ കാത്തുനില്ക്കാം."

രാജാവ് നോക്കി നില്ക്കേ അവിടെ സജ്ജീകരിച്ചിരിക്കുന്ന ഒഴിഞ്ഞ ക്യാൻവാസിൽ ചിത്രകാരൻ മയിലിനെ വരച്ചു തുടങ്ങി, മിനിറ്റുകൾക്കകം മയിലിന്റെ ജീവൻ തുടിക്കുന്ന ചിത്രം പൂർത്തിയായി. അത്ഭുതത്തോടെ രാജാവ് അത് നോക്കി നിന്നു. പക്ഷേ, അല്പസമയം കഴിഞ്ഞപ്പോൾ രാജാവിന് കോപം ഇരച്ചുകയറി.

"ഇത്ര എളുപ്പം വരയ്ക്കാൻ കഴിയുന്ന നീ എന്തിനാണ് എന്റെ മയിലിനെ ഇത്ര ദിവസം എന്നിൽനിന്ന് അകറ്റിയത്?"

ചിത്രകാരൻ പുഞ്ചിരിച്ചുകൊണ്ട് നിന്നതല്ലാതെ മറുപടി പറഞ്ഞില്ല.

രാജാവിന് കോപം ഇരട്ടിച്ചു. ഉടവാൾ ഊരിക്കൊണ്ട് രാജാവ് ആക്രോശിച്ചു:

"നീ ഇനി ജീവിച്ചിരിക്കാൻ യോഗ്യനല്ല"

"ക്ഷമിക്കണം രാജൻ എന്റെ വീടിന്റെ ഉൾഭാഗം കൂടി ഒന്നു കണ്ടിട്ട് എന്നെ വധിച്ചോളൂ."

ചിത്രകാരൻ തലതാഴ്ത്തി വീടിനുള്ളിൽ കയറി. കൂടെ രാജാവും.

അവിടെ കണ്ട കാഴ്ച.

മയിലിന്റെ പതിനായിരക്കണക്കിന് ചിത്രങ്ങൾ.

ചുണ്ടിന്റെ ചിത്രങ്ങൾ, കണ്ണിന്റെ ചിത്രങ്ങൾ, കാലിന്റെ ചിത്രങ്ങൾ, പീലിയുടെ ചിത്രങ്ങൾ. ഓരോരോ ഭാഗങ്ങളുടെ നൂറുകണക്കിന് വ്യത്യസ്ത ചിത്രങ്ങൾ.

"ഈ ആറുദിവസങ്ങളും ഊണും ഉറക്കവും ഉപേക്ഷിച്ച് ഞാൻ മയിലിനെ വരയ്ക്കാൻ പരിശീലിക്കുകയായിരുന്നു."

രാജാവിന് സത്യം മനസ്സിലായി. ഓരോ നേട്ടങ്ങളുടേയും പിറകിലുള്ള പ്രയത്നങ്ങൾ എല്ലാവരും കണ്ടുകൊള്ളണമെന്നില്ല. നേട്ടങ്ങൾ നേടുമ്പോൾ അത് അവന്റെ ഭാഗ്യമാണെന്ന് പറയാൻ നിരവധി ആളുകൾ ഉണ്ടാകുകയും ചെയ്യും.

ഓരോ ദിവസങ്ങളും ഉണർന്നെഴുന്നേല്ക്കുമ്പോൾ അന്നേ ദിനം പരമാവധി ചെയ്യാൻ കഴിയുന്ന കാര്യങ്ങളെക്കുറിച്ച് നീണ്ട ഒരു ലിസ്റ്റ് തയ്യാറാക്കുക. എന്നിട്ട് ഇത്രയും കാര്യങ്ങൾ ചെയ്യാൻ കഴിയുന്ന സ്വന്തം കഴിവിനെ ഓർത്ത് അഭിമാനം കൊള്ളുക. മുൻഗണനാക്രമം അനുസരിച്ച് ഓരോരോ പ്രവൃത്തികളിൽ ലയിക്കുക. "ഉണർന്നിരിക്കുമ്പോൾ വെറുതേ ഇരിക്കാൻ എനിക്ക് പറ്റില്ലല്ലോ" എന്ന് സരസമായി പറയാൻ കഴിയുന്ന മനോഭാവം ഉണ്ടാക്കിയെടുക്കുക.

ഈ ലോകത്തിൽ പൊതുവെ രണ്ട് കൂട്ടം ആളുകളെ നമുക്ക് കാണാൻ കഴിയും. മറ്റുള്ളവർ നേടിയ നേട്ടങ്ങളെ അസൂയയോടെ വീക്ഷിക്കുന്നവരാണ് ഒരു കൂട്ടർ; അവർ ഭാഗ്യത്തിനെക്കുറിച്ചും വിധിയെക്കുറിച്ചും നേട്ടങ്ങൾക്കിടയിലെ കോട്ടങ്ങളെക്കുറിച്ചും ആയിരിക്കും കൂടുതൽ ചിന്തിക്കുക. മറ്റുള്ളവർ നേടിയ നേട്ടങ്ങളെ പ്രചോദനാത്മകമായ കാര്യങ്ങളായി ഗണിക്കുന്നവരാണ് മറ്റൊരു കൂട്ടർ; അവർ നേട്ടങ്ങൾ നേടിയവർ നടത്തിയ പ്രയത്നങ്ങളെക്കുറിച്ചും അവരുടെ മനോഭാവങ്ങളെക്കുറിച്ചും പഠിക്കാൻ ശ്രമിക്കും. ഗ്രീക്ക് ഫിലോസഫറായ അരിസ്റ്റോട്ടിലിന്റെ വാക്കുകൾ, "പ്രത്യാശ ചലിക്കുന്ന സ്വപ്നമാണ്." പ്രത്യാശ കൈവിടാതെ സൂക്ഷിച്ചാൽ നേട്ടങ്ങൾ നമുക്കും സ്വന്തമാക്കാം.

നമ്മുടെ കൂടെ ജോലി ചെയ്യുന്ന ആളുകളെ മാനിക്കുക; അവരെ ആത്മാർത്ഥമായി അഭിനന്ദിക്കുക; ഞാൻ എന്നതിനേക്കാൾ ഞങ്ങൾ എന്നു ചിന്തിക്കുക; കാര്യക്ഷമതയും പ്രവർത്തനശേഷിയും കാണിക്കുന്നതിൽ അഭിമാനിക്കുക; എങ്കിലും കൂടെയുള്ളവരുമായി അല്പം അകലം പാലിക്കുക; കഠിനമായി പ്രയത്നിക്കുക എന്നുള്ളതല്ല, മുൻഗണനാക്രമം അനുസരിച്ച് മിടുക്കോടെ പ്രയത്നിക്കുന്നതിനാണ് കൂടുതൽ ഗുണം.

നമ്മുടെ പൂർവ്വികരുടെ ഭൂതകാല പ്രതാപം കൊണ്ടല്ല നമ്മുടെ നന്മകൾ കൊണ്ടുവേണം നമ്മെ സമൂഹം വിലയിരുത്തേണ്ടത്. നാളെയെക്കുറിച്ച് കൂടുതലൊന്നും വ്യാകുലപ്പെടരുത്, കാരണം നാളെ എന്നൊന്നുണ്ടോ എന്നുപോലും വ്യക്തമായി നമുക്കറിയില്ല. പ്രശസ്ത കവി

ഷേക്സ്പിയർ പറഞ്ഞത്, "ഭീരുക്കൾ പല പ്രാവശ്യം മരിക്കുന്നു ധീരനു മരണം ഒന്നേയുള്ളൂ." ഇപ്പോൾ മുന്നിലുള്ളതിനെക്കുറിച്ച് മാത്രം ചിന്തിക്കുക. ഇവിടെ ഇന്ന്, ഈ നിമിഷത്തിൽ ജീവിക്കുക. ഷേക്സ്പിയറിന്റെ തന്നെ അഭിപ്രായത്തിൽ, "നല്ല ഹൃദയം സ്വർണ്ണത്തേക്കാൾ വിലപിടിച്ചതാണ്."

കുതിരകൾക്ക് പ്രത്യേക കണ്ണടകൾ ധരിപ്പിക്കുന്ന കാര്യം ശ്രദ്ധിച്ചിട്ടുണ്ടോ? എന്തിനാണത്? അവ റോഡിലൂടെ ഓടുമ്പോൾ മറ്റ് വാഹനങ്ങൾ കണ്ട് ഭയപ്പെടാതിരിക്കാനും ശ്രദ്ധമാറാതിരിക്കാനും ആണ് കുതിരകൾക്ക് പ്രത്യേക കണ്ണടകൾ ധരിപ്പിക്കുന്നത്. അതുപോലെ നമ്മുടെ മുഴുവൻ ശ്രദ്ധയും ഇന്നിലേക്കും ഈ നിമിഷത്തിലേക്കും തിരിക്കാൻ ഇത്തരം കുതിര കണ്ണടകൾ നാമും ധരിക്കണം. ലക്ഷ്യത്തിലേക്ക് മാത്രം ഫോക്കസ് ചെയ്ത് കുതിക്കുന്ന കുതിരകളാകണം നമ്മൾ.

ഇന്നലെകളിൽ സംഭവിച്ച കാര്യങ്ങളിൽ എന്തെങ്കിലും മാറ്റം വരുത്തുവാൻ നമുക്കിനി ഒരിക്കലും കഴിയില്ല. എല്ലാ മനുഷ്യരും പല രീതികളിലുള്ള തെറ്റായ തീരുമാനങ്ങൾ എടുത്തിട്ടുണ്ട്. കുറ്റബോധത്തിൽ കുടുങ്ങി കിടക്കുകയാണെങ്കിൽ സ്വയം നശിക്കുക മാത്രമാണ് നിങ്ങൾ ചെയ്തുകൊണ്ടിരിക്കുന്നത്. അതിനാൽ എനിക്ക് നല്ല കഴിവുണ്ട് മറ്റ് ആരെക്കാളും നന്നായി പ്രവൃത്തികൾ ചെയ്യാൻ എനിക്ക് കഴിയും ഞാനത് ചെയ്യും എന്ന മുദ്രാവാക്യത്തോടെ മുന്നോട്ട് പോവുക. പൂർണ്ണമായും ഇന്നിൽ ജീവിക്കുക. എല്ലാ ഇന്നുകളും ഇന്നലെകളേക്കാൾ മെച്ചമാക്കുക.

Affirmations (ദൃഢ പ്രതിജ്ഞാവാചകങ്ങൾ)

- ദൈവം എനിക്കായി എണ്ണമറ്റ നല്ലകാര്യങ്ങൾ സൃഷ്ടിച്ചിരിക്കുന്നു.
- വിശാല സാദ്ധ്യതകളുള്ള ഞാൻ ഇപ്പോൾ വളരെ ശാന്തനാണ്.
- എന്റെ മനസ്സിന്റെ പൂർണ്ണനിയന്ത്രണം എന്നിലുണ്ട്.
- എന്റെ ജീവിതം എനിക്കും മറ്റുള്ളവർക്കും വളരെ പ്രധാനപ്പെട്ടതാണ്.
- ശക്തിയേറിയ മനസ്സും ശരീരവും എനിക്കുണ്ട്.
- എന്റെ കർമ്മങ്ങളെ ഞാൻ സ്നേഹിക്കുന്നു.
- ഇഷ്ടപ്പെട്ടുചെയ്യുന്ന കർമ്മങ്ങളിലൂടെ എനിക്ക് സമൃദ്ധി ഉണ്ടാകുന്നുണ്ട്.
- Success is my duty.
- സമ്പത്ത് എന്നിലേക്ക് വന്നുകൊണ്ടിരിക്കുന്നു.
- ആരോഗ്യവും ശക്തിയും എന്നിലേക്ക് വന്നുകൊണ്ടിരിക്കുന്നു.

സമയവും അവസരങ്ങളും നമുക്കു വേണ്ടി കാത്തുനില്ക്കില്ല

ജീവിതത്തിലെ ഏറ്റവും പ്രധാനപ്പെട്ട ദിവസമാണിന്ന്. നല്ല ഒരു ഉറക്കത്തിന് ശേഷം വെളുപ്പിന് 5 മണിക്ക് തന്നെ ഉണർന്ന്, അല്പനേരം കട്ടിലിൽ തന്നെ ചമ്രം പടിഞ്ഞിരുന്ന് 5 തവണ ദീർഘമായ ശ്വാസോച്ഛ്വാസം ചെയ്ത്, ഇന്ന് ചെയ്യാനുള്ള പ്രധാന കാര്യങ്ങളെക്കുറിച്ചൊക്കെ ഒന്നു പ്ലാൻ ചെയ്ത്, അതായത് രാത്രി 10 മണിക്ക് കിടക്കും വരെയുള്ള വിലപ്പെട്ട 17 മണിക്കൂറുകൾ (1020 മിനിറ്റുകൾ, 61,2000 സെക്കന്റുകൾ) എന്തിനൊക്കെ ഉപയോഗിക്കണം എന്ന് പ്ലാൻ ചെയ്ത് ഒട്ടും വൈകാതെ വ്യായാമവും യോഗയും ഒക്കെ ചെയ്ത് ദേഹശുദ്ധിവരുത്തി നോട്ടത്തിലും കെട്ടിലും മട്ടിലും മണത്തിലും നല്ലത് എന്ന് മറ്റുള്ളവർക്ക് തോന്നും വിധം പ്രവൃത്തികൾ തുടങ്ങിയാൽ ഇന്ന് ഏറ്റവും പ്രധാനപ്പെട്ട ദിവസമായി മാറാൻ തുടങ്ങുകയായി.

ഓരോ അവസരങ്ങളുടെ പ്രാധാന്യം മനസ്സിലാക്കി ഉചിതമായ വസ്ത്രം ധരിക്കാനും ശ്രദ്ധിക്കണം. കാരണം വസ്ത്രധാരണം വ്യക്തിത്വത്തിന്റെ പ്രകാശനമാണ്. ഒരു മനുഷ്യൻ എന്തെന്ന് ഒരു പരിധിവരെ വസ്ത്രധാരണം ചൂണ്ടിക്കാണിക്കുന്നു. നമ്മളുടെ വസ്ത്രധാരണം നമ്മുടെ മാത്രമല്ല നമ്മളുമായി ഇടപഴകുന്നവരുടെ അന്തസ്സിനെ കൂടി പരിഗണിച്ചുകൊണ്ടായിരിക്കണം. അത് നിങ്ങളെ ചുറുചുറുക്കുള്ളവനും ഊർജ്ജസ്വലനും ആക്കിത്തീർക്കും. "ഉടുപ്പിലും നടപ്പിലും വെടിപ്പ്" എന്നതായിരിക്കട്ടെ നമ്മുടെ മുദ്രാവാക്യം.

വസ്ത്രധാരണത്തിൽ മികച്ച ശ്രദ്ധ നാം പുലർത്തുമെങ്കിലും മറ്റുള്ളവരുടെ വസ്ത്രധാരണം കൊണ്ടുമാത്രം അവരെ വിലയിരുത്താൻ ശ്രമിക്കരുത്. ഈ കഥ ഒന്നു ശ്രദ്ധിക്കുക: വൃദ്ധയായ ആ അമ്മ തിരക്കിട്ട് ബാങ്കിനുള്ളിലേക്ക് കയറി. വരിയിൽ അനവധി ആളുകൾ ഉണ്ടാ

യിരുന്നു പലർക്കും അവരെ അറിയാം. അത്യാവശ്യം പരിഗണിച്ച് വരിയിൽ ആദ്യം നില്ക്കുന്ന ആൾ അവർക്കായി മാറിക്കൊടുത്തു. 2000 രൂപയുടെ വിത്ഡ്രോവൽ സ്ലിപ്പ് അവർ ബാങ്ക് കാഷ്യർക്ക് നേരെ നീട്ടി.

പുതുതായി ചാർജ്ജെടുത്ത കാഷ്യർക്ക് അവരെ അറിയില്ലായിരുന്നു. അവരെ കണ്ടപ്പോഴും വലിയ പ്രത്യേകത ഒന്നും തോന്നിയില്ല.

"പുറത്തെ എ റ്റി എം ൽ നിന്നെടുത്തൂടെ നിങ്ങക്ക്?"

"മോളെ എന്റെ കൈയി കാർഡില്ല."

"2000 ഉലുവയ്ക്ക് വേണ്ടി മെനക്കെടുത്താൻ വന്നേക്കന്ന്. വീട്ടി പോയി കാർഡ് എടുത്ത് കൊണ്ടുവന്ന് എ റ്റി എംന്ന് എടുത്താമതി."

"മോളെ അല്പം അത്യാവശ്യം ഉണ്ടായിരുന്നു."

"അത്യാവശ്യക്കാര് അല്പം മാറിനില്ല്. ഞാൻ വലിയ എമൗണ്ട് മാത്രമാ ഇവിടെ കൊടുക്കുന്നെ."

"മോളെ സമയം പോണു."

"നിങ്ങളോട് പറഞ്ഞത് മനസ്സിലായില്ലേ?"

"മോള് എന്നാ എന്റെ അക്കൗണ്ട് ക്ലോസ് ചെയ്ത് അതീ കിടക്കുന്ന പൈസ ഇങ്ങ് തന്നേരേ."

ഈർഷ്യത്തോടെ ആ കാഷ്യർ ഒരു സ്ലിപ്പിൽ അക്കൗണ്ട് നമ്പർ എഴുതി ഒപ്പിട്ട് നല്കാൻ ആവശ്യപ്പെട്ടു ബാലൻസ് പരിശോധിച്ചപ്പോൾ അവൾ ഇരുന്ന സ്ഥലത്ത് നിന്ന് എഴുന്നേറ്റ് പോയി.

"4 കോടി 85 ലക്ഷം രൂപ!!"

"മാഡം ഇവിടെ ഇത്രം പൈസ ഇല്ല."

"എത്ര ഉണ്ട്"

"80 ലക്ഷം."

"അതിങ്ങെടുത്തോ" ഒരു ഭാവവ്യത്യാസവുമില്ലാതെ ആ അമ്മ പറഞ്ഞു.

വിളറിയ മുഖവുമായി ആ പെൺകുട്ടി മാനേജറുടെ ക്യാബിനിലേക്കോടി.

മാനേജരും മറ്റ് ഓഫീസർമാരും പെട്ടെന്ന് തന്നെ ആ അമ്മയുടെ അടുത്തെത്തി അനുനയിപ്പിക്കാൻ ശ്രമിച്ചു. അമ്മയ്ക്ക് ഒരു ഭാവവ്യത്യാസവുമില്ലായിരുന്നു.

2000-ന്റെ 40 കെട്ട് നോട്ടുകൾ മേശപ്പുറത്ത് അടുക്കി വെച്ചു. ലോക്കറിലെ 2000 - ന്റെ കെട്ടുകൾ എല്ലാം തീർന്നു.

മാനേജരുടെ ജ്വലിക്കുന്ന നോട്ടം കണ്ടപ്പോൾ ആ ചെറുപ്പക്കാരിയായ കാഷ്യറുടെ കണ്ണുനിറഞ്ഞു.

വൃദ്ധയായ ആ അമ്മ ഒരു കെട്ട് നോട്ട് കൈയിലെടുത്ത് അതിൽ നിന്ന് ഒരു 2000 നോട്ട് ഇളക്കിയെടുത്തു.

"മോളേ എനിക്ക് ഇപ്പോൾ ഇത് മാത്രം മതി. ബാക്കി എന്റെ അക്കൗണ്ടിൽ തിരിച്ച് ഇട്ടേരെ. ഞാൻ അതിന് എവിടയാ ഒപ്പിടണ്ടത്?"

ആ കാഷ്യറുടെ ഉള്ളിൽ എവിടെയോ ഒരു മിന്നൽ വെട്ടി. വിറയ്

ക്കുന്ന കൈകളോടെ അവർ ഡെപ്പോസിറ്റ് റെസീപ്റ്റ് അമ്മയെ കൊണ്ടു ഒപ്പിടുവിച്ചു. അവളെ നോക്കി പുഞ്ചിരിച്ചുകൊണ്ട് അമ്മ ബാങ്കിൽനിന്നും യാത്രയായി.

മറ്റുള്ളവരോടുള്ള പെരുമാറ്റത്തിൽ കൂടുതൽ ശ്രദ്ധിക്കുവാൻ ഈ സംഭവം അവളെ സഹായിച്ചു.

ഈ ലോകത്ത് നടക്കുന്ന നവീനകാര്യങ്ങൾ എന്തൊക്കെയെന്ന് അറിയുന്നതിൽ നമ്മൾ അതീവ താല്പര്യമുള്ളവരായിരിക്കണം. ഇപ്പോൾ നടക്കുന്ന കാര്യങ്ങൾ ടി വി ന്യൂസിലൂടെയും സോഷ്യൽ മീഡിയകളിലൂടെയും അറിയാനും മനസ്സിലാക്കാനും അതീവ താല്പര്യം കാണിക്കണം. അതുപോലെ പത്രങ്ങൾ ദിവസവും വായിക്കുകയും അതിൽ വരുന്ന രാഷ്ട്രീയ, ദേശീയ, കലാകായിക രംഗങ്ങളിലെ നമ്മുടെ രാജ്യത്തെയും ലോകത്തെയും അതേപ്പറ്റി ചർച്ചകൾ ചെയ്യാനും മനപ്പൂർവ്വം സമയം കണ്ടെത്തണം.

പുതിയ അറിവുകൾ മനസ്സിലാക്കാനും വിശകലനം ചെയ്യാനുമുള്ള

ജിജ്ഞാസ അവസാന ശ്വാസം വരെ നിലനിർത്തുക. വായനയിലൂടെയും സംസാരത്തിലൂടെയും ശ്രദ്ധയിലൂടെയും നിരീക്ഷണങ്ങളിലൂടെയും ഈ ലോകത്ത് സംഭവിക്കുന്ന കാര്യങ്ങളെപ്പറ്റി വളരെ വ്യക്തമായി നാം അറിഞ്ഞിരിക്കണം.

ആനുകാലിക സംഭവങ്ങൾ, രാഷ്ട്രീയ, സംഗീതം, സിനിമ, കായികം, ഫാഷൻ, സയൻസ്, ഭക്ഷണം, വാഹനങ്ങൾ, ഗതാഗതം തുടങ്ങി പരമാവധി നമുക്ക് അറിയാൻ കഴിയുന്ന എല്ലാം ഒരു കൗതുകത്തോടെ മനസ്സിലാക്കുക എന്നത് നമ്മുടെ ജീവിത ദൗത്യമാക്കി മാറ്റുക. ആശയങ്ങൾ മറ്റുള്ളവരുമായി പങ്കുവയ്ക്കുകയും അവരുടെ വിപുലമായ ആശയസമ്പത്ത് ഉൾക്കൊള്ളാനും കഴിയണം. നമുക്ക് ഒരു നാക്കും രണ്ട് ചെവിയും തന്ന് ഈശ്വരന്റെ ഉദ്ദേശ്യം പറയുന്നതിന്റെ ഇരട്ടി കേൾക്കാൻ കഴിയണം എന്നതാണ്. സമയം ഒരിക്കലും കാത്തുനില്ക്കില്ല. ഈ ദിവസം വളരെ പ്രധാനപ്പെട്ടതാണ്. ഒട്ടനവധി നല്ല കാര്യങ്ങൾ ഇന്ന് എന്റെ ജീവിതത്തിൽ സംഭവിക്കും പല അതിശയങ്ങളും സംഭവിക്കാൻ സാദ്ധ്യതയുള്ള ദിനമാണിന്ന്.

പത്തൊമ്പതാം നൂറ്റാണ്ടിലെ ഇംഗ്ലീഷ് എഴുത്തുകാരനായിരുന്ന ജൂലിയറ്റിന്റെ വാക്കുകളിൽ, "ഓരോ ദിവസവും നമ്മുടെ അവസാന ദിനമായി സങ്കല്പിച്ചുകൊള്ളണം," ലോകപ്രശസ്ത ശാസ്ത്രജ്ഞനും തത്ത്വചിന്തകനുമായിരുന്ന സർ ഐസക്ന്യൂട്ടന്റെ അഭിപ്രായത്തിൽ "ചെയ്യാവുന്നതിൽ നല്ലത് ഇന്ന് ചെയ്യുക. നാളെ അതിലും മെച്ചമായിട്ട് ചെയ്യാം,." ബ്രിട്ടീഷ് എഴുത്തുകാരൻ ചെസ്റ്റർഫീൽഡ് പറഞ്ഞത് " ഇന്നു ചെയ്യാവുന്നത് നാളത്തേക്ക് നീട്ടിവെക്കരുത്." പ്രശസ്ത ബ്രിട്ടീഷ് വിമർശകസാഹിത്യകാരനായ ഡോ. ജോൺസണിന്റെ അഭിപ്രായം, "ഇല്ലാത്തതിനെപ്പറ്റി വൃഥാ ചിന്തിച്ച് തല പുണ്ണാക്കാതെ ഉള്ളതിനെ പറ്റി ചിന്തിക്കൂ. അത് പ്രയോജനകരമായിരിക്കും." എല്ലാവർക്കും ജീവിതത്തിൽ വിജയിക്കാനുള്ള അവസരങ്ങൾ ദൈവം സൃഷ്ടിക്കും. എന്നാണത് കടന്നുവരുന്നത് എന്നുമാത്രം പറയാനാവില്ല. അതിനാൽ ദൈവത്തിന്റെ ആ അവസരങ്ങൾ എത്തിപ്പിടിക്കാൻ എന്നും ശ്രമിക്കണം. ഒരു നാൾ നമ്മൾ ആ വാതിലിൽ എത്തിപ്പെടുക തന്നെ ചെയ്യും. പ്രശസ്ത എഴുത്തുകാരൻ ഷേക്സ്പിയർ പറഞ്ഞതുപോലെ "കാലവും തിരമാലയും ആർക്കുവേണ്ടിയും കാത്തുനില്ക്കില്ല."

Affirmations (ദൃഢ പ്രതിജ്ഞാവാചകങ്ങൾ)

☞ എനിക്ക് ഇന്ന് വളരെയേറെ പ്രധാനപ്പെട്ട ദിവസമാണ്.

☞ എന്റെ ഭയങ്ങളെ നേരിടാനുള്ള ശക്തി ഇപ്പോൾ എന്നിലുണ്ട്.

☞ ഞാൻ എന്റെ ശാരീരികവും മാനസികവുമായ ഉന്നമനത്തിനായി പ്രവർത്തിക്കുന്നു.

- ഞാൻ എന്നെ അംഗീകരിക്കുകയും സ്വീകരിക്കുകയും ചെയ്യുന്നു.
- എന്നിലേക്ക് സമ്പത്ത് ആയാസരഹിതമായി വന്നുകൊണ്ടിരിക്കുന്നു.
- എന്നോട് അടുപ്പമുള്ള എല്ലാവരോടും എനിക്ക് സ്നേഹവും ബഹുമാനവും തോന്നുന്നുണ്ട്.
- ഞാൻ ആരോഗ്യവാനും ശക്തിയേറിയവനും ആണെന്ന് അനുഭവപ്പെടുന്നു.
- ഇന്ന് ഏറ്റവും മികച്ചതാക്കുന്നതിനുള്ള എല്ലാം എന്റെ പക്കലുണ്ട്.
- ഞാൻ വളരെ സന്തോഷവാനാണ്.
- ഞാൻ അനുഗ്രഹീതനാണ്.

ചെയ്യാൻ സാധിക്കാത്ത കർമ്മം ഏറ്റെടുക്കരുത്

നമുക്ക് മാറ്റം ഉണ്ടാക്കാൻ കഴിയുന്ന കാര്യങ്ങളിൽ മാത്രം ശ്രദ്ധ കേന്ദ്രീകരിക്കുക, ബാക്കിയുള്ളവ വിട്ടുകളയുക. നമുക്ക് തന്നെ നിയന്ത്രിക്കാൻ കഴിയുന്ന കാര്യങ്ങളിൽ മാത്രം ശ്രദ്ധ കേന്ദ്രീകരിച്ചാൽ നമ്മുടെ ആത്മവിശ്വാസം വർദ്ധിക്കുകയും സ്വന്തം ജീവിതത്തിൻ മേലുള്ള നിയന്ത്രണം കൂടുതൽ ദൃഢമാവുകയും ചെയ്യും. നമുക്ക് ഒന്നും ചെയ്യാൻ കഴിയാത്ത ഒട്ടനവധി കാര്യങ്ങൾ നമ്മുടെ ജീവിതത്തിൽ ഉണ്ടാകാനിടയുണ്ട്. ഇത് അംഗീകരിച്ചാൽ നമുക്ക് എന്തെങ്കിലും പ്രവൃത്തി ചെയ്യാൻ കഴിയുന്ന കാര്യങ്ങളിൽ മാത്രം പൂർണ്ണമായി അർപ്പിക്കാനാകും.

മകന്റെ റിസൽട്ടിനെ കുറിച്ചാലോചിച്ച് അമിതമായി ടെൻഷൻ അടിച്ചിരിക്കുന്ന ഒരു പിതാവിന്റെ കഥ ഈ അടുത്ത് അറിയാനിടയായി. ഓഫീസിൽ ഇരിക്കുമ്പോഴും അയാളുടെ ചിന്ത മുഴുവൻ മകനെക്കുറിച്ചായിരുന്നു. എത്ര വഴക്കു പറഞ്ഞിട്ടും അവനിൽ ഒരു മാറ്റവും ഉണ്ടായില്ല... എല്ലാ പരീക്ഷകളിലും അവന് മാർക്ക് കുറവായിരുന്നു. നഗരത്തിലെ പ്രമുഖ വിദ്യാലയത്തിലെ മുന്തിയ സിലബസ് പഠിക്കുന്ന കുട്ടിയാണ്. എല്ലാ സൗകര്യങ്ങളും ഉണ്ടായിപ്പോയതാണ് കാരണമെന്ന് അയാൾക്ക് പലപ്പോഴും തോന്നാറുണ്ടായിരുന്നു. ഭാര്യയുടെ ടെൻഷനും ഏകമകനായ അവൻ തന്നെയായിരുന്നു.

ഇന്ന് ഇപ്പോൾത്തന്നെ അവൾ അഞ്ച് പ്രാവശ്യത്തിൽ കൂടുതൽ തന്നെ വിളിച്ചിട്ടുണ്ട്. ഇന്നാണവന്റെ ക്ലാസ് ടെസ്റ്റ് റിസൽട്ട് വരുന്നത്. അതാലോചിച്ചാണ് ഇരുവർക്കും ടെൻഷൻ.

ഓഫീസ് വിട്ടിറങ്ങുന്നതിന്റെ തൊട്ടു മുൻപേ അവളുടെ അവസാന കോൾ വന്നു. വിചാരിച്ചതുപോലെ സംഭവിച്ചു. "പല വിഷയങ്ങൾക്കും അവൻ തോറ്റിരിക്കുന്നു."

"നീ ചൂരൽ എടുത്ത് വെയ് ഞാനിതാ എത്തി." ദേഷ്യം കൊണ്ട് വിറച്ച് അയാൾ അമറി. എത്രയും പെട്ടെന്ന് വീട്ടിലെത്താനായി അയാൾ കാറിൽ കയറി. അവനെ കൊല്ലാനുള്ള ദേഷ്യവുമായിട്ടാണ് അയാൾ വരുന്നത്. വരുന്ന വഴി കാർ സിഗ്നലിൽ കുടുങ്ങി.

120 സെക്കന്റ്.

അയാൾ അക്ഷമനായി പുറത്തേക്ക് നോക്കിയിരുന്നു.

വഴിയിൽ കണ്ട ഒരു കാഴ്ചയിൽ അയാളുടെ കണ്ണുടക്കി.

"ഒരു കാൽ നഷ്ടമായ ഒരാൾ തന്റെ കുഞ്ഞുമകളെ ചുമലിലിരുത്തി ഒരു ഊന്നുവടിയുടെ സഹായത്തോടെ നടന്നുപോകുന്ന കാഴ്ചയുടെ ചിത്രം."

ആ സമയം അയാൾ തന്റെ ഏക മകനെപ്പറ്റി ഓർത്തു.

"അവനെ താൻ തന്റെ കൂടെ നടത്തിയ ഒരു ചിത്രം അയാളുടെ മനസ്സിൽ പോലും ഇല്ലായിരുന്നു."

തന്റെയും കുടുംബത്തിന്റെയും അഭിമാനം ഉയർത്തിപ്പിടിക്കാൻ താൻ എപ്പോഴും അവനെ വഴക്കുപറയുകയായിരുന്നില്ലേ?

അവന്റെ കൂടെ ഇരിക്കാൻ ഇതുവരെ താൻ ശ്രമിച്ചില്ലല്ലോ? അവനെന്താണ് വേണ്ടതെന്ന് മനസ്സിലാക്കാൻ ഒരിക്കൽപ്പോലും ശ്രമിച്ചില്ലല്ലോ. ഹൃദയ വേദനയോടെ അയാൾ ഓർത്തു ആ നിമിഷം അയാൾ മനസ്സിലുറച്ചു.

ഒരു ബോസാവുകയല്ല അവന്റെ അച്ഛനാവുകയാണ് വേണ്ടത്.

ഗ്രീൻ സിഗ്നൽ വന്നു.

വീടിനു മുൻപിൽ ടെസ്റ്റ് റിസൽട്ടിന്റെ പേപ്പറും ചൂരലുമായി ഭാര്യ കാത്തുനില്ക്കുന്നു.

ചൂരൽ മേശപ്പുറത്തുവച്ച് അയാൾ ഭാര്യയേയും വിളിച്ചുകൊണ്ട് അവന്റെ മുറിയിലെത്തി.

അവരെ കണ്ടതും കിടക്കയിൽനിന്ന് എഴുന്നേറ്റ് അവൻ തല താഴ്ത്തി നിന്നു.

അയാൾ അവന്റെ കിടക്കയിൽ വന്നിരുന്ന് പതിയെ അവന്റെ കൈപിടിച്ചടുത്തിരുത്തി പതുക്കെ അവന്റെ തോളിൽ കൈയിട്ടുകൊണ്ട് പറഞ്ഞു.

"സാരമില്ല പരീക്ഷകൾ ഇനിയും വരും."

ഞാൻ നിന്നെ ഒരുപാട് വഴക്കു പറഞ്ഞിട്ടുണ്ട്, അതിൽ കൂടുതലും എന്റെയും കുടുംബത്തിന്റെയും അഭിമാനം മാത്രം നോക്കിയായിരുന്നു.

നിനക്കെന്താണ് വേണ്ടതെന്ന് നിന്റെ കൂടെ ഇരുന്ന് മനസ്സിലാക്കാൻ ഞാനിതുവരെ ശ്രമിച്ചിട്ടില്ല.

എന്റെ തെറ്റാണ്.

അച്ഛന്റെ സാന്നിദ്ധ്യം നീ ആഗ്രഹിക്കുന്നുണ്ടാകും എന്ന് ഞാൻ ചിന്തിച്ചതേയില്ല.

മോനേ, നിന്നെ പൂർണ്ണമായി മനസ്സിലാക്കാൻ ഞാൻ ശ്രമിക്കും,

ഞാൻ തന്നെയാണ് നിന്നെ പൂർണ്ണമായി അറിയേണ്ടയാൾ.

"ഞാനൊരു സത്യം പറയട്ടെ. എന്റെ ജീവിതത്തിലെ ഏറ്റവും പ്രധാനപ്പെട്ട വ്യക്തി നീയാണ്. നീ മാത്രമാണ്. ഞാൻ നിന്നെ വളരെയേറെ സ്നേഹിക്കുന്നു."

ആകെ അമ്പരന്നു പോയ ആ പയ്യൻ കൈകൾകൊണ്ട് മുഖം പൊത്തി നിയന്ത്രിക്കാനാവാത്ത വിധം പൊട്ടിക്കരഞ്ഞു പോയി.

അയാളും ഭാര്യയും അപ്പുറവും ഇപ്പുറവും ഇരുന്ന് അവനെ സമാധാനിപ്പിച്ചുകൊണ്ടിരുന്നു.

ഏങ്ങലടിച്ചുകൊണ്ടവൻ പറഞ്ഞു:

"അച്ഛനും അമ്മയ്ക്കും എന്നെ തീരെ ഇഷ്ടമില്ലാന്നും ഞാനൊരു ഭാരമാണെന്നും കരുതി, നിങ്ങളെ അവസാനമായി ഒന്നു കണ്ടുകൊണ്ട് ഇന്നു രാത്രി ആത്മഹത്യ ചെയ്യാനിരുന്നതാണ് ഞാൻ."

ആ വാക്കുകൾ നെഞ്ചു പിളർത്തിക്കൊണ്ടാണ് അവർക്കിരുവർക്കും ഉള്ളിലൂടെ കടന്നുപോയത്.

അച്ഛനവനെ നെഞ്ചോട് ചേർത്തുപിടിച്ച് പൊട്ടിക്കരയും നേരം അമ്മ അവന്റെ റിസൽട്ട് പേപ്പർ നുള്ളിക്കീറി വലിച്ചെറിഞ്ഞ് നിലത്തിരുന്നു പൊട്ടിക്കരഞ്ഞുപോയി. അവന് പറ്റുന്ന ചെറിയ തെറ്റുകൾക്ക് അവൻ മാത്രമല്ല ഉത്തരവാദി തങ്ങൾക്കൂടിയാണെന്ന കാര്യം അവർക്ക് ബോദ്ധ്യപ്പെട്ടപ്പോൾ അവരുടെ ജീവിതത്തിന്റെ പുതിയ ഒരു അദ്ധ്യായം അവിടെ തുടങ്ങുകയായിരുന്നു.

മക്കളുടെ വിദ്യാഭ്യാസത്തിലും റിസൽട്ടിലും അല്പം സ്വാധീനം ചെലുത്താൻ മാതാപിതാക്കൾക്ക് ആവുമെങ്കിലും തങ്ങൾക്ക് ആകാൻ പറ്റുന്നതിലേറ്റവും മികച്ച മാതാപിതാക്കളാകാൻ പ്രവൃത്തികളിലൂടെ ആത്മാർത്ഥമായി ശ്രമിച്ചാൽ ഏറ്റവും നല്ല മകൻ/മകൾ ആകാൻ കുട്ടികൾ അവരോട് പറയാതെതന്നെ ശ്രമിച്ചിരിക്കും. ഇത് ഒരുപാടു വീടുകളിൽ കണ്ടറിഞ്ഞതാണ്.

ഒരിക്കലും ഒരു മാറ്റവും വരുത്താനാകാത്ത എന്തിനെങ്കിലും വേണ്ടി നാം ഒരുനിമിഷം പോലും പാഴാക്കരുത്. നമുക്ക് സ്വാധീനമുള്ള മേഖലകളിൽ സ്വയം സമർപ്പിക്കുക. ദുർവ്യയങ്ങളിൽ ഏറ്റവും ഗുരുതരമായത് സമയം പാഴാക്കുന്നതാണ്. ജീവിതം മുഴുവനും നല്ല സമയങ്ങളും ധാരാളം അവസരങ്ങളും തനിക്ക് കിട്ടുമെന്ന് ഉറച്ച് വിശ്വസിക്കുക.

മുപ്പത്തി അഞ്ചാമത് അമേരിക്കൻ പ്രസിഡന്റായിരുന്ന ജോൺ എഫ് കെന്നഡി പറഞ്ഞത്, "രാഷ്ട്രം നിങ്ങൾക്ക് എന്തുനല്കി എന്നു ചോദിക്കുന്നതിനുപകരം രാഷ്ട്രത്തിന് നിങ്ങൾ എന്തുനല്കി എന്നു ചോദിക്കുക." മനസ്സാണ് നന്മയും തിന്മയും സൃഷ്ടിക്കുന്നത്. മറ്റുള്ളവരുടെ കാര്യങ്ങളിൽ അമിതമായ ശ്രദ്ധ അർപ്പിക്കാതെ സ്വന്തം കാര്യങ്ങൾക്ക് പ്രാധാന്യം നല്കുക. പതിനെട്ടാം നൂറ്റാണ്ടിലെ ബ്രിട്ടീഷ് കവി റോബർട്ട് ബ്രൗണിങ്ങിന്റെ അഭിപ്രായത്തിൽ, "ക്ഷമിക്കുന്നത് നല്ലതുതന്നെ പക്ഷേ, മറക്കുന്നതാണ് അതിലും നല്ലത്."

ഓരോ നിമിഷവും അർത്ഥപൂർണ്ണമായി ചെലവഴിച്ച് സംതൃപ്തി കണ്ടെത്തുക. നമ്മുടെ ജീവിതത്തിലെ അല്പമെങ്കിലും നിയന്ത്രണമുള്ള കാര്യങ്ങളിൽ മാത്രം ശ്രദ്ധ കൊടുക്കുക. ബാക്കിയുള്ളവയെ വിട്ടുപോകാൻ അനുവദിക്കുക. "എനിക്ക് ധാരാളം നല്കപ്പെട്ടിട്ടുണ്ട്. എനിക്ക് നിഷേധിക്കപ്പെട്ടതിനെ ഓർത്ത് വിലപിക്കാൻ ഒട്ടും നേരമില്ല." അന്ധയും ബധിരയുമായ ലോക പ്രശസ്ത എഴുത്തുകാരി ഹെലൻ കെല്ലറുടെ വാക്കുകളാണിവ. അസൂയയ്ക്കും കുശുമ്പിനുമായി നേരം കളയാതെ ഈ നിമിഷം ചെയ്യാൻ എന്തെങ്കിലും ബാക്കിയുണ്ടോ എന്ന് ശ്രദ്ധിക്കുക.

Affirmations (ദൃഢ പ്രതിജ്ഞാവാചകങ്ങൾ)

☞ എനിക്ക് സ്വാധീനം ഉള്ള മേഖലകളിൽ മാത്രം ശ്രദ്ധ കേന്ദ്രീകരിക്കാൻ കഴിയുന്നുണ്ട്.

- ☞ സ്വാധീനം കുറഞ്ഞ മേഖലകളിൽ ഞാൻ വലിയ പ്രാധാന്യം നല്കാറില്ല.
- ☞ ഞാൻ കൂടെയുണ്ട് എന്നത് മറ്റുള്ളവർക്ക് ഒരു വലിയ ധൈര്യമാണ്.
- ☞ എന്റെ ജീവിതത്തിൽ എനിക്ക് പൂർണ്ണനിയന്ത്രണമുണ്ട്.
- ☞ ഗാഢവും ശാന്തവുമായി എനിക്ക് ഉറങ്ങാൻ കഴിയുന്നുണ്ട്. സ്വസ്ഥതയോടെയും ഊർജ്ജസ്വലതയോടെയും ഉണരാനും കഴിയുന്നുണ്ട്.
- ☞ അത്ഭുതങ്ങളെ ഞാൻ എന്റെ ജീവിതത്തിലേക്ക് സ്വാഗതം ചെയ്യുന്നു.
- ☞ ഞാൻ ശക്തനും ചുറുചുറുക്കുള്ളവനുമാണ്. എനിക്ക് മാറ്റങ്ങളെ പെട്ടെന്ന് ഉൾക്കൊള്ളാൻ കഴിയുന്നുണ്ട്.

A man is as old as he feels

ചെറുപ്പമെന്നാൽ മനസ്സിന്റെ ഒരു അവസ്ഥയാണ്. നമുക്ക് മാന സികമായി 75 വയസ്സുള്ള ഒരു യുവാവും 25 വയസ്സുള്ള ഒരു വൃദ്ധനും ആകാൻ കഴിയും. എത്രത്തോളം ഉത്സാഹികളാണോ അത്രത്തോളം യുവത്വം നിലനിർത്താൻ കഴിയും. ചെറുപ്പം പുതിയ കാര്യങ്ങൾ തേടുന്നു ഒന്നിനും യാതൊരുവിധ അതൃപ്തിയുമില്ല.

പുതിയ സ്ഥലങ്ങൾ

പുതിയ സുഹൃത്തുക്കൾ

പുതിയ ശൈലികൾ

പുതിയ രുചികൾ

പുതിയ താല്പര്യങ്ങൾ തേടിക്കൊണ്ടിരിക്കും. അത് നമ്മളെ സാഹ സികനും ഉത്തേജിതനും ആക്കിത്തീർക്കും. അമേരിക്കൻ ധനശാസ്ത്ര വിദഗ്ദ്ധനായ ബർണാർഡ് ബറൂച്ച് ഒരു പ്രഭാഷണത്തിൽ അവതരിപ്പിച്ച സമവാക്യം.

"വാർദ്ധക്യം = എന്റെ പ്രായം + 15 വയസ്സ്"

നമ്മുടെ സുരക്ഷിത മേഖലകളിൽ (പരിചിതമായ കാര്യങ്ങൾ, അറി യാവുന്ന സ്ഥലങ്ങൾ, ഇഷ്ടപ്പെട്ട പ്രവൃത്തികൾ, ഭാഷ) ഒതുങ്ങി കൂടാതെ ചെയ്യാൻ ഭയക്കുന്ന കാര്യങ്ങൾ, അപരിചിതങ്ങളായ സ്ഥലങ്ങളിലൂടെ യുള്ള യാത്ര, വലിയ സദസ്സിനോടുള്ള പ്രസംഗം, പുതിയ സൗഹൃദങ്ങ ളുടെ രൂപീകരണം, ബുദ്ധിമുട്ടേറിയ കാര്യങ്ങൾ എന്നിവയിലൂടെ കട ന്നുപോയെങ്കിൽ മാത്രമേ നിങ്ങളുടെ കഴിവിന്റെ പാരമ്യം മനസ്സിലാക്കാൻ പറ്റുകയുള്ളൂ. ഭീതി ഒരിക്കലും നമ്മുടെ തീരുമാനങ്ങളെ സ്വാധീനിക്ക രുത്. നമ്മുടെ കംഫർട്ട് സോണിലെ സുഖവും സുരക്ഷിതത്വവും സംതൃ പ്തിയും വെടിഞ്ഞ്, വെല്ലുവിളികൾ നേരിടാനും, പേടിക്കാനും, ഉത്തേ

ജിതനാകാനും സന്നദ്ധനാവണം. അനുഭവങ്ങൾ വളർന്നില്ലെങ്കിൽ നമുക്ക് പാകതയോടെ വളരാൻ കഴിയില്ല. അതിനാൽ അല്പം റിസ്ക്കെടുക്കാൻ തയ്യാറാകുക.

ഉപയോഗമില്ലാത്തതും ഭംഗിയില്ലാത്തതുമായ യാതൊന്നും നമ്മുടെ വീട്ടിൽ സൂക്ഷിക്കരുത്. നാം ജോലി ചെയ്യുന്ന മേശപ്പുറവും എപ്പോഴും ഭംഗിയുള്ളതായിരിക്കണം. നല്ല ഒരു ശുദ്ധീകരണം വഴി നമുക്ക് ഉന്മേഷവും ഉത്സാഹവും ലഭിക്കും. 26-ാ മത് അമേരിക്കൻ പ്രസിഡന്റായിരുന്ന തിയോഡർ റൂസ്വെൽറ്റ് (1858 - 1919) ഒരു പ്രഭാഷണത്തിൽ പറഞ്ഞത്, "ഒരിക്കലും തെറ്റ് ചെയ്യാത്തവൻ ഒന്നും ചെയ്യാത്തവനാണ്." അമേരിക്കൻ ഗ്രന്ഥകാരനായിരുന്ന എമേഴ്സണിന്റെ (1803-1882) അഭിപ്രായം, "ആരോഗ്യമാണ് യഥാർത്ഥ ധനം" എന്നാണ്. ബ്രിട്ടീഷ് എഴുത്തുകാരനായ ജോൺ റസ്കിന്റെ (1819-1900) വാക്കുകൾ. "രോഗത്തെ ചികിത്സിക്കാതെ ആരോഗ്യം വളർത്തു," ഈ വാക്കുകളെല്ലാം ആരോഗ്യ സംരക്ഷണത്തെക്കുറിച്ചും പ്രവൃത്തികളുടെ മഹത്വത്തെക്കുറിച്ചും നമ്മെ അറിയിക്കുന്നു. ലോകത്തിലെ ഏറ്റവും വലിയ യുവജനപ്രസ്ഥാനങ്ങളിൽ ഒന്നായ സ്കൗട്ടിന്റെ സ്ഥാപകൻ ബേഡൽ പൗവ്വലിന്റെ വാക്കുകൾ, "ഒരിക്കലും തെറ്റ് ചെയ്തിട്ടില്ലാത്ത മനുഷ്യൻ ഒന്നും തന്നെ ചെയ്തിട്ടില്ല. തെറ്റുകളിലൂടെയും കുറ്റങ്ങളിലൂടെയും ആണ് വിജയത്തിലെത്തുന്നത്."

ഏവർക്കും മാതൃകയാക്കാനാവുന്ന ഒരു സാമൂഹ്യജീവിയായി മാറാൻ നാം കഠിനമായി ആഗ്രഹിക്കണം. ഈ ഐ റ്റി യുഗത്തിലെ കമ്പ്യൂട്ടർ ലാംഗേജുകളുടെ ഒരു പ്രത്യേകതയാണ് Bottam up approach Eg: C++, Java Computer application നുകളിൽ വളരെയധികം ഗുണം ചെയ്യുന്ന ഒരു ശൈലി ആണിത്. കൃത്യവും മനോഹരവുമായ ഒരു Result ൽനിന്നും പിന്നോട്ട് നടന്ന് Question ൽ എത്തുന്ന രീതി. ഇത് നമ്മുടെ വ്യക്തിജീവിതത്തിലും പ്രായോഗികമാക്കാവുന്നതേ ഉള്ളൂ. അതായത് കണ്ണുകൾ അടച്ച് സങ്കല്പിക്കാവുന്നത്ര മനോഹരമായ ഒരന്ത്യം സ്വപ്നം കാണുക. എന്നിട്ട് ഈ ദിനം വരെ തിരികെ സഞ്ചരിക്കുക. അപ്പോൾ ഇനിയുള്ള ദിവസങ്ങളിലെ ഓരോ നിമിഷവും എങ്ങനെ ചെലവഴിക്കണം എന്ന് ബുദ്ധിപരമായ തീരുമാനങ്ങൾ എടുക്കാൻ നിങ്ങളെ സഹായിക്കും.

അന്താരാഷ്ട്രതലത്തിൽ അംഗീകാരം നേടിയിട്ടുള്ള ലീഡർഷിപ്പ് എക്സ്പെർട്ട് സ്റ്റീഫൻ ആർ കോവെ, തന്റെ *7 ഹാബിറ്റ്സ് ഓഫ് ഹൈലി ഇഫക്ടീവ് പീപ്പിൾ* എന്ന പുസ്തകത്തിൽ സംഭവിക്കാനിടയുള്ള ഒരു മനോഹരകഥ വിവരിക്കുന്നുണ്ട്. "അവസാനം മുന്നിൽ കണ്ടുകൊണ്ട് ആരംഭിക്കുക" എന്ന തലക്കെട്ടോടുകൂടിയ ആ കഥയിൽ സ്വന്തം ശവ സംസ്കാര ചടങ്ങ് മനക്കണ്ണുകൊണ്ട് കാണാൻ നമ്മെ പ്രേരിപ്പിക്കും. ആ ചടങ്ങ് നടക്കുന്ന ദിനത്തിൽ നമ്മെപ്പറ്റി നമ്മുടെ സ്നേഹിതൻ, അകന്ന ഒരു ബന്ധു, ഒരു സാമൂഹ്യ പ്രവർത്തകൻ, നമ്മുടെ തൊഴിലുമായി ബന്ധപ്പെട്ട ആൾ എന്നിങ്ങനെയുള്ളവർ എന്തായിരിക്കും നമ്മെ

പറ്റി പറയുക എന്ന് ചിന്തിക്കാൻ പ്രേരിപ്പിക്കുന്നുണ്ട്. ആർക്കും പറയാൻ കൂടുതലൊന്നും അവശേഷിപ്പിച്ചിട്ടില്ലെങ്കിലും ഇനിയുള്ള ജീവിതമെങ്കിലും അതിനൊക്കെയായി മാറ്റിവെക്കാൻ അദ്ദേഹം നമ്മെ ഓർമ്മപ്പെടുത്തുന്നുണ്ട്.

ഞാൻ എനിക്കുവേണ്ടിയും കുടുംബത്തിന് വേണ്ടിയും സമൂഹത്തിന് വേണ്ടിയും രാഷ്ട്രത്തിന് വേണ്ടിയും മാനവരാശിക്ക് വേണ്ടിയും ജീവിക്കുന്നു എന്ന് ഉറച്ച് വിശ്വസിക്കുക.

Affirmations (ദൃഢ പ്രതിജ്ഞാവാചകങ്ങൾ)

- ഞാൻ ഊർജ്ജസ്വലനായ ചെറുപ്പക്കാരനാണ്.
- സ്വയം മനസ്സിലാക്കിയതിൽ കൂടുതൽ ശക്തിയുള്ളവനാണ് ഞാൻ.
- എനിക്ക് മറ്റുള്ളവരെ സഹായിക്കുന്നതിൽ സന്തോഷം കണ്ടെത്താൻ കഴിയുന്നുണ്ട്.
- ചെറുപ്പം നിലനിർത്താൻ കഴിയുന്നുണ്ട്.
- മുന്നോട്ട് പോകാൻ കഴിയുന്നതിൽ ഞാൻ സന്തോഷിക്കുന്നു.
- മറ്റുള്ളവരെ സഹായിക്കാനും അവരുടെ ജീവിത വൈഷമ്യങ്ങൾ കുറയ്ക്കാനുമാണ് ഞാൻ ജീവിക്കുന്നത്.
- കൂടെയുള്ളവർക്ക് ഊർജ്ജം പകരാൻ എനിക്ക് കഴിയുന്നുണ്ട്.

ഓർത്ത് ദുഃഖിക്കാതെ എല്ലാം മറന്ന് ചിരിക്കാം

നർമ്മബോധമുണ്ടെങ്കിൽ ജീവിതത്തിലെ പല അസ്വസ്ഥതകളെയും ഫലപ്രദമായി പ്രതിരോധിക്കാൻ കഴിയും. ഹൃദ്യമായ ചിരി നമുക്ക് ധാരാളം സുഹൃത്തുക്കളെ നേടിത്തരും. എപ്പോഴും ചുണ്ടിൽ ഒരു പുഞ്ചിരിയുമായി നടക്കുന്നവന് എവിടെ ചെന്നാലും അംഗീകാരം നേടാൻ കഴിയും. നല്ല ഒരു ചിരി ചിരിച്ചാൽ രക്തസമ്മർദ്ദം 10mm മുതൽ 20mm വരെ താഴുന്നത് അമിത രക്തസമ്മർദ്ദം ഉള്ളവർക്ക് പലപ്പോഴും അനുഗ്രഹമാകാറുണ്ട്. ചിരിക്കുന്നതുമൂലം കൂടുതൽ പ്രാണവായു ശ്വാസകോശത്തിലേക്ക് കടന്നുചെല്ലുന്നു. അത് ഹൃദയത്തിന്റെയും തലച്ചോറിന്റെയും പ്രവർത്തനം കൂടുതൽ ഊർജ്ജസ്വലമാക്കും. ചിരി മസ്തിഷ്ക കോശങ്ങളിൽ എൻഡോർഫിൻ എന്ന ഹോർമോൺ ഉല്പാദിപ്പിക്കും. ഇത് തലച്ചോറിന്റെ പ്രവർത്തനം നല്ല രീതിയിൽ കാത്തുരക്ഷിക്കും.

ഫ്രഞ്ച് തത്ത്വചിന്തകനായ ആൽബർട്ട് കാമൂ (1913 - 1960) പറഞ്ഞത് "സന്തുഷ്ടരാവണമെങ്കിൽ മറ്റുള്ളവരെക്കുറിച്ച് അധികം ചിന്തിക്കരുത്" എന്നാണ് ചുറ്റുമുള്ളവരുമായി താരതമ്യം ചെയ്തുനോക്കുമ്പോഴാണ് പലപ്പോഴും നമ്മുടെ മുഖത്തെ പുഞ്ചിരി മായുന്നത്. പ്രശസ്ത ബ്രിട്ടീഷ് എഴുത്തുകാരനായ ഡേവിഡ് തോംസൺ ഒരു പ്രഭാഷണത്തിൽ പറഞ്ഞത്, "ഒരു വിഡ്ഢിയെ കാണാതെ കഴിയാനാണ് നിങ്ങൾ ആഗ്രഹിക്കുന്നത് എങ്കിൽ നിങ്ങളുടെ നിലക്കണ്ണാടി പൊട്ടിച്ചുകളയുക" എന്നാണ്. ജീവിതത്തിൽ സംഭവിക്കുന്ന കാര്യങ്ങളെ അല്പം നർമ്മത്തോടെ നോക്കിക്കാണണം. നിങ്ങൾ കാണിക്കുന്ന മണ്ടത്തരങ്ങളെ ഓർത്ത് നിങ്ങൾക്ക് നേരെ ചിരിക്കുന്നത് ഇരട്ടി പോസിറ്റീവ് സമീപനം നല്കും. ഭാരതത്തിലെ ആത്മീയാചാര്യന്മാരിൽ പ്രമുഖനായ ചട്ടമ്പിസ്വാമികൾ അഭിപ്രായപ്പെട്ടത്, "നാം ശീലങ്ങൾ ആദ്യം ഉണ്ടാക്കുന്നു, പിന്നീട്

ശീലങ്ങൾ നമ്മെ രൂപപ്പെടുത്തുന്നു." നർമ്മബോധം എന്ന ശീലം നമ്മുടെ മുഖമുദ്രയായി കൊണ്ടുനടക്കുന്നതാണ് നല്ലത്. ചിരിക്കാനും സന്തോഷിപ്പിക്കാനും കിട്ടുന്ന ഒരവസരവും പാഴാക്കരുത്.

ഒരു സംഭവകഥയിൽ പുഞ്ചിരിയുടെ ശക്തി ഇപ്രകാരം വിവരിക്കുന്നു. നൃത്തം ചെയ്യുമ്പോഴായിരുന്നു അവൾ ഏറ്റവും കൂടുതൽ സന്തോഷിച്ചിരുന്നത്. ഒരു തൊഴിൽ എന്നതിലുപരി ശില്പയുടെ ഹോബിയായിരുന്നു നൃത്തം.

പക്ഷേ, അവളുടെ സന്തോഷത്തിന് ആയുസ്സ് കുറവായിരുന്നു. ചെറിയ വയറുവേദനയോടെയായിരുന്നു തുടക്കം. രോഗം മാറാതെ വന്നപ്പോൾ ഡോക്ടർ പെറ്റ്സ് സ്കാൻ ടെസ്റ്റിന് വിധേയയാക്കി. റിസൽട്ട് അവളെ പൂർണ്ണമായി തകർക്കുന്നതായിരുന്നു. റേഡിയേഷനും കീമോതെറാപ്പിയും അവളുടെ സ്വകാര്യ അഹങ്കാരമായിരുന്ന സൗന്ദര്യം ശരീരത്തുനിന്നും തുടച്ചുനീക്കി. പക്ഷേ, മരുന്നുകൾക്കും പരിമിതികൾ ഉണ്ടായിരുന്നു. അവൾ വീട്ടിലേക്ക് മാറ്റപ്പെട്ടു. വേദനയും ദുഃഖവും അവളെ കാർന്ന് തിന്നുകൊണ്ടിരുന്നു. പ്രതിബിംബം കണ്ണാടിയിൽ കണ്ട് അവൾ ഞെട്ടിപ്പോയി. അതീവ സുന്ദരിയായിരുന്ന നർത്തകിയായ താൻ ഒരു വിരൂപയായി മാറിക്കഴിഞ്ഞിരുന്നു. ദുഃഖത്തോടെ മരണത്തിലേക്ക് നടന്നടുക്കുക മാത്രമേ അവൾക്ക് ചെയ്യാനുണ്ടായിരുന്നുള്ളൂ. കണ്ണാടിയിലെ പ്രതിബിംബത്തെ സൂക്ഷിച്ചുനോക്കി. കണ്ണുകളിലേക്ക് കുറേ സമയം നോക്കിയിരുന്നു. "താനെന്തിന് ദുഃഖത്തോടെ മരിക്കണം, സന്തോഷത്തോടെയും മരിക്കാമല്ലോ" അവൾ ചിന്തിച്ചു.

തനിക്ക് ഏറ്റവും സന്തോഷം തന്നിട്ടുള്ള നൃത്തം പുനരാരംഭിക്കാം എന്നവൾ തീരുമാനിച്ചു. വിറയാർന്ന കൈകളോടെ അവൾ ചിലങ്ക കൈയിലെടുത്തു. അവൾക്ക് ഏറ്റവും ഇഷ്ടപ്പെട്ട മഹിഷാസുരമർദ്ദിനി എന്ന ദേവതാ സങ്കല്പത്തിലുള്ള നൃത്തം ചെയ്യാം എന്നുറച്ചു. അവൾ ദേവതയായും വധിക്കാനുള്ള മഹിഷാസുരനായി അവളുടെ രോഗത്തെയും സങ്കല്പിച്ചു നിലക്കണ്ണാടിയുടെ മുന്നിൽ നൃത്തം തുടങ്ങി. ആത്മസംതൃപ്തിയോടെ മഹിഷാസുരനെ വധിച്ചു.

കണ്ണാടിയിൽ നോക്കി പുഞ്ചിരിച്ചു, പതുക്കെ പതുക്കെ പൊട്ടിച്ചിരിച്ചു. ഇത് ഒരു ശീലമായി തുടരാൻ അവൾ തീരുമാനിച്ചു. നൃത്തം ആസ്വദിക്കാൻ തുടങ്ങി, സന്തോഷവും പുഞ്ചിരിയും അവളിൽ തിരിച്ചുവന്നു.

അവളുടെ ശരീരകലകളിലെ മാറ്റം കണ്ട് ഡോക്ടർമാർ അമ്പരന്നു. അവളുടെ സന്തോഷവും ചിരിയും ഹോബിയും അവളിൽ ആരോഗ്യം തിരികെ കൊണ്ടുവരാൻ തുടങ്ങിയിരുന്നു. ഡോക്ടർമാർ പഠനം നടത്തിയപ്പോൾ സ്വാഭാവിക വേദനസംഹാരി ഹോർമോണായ എൻഡോർഫിൻ, ചെറുപ്പം നിലനിർത്തുന്ന മെലാറ്റോനിൻ, ഓക്സിടോക്സിൻ, ഉറക്കത്തെ സഹായിക്കുന്ന സെറോറ്റോനിൻ, രോഗപ്രതിരോധശേഷിയുള്ള അഡ്രിനാലിൻ എന്നിവയുടെ അളവ് കൂടിയിരിക്കുന്നത് കണ്ടെത്താനായി.

സന്തോഷത്തോടെ മരിക്കാം എന്ന അവളുടെ തീരുമാനം കാരണം

ദൈവത്തിന് മാത്രം ചെയ്യാൻ കഴിയുന്ന അത്ഭുതം അവളിൽ കൊണ്ടു വന്നു. പുഞ്ചിരിച്ചുകൊണ്ട്, സന്തോഷത്തോടെ അവൾ അസുഖത്തെ കടന്നാക്രമിച്ചു. ഒരു വർഷത്തിനുള്ളിൽ അവൾ നൃത്തവേദിയിൽ തിരി ച്ചെത്തി.

നന്നായി ചിരിക്കാത്തവരെ അപേക്ഷിച്ച് ചിരിക്കുന്നവന് ആയുസ്സു കൂടും. ചിരിക്കാനും ചിരിപ്പിക്കാനും കഴിയുന്നത് ഒരു ചെറിയ കാര്യമല്ല, ഉള്ളിൽ നന്മയുള്ളവർക്കേ അത് കഴിയൂ. സഹജീവികളെ വേദനിപ്പിക്കുന്ന നർമ്മബോധം ഒഴിവാക്കണം. പരിഹാസവും നിന്ദയും നിങ്ങൾ മറ്റുള്ള വരിൽനിന്ന് അകലാനേ സഹായിക്കൂ.

ഒരു പഠന പ്രകാരം നാലുവയസ്സുള്ള ശിശു ദിവസത്തിൽ 300 തവണ ചിരിക്കുമ്പോൾ ശരാശരി മുതിർന്നവർ ചിരിക്കുന്നത് 15 മുതൽ 20 തവണ വരെ മാത്രമാണ്. ദിവസേനയുള്ള ചിരി വികാരങ്ങളെ ഉത്തേജിപ്പിക്കു ന്നു. പലതരം രോഗങ്ങളും ചിരി കൊണ്ട് ചികിത്സിച്ച് ഭേദപ്പെടുത്താം. മനഃശാസ്ത്രജ്ഞനായ വില്യം ജെയിംസ് നിരീക്ഷിച്ചത്, “നമ്മൾ സന്തോ ഷിക്കുന്നതു കൊണ്ടല്ല ചിരിക്കുന്നത്, ചിരിക്കുന്നത് കൊണ്ടാണ് നമ്മൾ സന്തോഷിക്കുന്നത്” എന്നാണ്. പ്രായമാകുന്നവരിലെ ഓർമ്മക്കുറവ് പരി ഹരിക്കാൻ ചിരി സഹായിക്കും. അതിനാൽ നന്നായി ചിരിക്കുക, പറ്റു മെങ്കിൽ പൊട്ടിച്ചിരിക്കുക, ജീവിതത്തിൽ സംഭവിക്കുന്ന ഓരോ ചെറിയ ചെറിയ കാര്യങ്ങളിലും ചിരി കണ്ടെത്താൻ ശ്രമിക്കുക, ഓർത്തുചിരി ക്കുകയും ചെയ്യുക.

Affirmations (ദൃഢ പ്രതിജ്ഞാവാചകങ്ങൾ)

- ☞ ഇന്ന് ഞാൻ കൂടുതൽ ചിരിക്കുന്നുണ്ട് പൊട്ടിച്ചിരിക്കുന്നുണ്ട്.
- ☞ ചിരിക്കുന്നതിനെ ഞാൻ ഇഷ്ടപ്പെടുന്നു.
- ☞ എനിക്ക് മറ്റുള്ളവരെ ചിരിപ്പിക്കാൻ കഴിയുന്നുണ്ട്.
- ☞ ദൈവം മനുഷ്യനു നല്കിയ അനുഗ്രഹമാണ് ചിരി, അത് കൂടു തൽക്കൂടുതൽ ആസ്വദിക്കാനാവുന്നുണ്ട്.
- ☞ ആയാസരഹിതമായി ചിരിക്കാൻ എനിക്ക് പറ്റുന്നുണ്ട്.
- ☞ ജീവിതത്തിലെ ചെറിയ കാര്യങ്ങളിൽ പോലും പുഞ്ചിരി കണ്ടെ ത്താൻ ഞാൻ ശ്രമിക്കുന്നുണ്ട്.
- ☞ ഞാൻ എപ്പോഴും ചിരിക്കുകയും സന്തോഷിക്കുകയും ചെയ്യുന്നുണ്ട്.
- ☞ മാറ്റങ്ങൾ ഉണ്ടാക്കാനുള്ള ശക്തി എന്നിലടങ്ങിയിട്ടുണ്ട്.

യാചകന് തെരഞ്ഞെടുക്കാനവകാശമില്ല

മനുഷ്യമനസ്സ് ഒരു സൂപ്പർമാർക്കറ്റിന് സമാനമാണ്. നമുക്ക് ആവശ്യമുള്ളതും ഇല്ലാത്തതുമായ ഒട്ടനവധി കാര്യങ്ങൾ അവിടെ കാണും. നമുക്കാവശ്യമായ കാര്യങ്ങൾ തെരഞ്ഞെടുക്കാനുള്ള അവകാശം നമുക്കുണ്ട്, നമ്മൾ യാചകരല്ലെങ്കിൽ. യാചകർക്ക് തെരഞ്ഞെടുക്കാനവകാശമില്ല. തന്റെ ഭിക്ഷാപാത്രത്തിൽ ലഭിക്കുന്ന കാര്യങ്ങൾ അതേപടി അവർ സ്വീകരിക്കും. സ്വാമി വിവേകാനന്ദന്റെ വാക്കുകളിൽ, "നാം കർമ്മം ചെയ്യുന്നത് യജമാനനെപ്പോലെ ആയിരിക്കണം. അടിമയെപ്പോലെ ആയിരിക്കരുത്." പതിനേഴാം നൂറ്റാണ്ടിൽ ജീവിച്ചിരുന്ന ബ്രിട്ടീഷ് എഴുത്തുകാരനായ ചെസ്റ്റർ ഫീൽഡിന്റെ അഭിപ്രായത്തിൽ, "ദുർബ്ബലമായ മനസ്സ് ഭൂതക്കണ്ണാടി പോലെയാണ്, ചെറിയ കാര്യങ്ങൾ അതിൽ പതിയുകയുമില്ല." മനസ്സിലേക്ക് വരുന്ന ചിന്തകളിൽ അല്പം സെലക്ടീവാകുക എന്നതാണ് അദ്ദേഹം ഈ വാക്കുകൾ കൊണ്ടുദ്ദേശിച്ചത്.

ലോക പ്രശസ്ത ബ്രിട്ടീഷ് പ്രാസംഗികനും രാഷ്ട്രീയ തത്ത്വചിന്തകനും ആയ ജോർജ്ജ് ബെർണാഡ്ഷാ (1856 - 1950) അഭിപ്രായപ്പെട്ടത് "ദോഷങ്ങളിൽനിന്ന് വിട്ടുനില്ക്കുന്നതിലല്ല ദോഷങ്ങൾ ചിന്തിക്കാതിരിക്കുന്നതിലാണ് സ്വഭാവശുദ്ധിയുള്ളത്" ചിന്തകൾ നവീകരിച്ചാൽ ശരീരം നവീകരിക്കപ്പെടും. ചൈനീസ് എഴുത്തുകാരനായ കൺഫ്യൂഷസ് അഭിപ്രായപ്പെട്ടത്, "മനുഷ്യന്റെ മഹത്വം മനസ്സിന്റെ മഹത്വമാണ്." മനുഷ്യൻ ആരാണ് എന്നുള്ളത് അവന്റെ മനസ്സിലേക്ക് വരുന്ന, അവന്റെ ശ്രദ്ധയിൽ പതിയുന്ന ചിന്തകളെ ആശ്രയിച്ചിരിക്കും. ഗ്രീക്ക് തത്ത്വചിന്തകനായ പ്ലേറ്റോ പറഞ്ഞത്, "ആത്മാവുമായുള്ള സംവാദമാണ് ചിന്ത" നമ്മൾ എവിടെ കേന്ദ്രീകരിക്കുന്നുവോ അതാണ് നമ്മൾ.

ഉജ്ജ്വലമായി ചിന്തിക്കാനും മനസ്സിനെ എപ്പോഴും നിയന്ത്രണവിധേയമാക്കാനും കഴിവുള്ളവരാകുക

"മികച്ച നേട്ടങ്ങൾ കൈവരിക്കുന്നവർ ഫലപ്രദമല്ലാത്തതും ആപല്ക്കരവുമായ ചിന്തകളിൽ സമയം പാഴാക്കുന്നില്ല. അവർ നിർമ്മാണാത്മകമായി ചിന്തിക്കുകയും ആ ചിന്താരീതിയാണ് അവരുടെ വിജയത്തിന് ഉത്തരവാദി എന്നു മനസ്സിലാക്കുകയും ചെയ്യുന്നു." അമേരിക്കൻ ശാസ്ത്രജ്ഞനായ ഡോ. സീമോർ - ന്റെ വാക്കുകളാണിവ.

ഊർജ്ജസ്വലമായ ചിന്തയില്ലെങ്കിൽ ആരും ജീവിതത്തിൽ ഒരിടത്തും എത്തിച്ചേരുകയില്ല. ജീവിതത്തിൽ ഏറ്റവും അധികം നേടാവുന്നത് നമുക്ക് മുന്നിലുള്ള എല്ലാ സാദ്ധ്യതകളും തുറന്നിടുമ്പോഴാണ്. നമ്മിൽ രൂപപ്പെടുന്ന ചിന്തകളെ പൂർണ്ണമായും നിയന്ത്രിക്കാൻ നമുക്ക് കഴിവുണ്ട്. ഏത് ചിന്തയാണ് ഇപ്പോൾ മനസ്സിൽ നില്ക്കേണ്ടതെന്ന് ഒരാൾക്ക് തീരുമാനിക്കാൻ കഴിയും. ഒരു കൊച്ചുകുട്ടിയോടെന്നപോലെ നമുക്ക് നമ്മുടെ മനസ്സിനെ ഉപദേശിക്കാം. മനസ്സ് ഈ ഉപദേശം കേൾക്കും അതനുസരിച്ച് പ്രവർത്തിക്കുകയും ചെയ്യും.

സ്വന്തം മനസ്സിന്റെ വെണ്ണക്കൽ കൊട്ടാരത്തിലേക്ക് നുഴഞ്ഞ് കയറിയ ദുർബ്ബല ചിന്തകളോട് ശക്തമായി പോരാടുക; വേണ്ടാത്തവയെന്ന് കാണുമ്പോൾ അവ സ്വാഗതം കിട്ടാത്ത സന്ദർശകരെപ്പോലെ നാണം കെട്ട് പിൻവാങ്ങിക്കൊള്ളും.

ഒരു ശരാശരി വ്യക്തി ഒരു ദിവസം മനസ്സിലൂടെ 60000 ഓളം ചിന്തകളെ കടത്തിവിടും. പക്ഷേ, അതിൽ 90% വും തലേദിവസം അവർ ചിന്തിച്ച അതേ അനാവശ്യകാര്യങ്ങളായിരിക്കും. കഴിഞ്ഞ കാലത്തിന്റെ തടവുകാരനായി ജീവിക്കാതിരിക്കാൻ പരമാവധി ശ്രമിക്കുന്നതിലൂടെ ആഘോഷപൂർണ്ണമായ ഒരു ജീവിതത്തിന്റെ അവകാശിയാകാൻ കഴിയും.

നമ്മിൽ രൂപപ്പെടുന്ന ചിന്തകൾ ഒരിക്കലും മാറ്റാനാകാത്ത വിധം ഉറച്ചതാണെങ്കിൽ നാം ജീവിതത്തിൽ പരാജയപ്പെടും. ജീവിതവും ചിന്തകളും എപ്പോഴും അല്പം വഴക്കമുള്ളതായിരിക്കണം. നമ്മെക്കാൾ ജീവിതപരിചയം ഉള്ള, ഒട്ടനവധി വിജയങ്ങൾ കൈവരിച്ചിട്ടുള്ള, സ്വന്തം ഉത്തരവാദിത്വങ്ങൾ ആസ്വദിച്ചു കഴിയുന്ന ആളുകളുടെ അഭിപ്രായങ്ങൾ മാനിക്കുക വഴി നമുക്കും അഭിവൃദ്ധിപ്പെടാനാകും. നിങ്ങൾ സ്വന്തം നിലപാടുകളിൽ മാത്രം ഉറച്ചുനില്ക്കാത്ത അല്പം വഴങ്ങുന്നയാളായാൽ ഒട്ടനവധി തമാശകൾ ആസ്വദിക്കാനാകും. ജീവിതത്തെ സാഹസികതയുടെ ഒരു പരമ്പരയായി കാണാൻ കഴിയണം. ഇത് പഠിക്കാനും നമ്മുടെ ലോകത്തെ കണ്ടെത്താനും അനുഭവങ്ങളും സൗഹൃദങ്ങളും വിശാലമാക്കാനും സഹായിക്കുന്നു.

ഒരാൾക്ക് ഉയരുന്നതിന് ധനമോ, വിദ്യാഭ്യാസനിലവാരമോ, കുലമഹിമയോ, ബന്ധങ്ങളോ ഒന്നും പ്രശ്നമല്ല. ഉയരാനുള്ള ആഗ്രഹവും ചിന്തകളും ചെറുപ്പത്തിലേ ഉണ്ടാക്കിയെടുക്കുകയും അത് എപ്പോഴും

മനസ്സിൽ നിലനിർത്തുകയും ചെയ്താൽ മതി. ഉണർന്നിരിക്കുന്ന അവസരങ്ങളിലെല്ലാം ലക്ഷ്യോന്മുഖമായ കർമ്മങ്ങളിൽ മാത്രമായിരിക്കണം ഒരാളുടെ ചിന്തകൾ. അലക്ഷ്യമായി മനസ്സിനെ ചിന്തിക്കാൻ വിട്ടാൽ നാം അതിന് വലിയ വില കൊടുക്കേണ്ടി വരും. ഒന്നും ചെയ്യാനില്ലാത്തവന്റെ മനസ്സ് ചെകുത്താന്റെ പണിപ്പുരയാണെന്ന് നമുക്കറിയാം. അതിനാൽ വിശ്രമം എന്നൊന്നില്ല. ലക്ഷ്യത്തിലേക്കുള്ള നിതാന്ത പരിശ്രമമാണ് യഥാർത്ഥ വിശ്രമം.

ചിന്തകളെ നിയന്ത്രിക്കാൻ ഒട്ടനവധി മാർഗ്ഗങ്ങളുണ്ട്. അനാവശ്യ ചിന്തകളോട് പോകാൻ പറഞ്ഞാൽ പോകും. ഇഷ്ടമുള്ളവയെ തൽസ്ഥാനത്ത് പ്രതിഷ്ഠിക്കാം. അറിഞ്ഞുകൊണ്ട് കുറച്ചുകാലം അനാവശ്യചിന്തകളെ അകറ്റി നിർത്തിയാൽ നമ്മുടെ മനസ്സിൽ നന്മ നിറഞ്ഞ ചിന്തകൾ മാത്രമേ നിലനില്ക്കൂ. നമുക്കെല്ലാം ഏറ്റവും കൂടുതൽ ഇഷ്ടമുള്ള ചിന്തകളിലൊന്നാണ്: “ഞാൻ ജയിക്കാനായി ജനിച്ചവനാണ്. എനിക്ക് വലിയ ലക്ഷ്യങ്ങളും ഉയർന്ന ആത്മവിശ്വാസവും ഉണ്ട്. അതുല്യമായ എന്റെ കഴിവുകളിൽ ഞാൻ പൂർണ്ണമായി വിശ്വസിക്കുന്നു ഈശ്വരാനുഗ്രഹം എനിക്കൊപ്പമുണ്ട്. എനിക്ക് നേടാൻ കഴിയും.” ഈ ചിന്ത മനസ്സിലുറപ്പിക്കുക. ഈശ്വരൻ കൂടെയുണ്ടെന്ന ഉറപ്പുണ്ടെങ്കിൽ പിന്നെ നിങ്ങളെ ലക്ഷ്യത്തിൽനിന്നും വ്യതിചലിപ്പിക്കാൻ ഒരു ശക്തിക്കും സാദ്ധ്യമല്ല.

സംഘർഷപൂരിതമായ മനസ്സിനെ നിയന്ത്രിക്കുവാനുള്ള മറ്റൊരു ഫലപ്രദമായ മാർഗ്ഗമാണ് ചിന്തകളെ സൂക്ഷ്മമായി നിരീക്ഷിക്കുക എന്നുള്ളത്. സ്വന്തം ചിന്തകളെ മറ്റൊരാളായി മാറിനിന്ന് ശ്രദ്ധിക്കാൻ കഴിയണം. അല്പസമയത്തിനകം നമ്മുടെ മനസ്സിന് അത്ഭുതകരമായ ഒരു ശാന്തി അനുഭവപ്പെടുന്നതായി കാണാൻ കഴിയും.

ഈ Computer യുഗത്തിൽ നമ്മുടെ മനോമണ്ഡലത്തെ നമ്മുടെ Personal Computer - ന്റെ Permanant Storage ഉപകരണവുമായി (Hard disk) ലളിതമായി താരതമ്യപ്പെടുത്താനാകും. അതായത് നമ്മുടെ hard disk - ൽ സാധാരണ 4 ഡ്രൈവുകളാണുള്ളത്. അതായത് 500 Gb Hard disk contain 4 drives such as C drive, D drive, E drive & F drive.

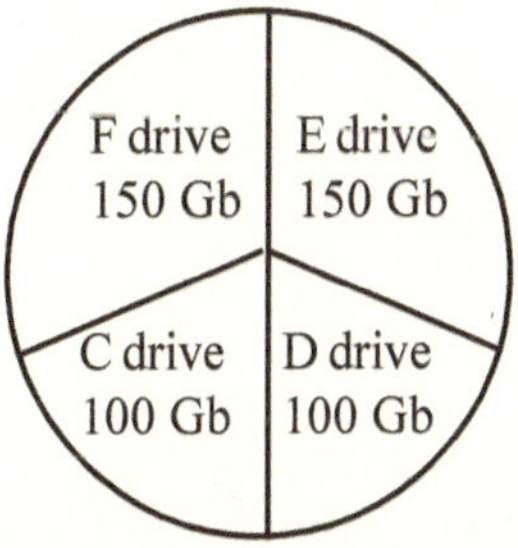

Computer -ൽ അടങ്ങിയിരിക്കുന്ന വസ്തുതകളെ തരംതിരിച്ചടുക്കി വയ്ക്കാനായുള്ള വലിയ അറകളാണ് ഇവ ഓരോന്നും. സാധാരണ ഗതിയിലുള്ള ഡേറ്റാ വിന്യാസം താഴെ പറയും പ്രകാരമാണ്.

F drive 150Gb Cinema, Music, Videos, Entertainment (മനസ്സിന് സന്തോഷം തരുന്ന ഡ്രൈവ് എല്ലാ ദിവസവും എപ്പോഴും തുറക്കാനാഗ്രഹിക്കുന്ന ഡ്രൈവാണിത്)	E drive 150Gb Educational drive, notes downloads, Application S/W, games ക്രിയേറ്റിവിറ്റി വളർത്താൻ ഉപയോഗിക്കും (എല്ലാ ദിവസവും ഉപയോഗിക്കും I[st] preference കൊടുക്കും)
C drive 100Gb Operating system (Win XP, Linux) System files സാധാരണ പ്രവർത്തനത്തിന് ഈ ഡ്രൈവ് തുറക്കാറില്ല	D drive 100Gb System utilities, tools s/w installation etc എല്ലാ ദിവസവും ഈ ഡ്രൈവിന്റെ ആവശ്യമില്ല (അത്യാവശ്യത്തിനു മാത്രം)

Computer Hard disk -ൽ അടങ്ങിയിട്ടുള്ള വസ്തുക്കളെ ഇങ്ങനെ തരംതിരിക്കും പോലെ നമ്മുടെ മനോമണ്ഡലത്തേയും 4 drive - കളായി തരംതിരിക്കാം.

F drive

സന്തോഷം നിറഞ്ഞ ചിന്തകൾ

പൂർണ്ണമായ ആത്മവിശ്വാസം. കഴിഞ്ഞ കാലങ്ങളിൽ ഞാൻ നേടിയ ഉന്നത വിദ്യാഭ്യാസങ്ങളും കഴിവുകളും ഈശ്വരൻ വഴി തനിക്കു കിട്ടിയിട്ടുള്ള അനുഗ്രഹങ്ങളുടെ നീണ്ട ലിസ്റ്റ്. സ്വന്തം സുഹൃത്തുക്കളുടെയും ബന്ധുക്കളുടെയും സഹപ്രവർത്തകരുടെയും നീണ്ട നിര. ഒരു വലിയ സമൂഹത്തിന്റെ ഭാഗമാണ് താൻ എന്ന ചിന്ത. പൂർണ്ണമായ ആരോഗ്യവും സൗന്ദര്യവും. തനിക്കു ചുറ്റും ഉള്ള നന്മ നിറഞ്ഞ സമൂഹം. കുട്ടിക്കാലം മുതൽ താൻ ഈ സമൂഹത്തിൽനിന്നും നേടിയ അംഗീകാരങ്ങൾ, അഭിനന്ദനങ്ങൾ, കൂട്ടായ്മകളിലെ ആനന്ദം, പൊട്ടിച്ചിരി പങ്കുവെക്കൽ ഈ നിമിഷത്തിന്റെ സൗന്ദര്യം ആസ്വദിക്കൽ.

E drive

ലക്ഷ്യോന്മുഖ ചിന്തകൾ

വ്യക്തമായ ലക്ഷ്യബോധം ചെയ്യേണ്ട കാര്യങ്ങൾ ഏറ്റെടുക്കുന്നതിൽ കാണിക്കുന്ന ഉത്തരവാദിത്വബോധം. 50 ൽ കുറയാത്ത എഴുതപ്പെട്ടിട്ടുള്ള ജീവിതലക്ഷ്യങ്ങൾ, അടുത്ത 5 വർഷങ്ങൾക്കുശേഷം ഞാൻ ആരായിരിക്കും എന്ന ഉറപ്പ്. വ്യക്തമായ വാർഷികപദ്ധതികൾ. ഓരോ മാസവും കുടുംബത്തിലും ഉദ്യോഗത്തിലും ചെയ്യേണ്ട കാര്യങ്ങളെപ്പറ്റിയുള്ള ബോധം. ഓരോ ദിവസവും ചെയ്യേണ്ട കാര്യങ്ങളുടെ നീണ്ട ലിസ്റ്റ്, ആസൂത്രണ മികവ്, സമയക്രമീകരണശേഷി, കൂട്ടായ്മ, സ്വന്തം കഴിവുകളിലുള്ള മതിപ്പ്, താൻ ചെയ്തിട്ടുള്ള പരോപകാരങ്ങൾ, കടമകൾ പൂർത്തിയാക്കാൻ കാണിച്ച ശുഷ്കാന്തി.

C Drive

ഭയം, ദുഃഖം തുടങ്ങിയ ചിന്തകൾ

ആരോഗ്യത്തിന് എന്തെങ്കിലും കുഴപ്പമുണ്ടോ? മരണ ഭയം, മാറാ രോഗങ്ങളെക്കുറിച്ചുള്ള ഭയം (ക്യാൻസർ, Heart തുടങ്ങിയ), ഒറ്റപ്പെട്ടുപോവുമോ, ബന്ധുക്കൾ കൂടെക്കാണുമോ, മാനസികമായി തളരുമോ, ഒരു സദസ്സിനെ അഭിസംബോധന ചെയ്യുമ്പോഴുള്ള ഭയം. ഇന്നലകളെക്കുറിച്ചും നാളയെക്കുറിച്ചാലോചിച്ചും ഉള്ള ദുഃഖം.

D drive

കോപവും മറ്റനാവശ്യ ചിന്തകൾ

മുൻകോപം, ക്ഷമിക്കാൻ വയ്യാത്ത അവസ്ഥ, മറ്റുള്ളവരുടെ കുറ്റങ്ങൾ കണ്ടുപിടിക്കൽ, സ്വയം താഴ്ത്തിക്കെട്ടൽ, ആരും ശരിയല്ല എന്ന തോന്നൽ ഉത്തരവാദിത്വങ്ങളിൽ നിന്നുള്ള ഒഴിഞ്ഞുമാറൽ, ആരും കൂടെക്കാണില്ല എന്ന ചിന്ത, സമൂഹത്തോടുള്ള അവജ്ഞ, ഒന്നും ഒരിക്കലും ശരിയാവില്ല എന്ന തോന്നൽ മറ്റുള്ളവരെ കളിയാക്കൽ, വൈരാഗ്യം, വാശി, ശത്രുതാ മനോഭാവം അവനെ തകർത്തേ അടങ്ങൂ എന്ന തോന്നൽ.

ഈ Hard disk -ൽ C Drive - നെ കൂടുതൽ മൈന്റ് ചെയ്യണ്ട, അതവിടെ ഒരു മൂലയിൽ ഇരുന്നോട്ടെ. ചില പ്രത്യേക അവസരങ്ങളിൽ മാത്രം C Drive -ലെ വിവരങ്ങൾ അല്പം ഉപയോഗിക്കാൻ ശ്രമിക്കാം. പക്ഷേ, D drive നെ നമ്മുടെ സർവ്വശക്തിയും എടുത്ത് അടിച്ചമർത്തണം. നമ്മുടെ Computer നെ കാർന്നു തിന്നാൻ ഒരുങ്ങുന്ന ശക്തിയേറിയ Virus കളാണ് D drive ൽ മുഴുവൻ. എത്രയും പെട്ടെന്ന് D drive Format ചെയ്ത് ഇതിലെ മുഴുവൻ വിവരങ്ങളും നമ്മുടെ System ത്തിൽനിന്ന് ഒഴിവാക്കാൻ പ്രത്യേകം ശ്രദ്ധിക്കണം.

E drive ലെ വിവരങ്ങൾ (അതായത് ലക്ഷ്യോന്മുഖമായ ചിന്തകൾ) എപ്പോഴും Hide -ചെയ്ത് വച്ചിരിക്കുകയാണ്. എല്ലായ്പ്പോഴും മറഞ്ഞിരിക്കാൻ ആഗ്രഹിക്കുന്ന ഇത്തരം വിവരങ്ങളെ നമ്മുടെ മനപ്പൂർവ്വമായ പ്രവർത്തനങ്ങളിലൂടെ (Unhide & view) ഉയർത്തിക്കൊണ്ടുവന്ന് എപ്പോഴും എടുക്കാൻ പറ്റുന്ന പരുവത്തിന് നമ്മുടെ Computer -ന്റെ Desktop -ൽ (മുൻസീറ്റിൽ) ഇരുത്തണം.

F drive നെയാണ് നമുക്ക് ഏറ്റവും ഇഷ്ടം. പക്ഷേ, നമ്മുടെ Hard disk -ന്റെ ഉള്ളിൽ നിന്ന് ഇവയെ കണ്ടെത്താൻ അല്പം പ്രയാസമാണ്. കുറച്ചു ബുദ്ധിമുട്ടിയാലും വേണ്ടില്ല ശക്തിയേറിയ Search engine -കൾ ഉപയോഗിച്ച് സാദ്ധ്യമായ എല്ലാ അവസരങ്ങളിലും F drive -ലെ വിവരങ്ങളെ (സന്തോഷം നിറയ്ക്കുന്നവ) കണ്ടെത്താൻ ആത്മാർത്ഥമായി ശ്രമിക്കണം.

ഇങ്ങനെ നമ്മുടെ മനോമണ്ഡലമാകുന്ന Hard disk-ലെ E drive -ലെ വിവരങ്ങളെ മുൻനിർത്തിക്കൊണ്ട് F drive ന്റെ പിൻബലത്തോടെ മുന്നോട്ട് പോയാൽ ഊർജ്ജസ്വലമായി ജീവിക്കാൻ പറ്റും എന്നു മാത്രമല്ല D drive Automatic ആയി Format -ആയിപ്പോവുകയും (ഇല്ലാതാവുക) C drive -ന്റെ ശക്തി പൂർണ്ണമായി ക്ഷയിക്കുകയും ചെയ്യും.

ചിന്തകളെ നിയന്ത്രിച്ചാൽ ഈ മനോഹരലോകം നമുക്ക് കൂടുതൽ ആസ്വദിക്കാനാകും. ജീവിതത്തിൽ ആവശ്യത്തിലേറെ ചിന്തിച്ചാൽ സൂര്യോദയത്തിന്റെ സൗന്ദര്യവും സംഗീതത്തിന്റെ മാധുര്യവും ഒരിക്കലും നമ്മെ സ്പർശിക്കാതെ പോകും. ജീവിതം ഒരു മനോഹര പുഷ്പം പോലെ സൗമ്യമായി വിരിയട്ടെ..................

"അഴുക്കു പുരണ്ട പാദങ്ങളുമായി എന്റെ മനസ്സിലൂടെ നടക്കാൻ ഞാൻ ആരെയും അനുവദിക്കില്ല." ഇന്ത്യയുടെ രാഷ്ട്രപിതാവ് മഹാത്മാഗാന്ധിയുടെ വാക്കുകളാണിവ.

മനസ്സിലെ നന്മയെക്കുറിച്ച് പ്രതിപാദിക്കുന്ന ഒരു ഗ്രാമീണ കഥയിൽ പറയുന്നത്.

ഒരു ഗ്രാമത്തിലെ പ്രവേശന കവാടത്തിനരികിൽ ഒരു വൃദ്ധഗ്രാമീണൻ ഇരിക്കുമ്പോൾ അപരിചിതനായ ഒരാൾ അതുവഴി കടന്നുവന്നു. അയാൾ ചോദിച്ചു:

"ഈ ഗ്രാമത്തിലുള്ളവർ എത്തരക്കാരാണ്?"

ഗ്രാമീണൻ തിരിച്ചുചോദിച്ചു. "ആകട്ടെ താങ്കളുടെ ഗ്രാമത്തിലുള്ളവർ എത്തരക്കരാണ്?" അയാളുടെ മറുപടി

"അവർ ക്രൂരന്മാരും, സ്വാർത്ഥമതികളും, കുടിലബുദ്ധിയുള്ളവരുമാണ്." വൃദ്ധഗ്രാമീണൻ ചിരിച്ചുകൊണ്ടു പറഞ്ഞു: "അതേ തരത്തിലുള്ളവരാണ് ഇവിടെയുള്ളത്". അതു കേട്ട് ആ വഴിയാത്രക്കാരൻ കടന്നു പോയി. കുറേസമയത്തിനുശേഷം മറ്റൊരാൾ അതുവഴി വന്നു. അയാൾ

ഗ്രാമീണനോടു ചോദിച്ചു: “ഈ ഗ്രാമത്തിൽ പാർക്കുന്നവർ എത്തരക്കാരാണ്?” ഗ്രാമീണൻ തിരിച്ചു ചോദിച്ചു: “താങ്കളുടെ ഗ്രാമത്തിലുള്ളവർ എത്തരക്കാരാണ്?” “അവർ സൽസ്വഭാവികളും നന്മചെയ്യുന്നവരും നിസ്വാർത്ഥികളും സഹായംചെയ്യുന്നവരുമാണ്.” ഗ്രാമീണൻ പുഞ്ചിരി തൂകിക്കൊണ്ടു പറഞ്ഞു: “ഇവിടെ പാർക്കുന്നവരും അതേ തരക്കാരാണ്.” ഈ കഥയുടെ സന്ദേശം ഒരുവൻ എത്തരക്കാരനാണോ അതേ തരത്തിലുള്ളവരെയാണ് കണ്ടെത്തുക എന്നുള്ളതാണ്.

Affirmations (ദൃഢ പ്രതിജ്ഞാവാചകങ്ങൾ)

☞ എന്നിൽ എനിക്ക് പൂർണ്ണവിശ്വാസമുണ്ട്, മികച്ച തീരുമാനങ്ങളേ ഞാൻ എടുക്കാറുള്ളൂ.

☞ ഞാൻ വികാരങ്ങൾക്ക് അടിമപ്പെടാതെ അവയെ നിരീക്ഷിച്ചു കൊണ്ടിരിക്കുന്നു.

☞ ഞാൻ പ്രതീക്ഷിക്കുന്നതിൽ കൂടുതൽ എനിക്ക് എപ്പോഴും കിട്ടാറുണ്ട്.

☞ തൊഴിൽ ധനികനും സമൃദ്ധിയുള്ളവനുമാണ്.

☞ തൊഴിൽ വിജയത്തിൽ പ്രധാന പങ്കുവഹിക്കേണ്ടത് ഞാൻ തന്നെയാണ്.

☞ ഭൂതകാലത്തിൽനിന്നും മോചനം നേടിയ ഞാൻ വർത്തമാനകാലത്തിൽ ജീവിക്കുന്നു.

☞ ഊർജ്ജപ്രവാഹത്താലും ആരോഗ്യത്താലും എന്റെ ശരീരത്തിലെ ഓരോ കോശവും തുടിച്ചുകൊണ്ടിരിക്കുന്നു.

☞ എന്റെ മൂന്നാം കാലാണ് ആത്മവിശ്വാസം. അസാദ്ധ്യമായി ഒന്നുമില്ല, ജീവിതം മനോഹരമാണ്.

☞ ഞാൻ ശക്തനാണ്, കഴിവുള്ളവനാണ്, ആത്മവിശ്വാസമുള്ളവനാണ്, കാര്യക്ഷമതയുള്ളവനാണ്, ഞാൻ ലോകത്തിന്റെ നെറുകയിലാണ്.

മികച്ച വിത്തിൽ നിന്നേ മികച്ച വിളവുണ്ടാകൂ

അദ്ധ്യാപകവൃത്തിയെപ്പോലെ ശ്രേഷ്ഠമായ മറ്റൊരു ജോലി ഇല്ല. നാളത്തെ തലമുറ എങ്ങനെയാവണം എന്നു തീരുമാനിക്കുന്നതിൽ അദ്ധ്യാപകർക്കുള്ള പങ്ക് വളരെ വലുതാണ്. മൂല്യബോധമുള്ള അദ്ധ്യാപകരാണ് ഒരു നാടിന്റെ ഏറ്റവും വലിയ അനുഗ്രഹം. ഭാരതത്തിന്റെ രാഷ്ട്രപിതാവായ മഹാത്മാഗാന്ധിയുടെ കാഴ്ചപ്പാടിൽ, "കർത്തവ്യബോധം ഉണ്ടാകുന്നതാണ് യഥാർത്ഥ വിദ്യാഭ്യാസം. ഓരോ വിദ്യാലയവും വിശുദ്ധിയുടെ സ്ഥലമാണ്. വിശുദ്ധമല്ലാത്തതും, അധമമായിട്ടുള്ളതുമായ യാതൊന്നും അവിടെ ഉണ്ടാകാൻ പാടില്ല."

ഇന്നത്തെ ഭൂരിപക്ഷം യുവാക്കൾക്കും ജീവിതത്തിൽ ബഹുദൂരം മുന്നേറാൻ കഴിയാത്തത് അവരുടെ കഴിവുകളുടെ അഭാവം കൊണ്ടല്ല, മറിച്ച് തങ്ങളുടെ കഴിവുകൾ എന്താണെന്നും തങ്ങൾക്കാവശ്യമുള്ളത് എന്തൊക്കെയാണെന്നുമുള്ള അറിവുകൾ ഇല്ലാതെ പോയതിനാലാണ്. വിദ്യാർത്ഥികളിൽ സ്വന്തം കഴിവുകളെക്കുറിച്ചുള്ള ആത്മവിശ്വാസം വളർത്തുന്നതും അവർ മുൻപൊരിക്കലും സ്വപ്നം കണ്ടിട്ടില്ലാത്തത്ര ഉന്നതങ്ങളിൽ എത്തിച്ചേരാൻ സഹായിക്കുന്നതുമാണ് ഒരു അദ്ധ്യാപകന്റെ വിജയം. ബി സി 470 ൽ ജനിച്ച ഗ്രീക്ക് തത്ത്വചിന്തകനായിരുന്ന സോക്രട്ടീസ് വിദ്യാഭ്യാസത്തിന് നല്കിയ നിർവ്വചനം, "മനുഷ്യന്റെ സകലകഴിവുകളുടേയും വികസനമാണ് വിദ്യാഭ്യാസം" എന്നാണ്. എട്ടാം നൂറ്റാണ്ടിൽ ജീവിച്ചിരുന്ന ഭാരതീയ ആത്മീയാചാര്യൻ യാജ്ഞവൽക്യന്റെ വീക്ഷണത്തിൽ, "സ്വഭാവഗുണമുള്ളവരും ലോകത്തിന് പ്രയോജനകാരികളുമായ മനുഷ്യരെ സൃഷ്ടിക്കുന്ന മാർഗ്ഗമാണ് വിദ്യാഭ്യാസം." ഒരു മനുഷ്യനിൽ അന്തർലീനമായിരിക്കുന്ന കഴിവുകളെ വികസിപ്പിക്കുന്നതിനുള്ള ഉത്തമമാർഗ്ഗം അയാൾക്ക് വേണ്ട അംഗീകാരവും പ്രോത്സാഹ

നവും നല്കുക എന്നുള്ളതാണ്.

നമ്മുടെ മനോഭാവത്തിൽ ചെറിയ വ്യത്യാസം വരുത്തിയാൽ അത് നമ്മുടെ ജീവിതത്തിൽ ഉണ്ടാകുന്ന വ്യത്യാസം വളരെ വലുതായിരിക്കും. പത്തൊമ്പതാം നൂറ്റാണ്ടിൽ ജീവിച്ചിരുന്ന അന്ധയും മൂകയുമായ പ്രശസ്ത അമേരിക്കൽ എഴുത്തുകാരി ഹെലൻ കെല്ലർ (നയതന്ത്രജ്ഞ കോളേജ് അദ്ധ്യാപിക) മനോഭാവത്തെ പറ്റി പറഞ്ഞത്, "സൂര്യപ്രകാശത്തിലേക്ക് മുഖം തിരിക്കുക അപ്പോൾ നിങ്ങൾക്ക് നിഴലുകളെ കാണാൻ കഴിയില്ല." മറ്റുള്ളവരേക്കാൾ കുറച്ചധികം ചെയ്യാൻ എപ്പോഴും നിങ്ങൾ സന്നദ്ധനായിരിക്കണം. ഒരു പന്തയക്കുതിര പലപ്പോഴും ജയിക്കുന്നത് മറ്റ് കുതിരകളേക്കാൾ വേഗതയിലുള്ള നേരിയ മികവു കൊണ്ടാണ്. പല മത്സര പരീക്ഷകളിലും മികച്ച റാങ്ക് നേടാനാകുന്നത് മറ്റുള്ളവരേക്കാൾ ഒന്നോ രണ്ടോ മാർക്കിന്റെ വ്യത്യാസം നേടാനായതു കൊണ്ടാണ്.

താല്പര്യം ആണ് അറിവിന്റെ അമ്മ, താല്പര്യം സൃഷ്ടിച്ച് വിദ്യാർത്ഥികളെ അറിവിന്റെ നേർവഴിയിലൂടെ കൈപിടിച്ച് നടത്താൻ അദ്ധ്യാപകന് കഴിയണം. വിദ്യാർത്ഥികളുടെ പൂർണ്ണവിശ്വാസം നേടിയെടുക്കാൻ അദ്ധ്യാപകന് കഴിയണം. 19-ാം നൂറ്റാണ്ടിന്റെ മദ്ധ്യകാലത്ത് ജീവിച്ചിരുന്ന അമേരിക്കൻ എഴുത്തുകാരനായ എമേഴ്സന്റെ വാക്കുകളിൽ, "വിദ്യാർത്ഥിയെ മനസ്സിലാക്കുന്നതിലാണ് വിദ്യാഭ്യാസത്തിന്റെ രഹസ്യം." വിദ്യാർത്ഥികളെ അവരുടെ നിലവിലുള്ള അവസ്ഥ പൂർണ്ണമായി അംഗീകരിച്ച് കൂടെ കൂട്ടുക എന്നുള്ളതാണ് ഒരു അദ്ധ്യാപകന്റെ കടമ. ഗ്രാമീണ പശ്ചാത്തലത്തിലുള്ള ഒരു കഥയിൽ അദ്ധ്യാപക വിദ്യാർത്ഥി ബന്ധത്തെ വരച്ച് കാട്ടുന്നത് ഇങ്ങനെയാണ്:

വയൽ വരമ്പിലൂടെ അച്ഛനോടൊപ്പം തുള്ളിക്കളിച്ചുകൊണ്ട് ആ അഞ്ചുവയസ്സുകാരി ഗൗരി ആസ്വദിച്ച് നടന്നുവരികയാണ്. ചെറിയ തോടിന് കുറുകേയുള്ള ഒറ്റത്തടി പാലത്തിലേക്ക് കയറും മുൻപേ അച്ഛൻ ഗൗരിയോട് പറഞ്ഞു:

"മോളേ, അച്ഛൻ നടക്കുന്ന പോലെ സൂക്ഷിച്ചുവേണം നടക്കാൻ, മറിഞ്ഞുവീഴാതിരിക്കാൻ അച്ഛന്റെ കൈയിൽ മുറുക്കെ പിടിക്കണം."

ഗൗരി തിരിച്ചു പറഞ്ഞു:

"അച്ഛാ, എന്റെ കൈ ചെറുതല്ലേ, ഞാനെത്ര മുറുക്കിയാലും ചിലപ്പോൾ തനിയേ അയഞ്ഞുപോകും. അച്ഛന്റെ കൈക്ക് നല്ല ശക്തിയുണ്ടല്ലോ, എന്റെ കൈയിൽ അച്ഛൻ പിടിച്ചാൽ മതി. എനിക്കറിയാം ആ പിടി വിട്ടുപോകാൻ അച്ഛൻ സമ്മതിക്കില്ല എന്ന്."

ഇതുപോലെ വിദ്യാർത്ഥികളെ കൊണ്ട് അദ്ധ്യാപകരുടെ കൈ പിടിപ്പിച്ച് നേർവഴി നടത്താൻ ശ്രമിക്കാതെ ബലിഷ്ഠമായ ഗുരുനാഥന്റെ കൈ കൊണ്ട് വിദ്യാർത്ഥികളെ മുറുകെപ്പിടിച്ച് നടത്തിക്കുക എന്നുള്ളതാണ്. നല്ല ശൈലി. ദിശാബോധമില്ലാത്തവരെ ബോധവാന്മാരാക്കുകയും നേരിന്റെയും അറിവിന്റെയും പാത തെളിക്കുകയും ചെയ്യുക എന്നുള്ളതാണ്

യഥാർത്ഥ അദ്ധ്യാപക കർമ്മം.

സോഷ്യൽ മീഡിയകളിൽ വളരെയേറെ പ്രചാരം കിട്ടിയ ഒരു കഥയിൽ ഗുരു ശിഷ്യബന്ധത്തിന്റെ ആഴം മനോഹരമായി ഇങ്ങനെ വരച്ചു കാട്ടി ക്ലാസ് ടീച്ചറായ ആനിതോംസൺ തന്റെ കുട്ടികളോട് പറഞ്ഞത് ഇപ്രകാരമായിരുന്നു:

“എനിക്ക് നിങ്ങളിൽ ടെഡി ഒഴികെയുള്ള എല്ലാവരേയും നല്ല ഇഷ്ടമാണ്....!”

ടെഡി; അവന്റെ വസ്ത്രം എപ്പോഴും അഴുക്ക് പുരണ്ടതായിരുന്നു. പഠനത്തിൽ വളരെ താഴ്ന്ന നിലവാരമായിരുന്നു അവനുണ്ടായിരുന്നത്. ആരോടും മിണ്ടാതെ അന്തർമുഖനായി ജീവിക്കുന്നവനായിരുന്നു അവൻ... കഴിഞ്ഞ ഒരു വർഷം അവനെ പഠിപ്പിക്കുകയും ഉത്തരപേപ്പർ പരിശോധിക്കുകയും ചെയ്തതിന്റെ അടിസ്ഥാനത്തിലാണ് ആ ടീച്ചർ അങ്ങനെയൊരു പ്രഖ്യാപനം നടത്തിയത്. പരീക്ഷയിൽ എല്ലാ ചോദ്യങ്ങൾക്കും തെറ്റായ ഉത്തരം നല്കി പരാജിതൻ എന്ന പേരും ചുമന്ന് ജീവിക്കുന്ന വിദ്യാർത്ഥി.....!

അങ്ങനെയിരിക്കെ ഒരു ദിവസം താൻ പഠിപ്പിക്കുന്ന എല്ലാ വിദ്യാർത്ഥികളുടെയും ഇതുവരെയുള്ള പഠന ഡയറി പരിശോധിക്കണമെന്ന കല്പന ആ അദ്ധ്യാപികയ്ക്ക് ലഭിച്ചു.

അപ്രകാരം അവർ ടെഡിയുടെ ഡയറിയും പരിശോധിക്കുന്നതിനിടയിൽ അത്ഭുതകരമായൊരു കാര്യം അവരുടെ ശ്രദ്ധയിൽ പെട്ടു. അവന്റെ ഒന്നാം തരത്തിലെ ഡയറിയിൽ ക്ലാസ് ടീച്ചർ അവനെക്കുറിച്ചെഴുതിയത് അവർ വായിച്ചു. “ടെഡി സമർത്ഥനായ ഒരു വിദ്യാർത്ഥിയാണ്....... ഒട്ടേറെ കഴിവുകൾ അവനു നല്കപ്പെട്ടിരിക്കുന്നു. അവനെ കൃത്യമായ ആസൂത്രണത്തിലൂടെ പ്രത്യേക പരിഗണന നല്കി വളർത്തേണ്ടതുണ്ട്.”

അവർ ഉടനെ അവന്റെ രണ്ടാം ക്ലാസിലെ ടീച്ചർ എഴുതിയത് എന്താണെന്ന് നോക്കി.

“ബുദ്ധിമാനായ വിദ്യാർത്ഥിയാണ് ടെഡി, കൂട്ടുകാർക്ക് വളരെ പ്രിയങ്കരനാണ് അവൻ... പക്ഷേ, മാതാവിന് ക്യാൻസർ ബാധിച്ചതിനെ തുടർന്ന് അവനിപ്പോൾ അസ്വസ്ഥനാണ്.”

മൂന്നാം ക്ലാസിലെ ടീച്ചർ കുറിച്ചതു നോക്കിയപ്പോൾ;

“മാതാവിന്റെ മരണം അവനെ വല്ലാതെ തളർത്തിയിരിക്കുന്നു .... ആവുന്ന വിധത്തിലൊക്കെ ശ്രമിച്ചിട്ടും പിതാവ് അവനെ പരിഗണിച്ചതേയില്ല .... വളരെ പെട്ടെന്ന് തന്നെ ആവശ്യമായ നടപടികൾ സ്വീകരിക്കാത്ത പക്ഷം ഈ കുഞ്ഞിന്റെ ജീവിതം താറുമാറാകുന്നതാണ്...”

ഉടനെ അവർ നാലാംക്ലാസിലെ ടീച്ചർ എഴുതിയത് നോക്കി;

“ടെഡി അവനിലേക്ക് ഒതുങ്ങി ജീവിക്കുന്നവനാണ്, പഠനത്തിൽ അവന് അശ്ലേഷം താല്പര്യമില്ല... അവന് കൂട്ടുകാരുമില്ല ... ക്ലാസിൽ കിടന്ന് ഉറങ്ങുകയാണ് അവന്റെ പതിവ്...”

ഇത്രയും വായിച്ചപ്പോഴാണ് അദ്ധ്യാപിക ആനിതോംസണു ടെഡിയുടെ യഥാർത്ഥ പ്രശ്നം മനസ്സിലായത്... തന്നോടു തന്നെ അവർക്ക് ലജ്ജ തോന്നി. ടെഡിയിൽ ഒരു പ്രത്യേക ശ്രദ്ധ പുലർത്തണമെന്ന് അവർക്കു തോന്നി.

അങ്ങനെയിരിക്കെ, അദ്ധ്യാപികയുടെ ജന്മദിനാഘോഷത്തിന്റെ ഭാഗമായി എല്ലാ കുട്ടികളും ചിത്രപ്പണി ചെയ്ത് അലങ്കരിച്ച കവറിൽ സമ്മാനം നല്കിയപ്പോൾ, മാർക്കറ്റിൽനിന്ന് സൗജന്യമായി ലഭിക്കുന്ന വില കുറഞ്ഞ കവറിൽ പൊതിഞ്ഞ സമ്മാനമാണ് ടെഡി നല്കിയത്.

ഇത് ആ അദ്ധ്യാപികയെ കൂടുതൽ വിഷമത്തിലാക്കി...

അവർ ടെഡിയുടെ സമ്മാനപ്പൊതി തുറന്നുനോക്കി.

സാധാരണ കല്ലുകൾ കോർത്തിണക്കിയ മാലയും മുക്കാൽ ഭാഗത്തോളം ഉപയോഗിച്ചുതീർന്ന ഒരു അത്തർകുപ്പിയുമായിരുന്നു അതിലെ സമ്മാനം... ഇതുകണ്ട് കുട്ടികളൊക്കെ ഉറക്കെ ചിരിക്കുകയും കൂടി ചെയ്തപ്പോൾ ആനിതോംസണു അങ്ങേയറ്റം വേദനിച്ചു. തനിക്കു ലഭിച്ച സമ്മാനങ്ങളിൽ മാലയും അത്തറുമാണ് ഏറ്റവും ഇഷ്ടപ്പെട്ടതെന്ന് പ്രഖ്യാപിച്ചതോടെ കുട്ടികളുടെ ചിരിയടങ്ങി... മാത്രമല്ല അദ്ധ്യാപിക ടെഡിക്ക് അങ്ങേയറ്റം നന്ദി പറയുകയും ചെയ്തു. എന്നിട്ട് ആ മാല അവർ ധരിക്കുകയും, അത്തർ ശരീരത്തിൽ പുരട്ടുകയും ചെയ്തു.

ആ ദിവസം ക്ലാസ് കഴിഞ്ഞിട്ടും ടെഡി വീട്ടിലേക്ക് മടങ്ങിയില്ല. തന്റെ ടീച്ചറെ കാത്തിരിക്കുകയായിരുന്നു അവൻ. അവർ വന്നപ്പോൾ ടെഡി പറഞ്ഞു.

"ഇന്ന് ടീച്ചർക്ക് എന്റെ അമ്മയുടെ മണമാണ് ഉള്ളത്.......!"

ഇതുകേട്ട് ആ ടീച്ചർ പൊട്ടിക്കരഞ്ഞുപോയി....

മാതാവ് ഉപയോഗിച്ചിരുന്ന അത്തറാണ് തനിക്ക് ടെഡി കൊണ്ടുവന്നതെന്ന് അവർ തിരിച്ചറിഞ്ഞു.... മരിച്ചുപോയ മാതാവിനെയാണ് ടെഡി തന്നിൽ കാണുന്നതെന്ന് ആ അദ്ധ്യാപികയ്ക്ക് ബോദ്ധ്യപ്പെട്ടു.

അന്നു മുതൽ ടെഡിക്ക് ആനിതോംസൺ പ്രത്യേക പരിഗണന നല്കി. അവന്റെ ഉന്മേഷവും പ്രസരിപ്പും വീണ്ടെടുത്തു. വർഷാവസാനമായപ്പോഴേക്കും ക്ലാസിലെ ഏറ്റവും സമർത്ഥരായ കുട്ടികളുടെ ഗണത്തിലായി അവന്റെ സ്ഥാനം...

ഒരു ദിവസം തന്റെ വാതിലിൽ ഒട്ടിച്ചുവച്ച ഒരു കുറിപ്പ് ടീച്ചർ വായിച്ചതിങ്ങനെയാണ്:

"എന്റെ ജീവിതത്തിൽ ഞാൻ കണ്ടതിൽ വച്ച് ഏറ്റവും നല്ല അദ്ധ്യാപികയാണ് താങ്കൾ...."

അവർ ഉടനെ ടെഡിക്ക് ഇങ്ങനെ മറുപടി എഴുതി:

"നല്ല ഒരു അദ്ധ്യാപികയാവുക എന്നത് എങ്ങനെയെന്ന് എന്നെ പഠിപ്പിച്ചത് നീയാണ്..."

വർഷങ്ങൾക്ക് ശേഷം അവിടുത്തെ വൈദ്യശാസ്ത്രകോളേജിൽ നിന്ന് ആനിതോംസനെ തേടി ഒരു ക്ഷണക്കത്ത് എത്തി....

ആ വർഷത്തെ ബിരുദദാന സമ്മേളനത്തിൽ ടെഡിയുടെ മാതാവെന്ന നിലയിലാണ് ക്ഷണം....

പണ്ട് സമ്മാനിച്ച കല്ലുമാലയുമണിഞ്ഞ് അത്തർപുരട്ടി ആനിതോംസൺ അന്നവിടെ എത്തിച്ചേർന്നു. പില്ക്കാലത്ത് ലോകം അറിയപ്പെടുന്ന വൈദ്യശാസ്ത്രകാരനായ ഡോ. ടെഡി സ്റ്റൊഡാർട്ട് ആയിത്തീർന്നു ഈ ബാലൻ.

കൃത്യസമയത്ത് തിരിച്ചറിയപ്പെട്ട് വേണ്ട പരിഗണന ലഭിക്കുകയും കൈപിടിച്ചുയർത്താൻ ആനിതോംസൺ എന്ന ഒരാൾ മുന്നോട്ടുവരികയും ചെയ്ത ഒരു ടെഡിയുടെ കഥ.

ഇത്തരം നിരവധി ടെഡിമാർ ഉൾക്കൊള്ളുന്ന സമൂഹത്തിലാണ് നാം കഴിയുന്നത്. ഒന്നിനും കൊള്ളാത്തവൻ എന്ന് മുദ്രകുത്തി എഴുതിത്തള്ളപ്പെട്ട ഒട്ടനവധി പേർ ചുറ്റുമുണ്ട്. ഒന്നു ശ്രദ്ധിച്ചാൽ അപൂർവ്വ പ്രതിഭകളായി മാറാൻ സാദ്ധ്യത ഉള്ളവർ. ഇത്തരക്കാരെ കണ്ടെത്തി പൊതുസമൂഹത്തിന്റെ മുൻനിരയിലേക്ക് കൊണ്ടുവരിക എന്നുള്ളതാണ് അദ്ധ്യാപകധർമ്മം.

മികച്ച കഴിവുള്ളവരാണ് അദ്ധ്യാപക വൃത്തിയിലേക്ക് വരേണ്ടത്. സമൂഹത്തിലെ ഏറ്റവും മികച്ചവർ തന്നെ വേണം അടുത്ത തലമുറയെ പരിശീലിപ്പിക്കാൻ. ഇപ്പോൾ അദ്ധ്യാപകവൃത്തിയിലുള്ളവർ ഏറ്റവും മികച്ചവരാണെന്ന് ഉറപ്പുവരുത്തുകയും വേണം. മൂല്യബോധമുള്ള ഒരു തലമുറയെ വാർത്തെടുക്കാൻ ശേഷിയുള്ള അദ്ധ്യാപക സമ്പത്താണ് ഒരു രാജ്യത്തിന്റെ ഏറ്റവും വലിയ ധനം ഗോവയിലെ മുഖ്യമന്ത്രിയായിരുന്ന മനോഹർ പരീക്കർ ഒരു പ്രസംഗത്തിൽ പറഞ്ഞ കഥ ഇങ്ങനെയായിരുന്നു.

തണ്ണിമത്തന് പേരുകേട്ടതാണ് എന്റെ ഗ്രാമം. ഞങ്ങൾ കൊച്ചുകുട്ടികളായിരുന്നപ്പോൾ, അവിടുത്തെ കർഷകർ വിളവെടുപ്പ് സമയത്ത് തണ്ണിമത്തൻ കഴിക്കുന്ന മത്സരം സംഘടിപ്പിക്കുമായിരുന്നു. വിളവിൽ നിന്നും ലഭിച്ച ഏറ്റവും വലിയ തണ്ണിമത്തനാണ് മത്സരത്തിനായി സൗജന്യമായി നല്കുന്നത്. ഒരു നിബന്ധനയേ ഉള്ളൂ. തണ്ണിമത്തന്റെ കുരു-വിത്ത് കടിക്കാതെ അടുത്ത് വച്ച പാത്രത്തിൽ തുപ്പണം. കുട്ടികളെല്ലാം ആവേശപൂർവ്വം മത്സരത്തിൽ പങ്കെടുക്കുമായിരുന്നു.

കുറേവർഷങ്ങൾക്ക് ശേഷം മുംബൈ ഐ ഐ റ്റി എഞ്ചിനീയറിങ് പഠനമൊക്കെ കഴിഞ്ഞ് ഞാൻ തണ്ണിമത്തൻ അന്വേഷിച്ച് മാർക്കറ്റിൽ ചെന്നപ്പോൾ അവിടെങ്ങും കാണാൻ പോലുമില്ലായിരുന്നു, ഉള്ളതാവട്ടെ വളരെ ചെറുതും. ഞാൻ തണ്ണിമത്തൻ തീറ്റ മത്സരം നടത്തിയിരുന്ന കർഷകനെ കാണാൻ ചെന്നു. ഇപ്പോൾ അദ്ദേഹത്തിന്റെ മകനാണ് കൃഷിനടത്തുന്നത്. മത്സരം ഇപ്പോഴുമുണ്ട്. ഒരു വ്യത്യാസം മാത്രം, പണ്ട് ഏറ്റവു നല്ലതും വലുതുമായ തണ്ണിമത്തൻ ഉപയോഗിച്ച സ്ഥാനത്ത് ഇപ്പോൾ വളരെ ചെറിയവയാണ് ഉപയോഗിക്കുന്നത്. വലിയ തണ്ണിമത്തന് മാർക്കറ്റിൽ കൂടുതൽ വിലകിട്ടും എന്ന് മനസ്സിലാക്കി അവ വില്ക്കുകയാണത്രെ മകൻ ചെയ്തിരുന്നത്. സൗജന്യമായി കൊടുക്കുന്നത് ചെറുത് മതി എന്ന് മകൻ തീരുമാനിച്ചു.

പഴയ കർഷകന് ഈ മത്സരം നടത്തുമ്പോൾ മറ്റൊരുദ്ദേശ്യം കൂടി ഉണ്ടായിരുന്നു. മികച്ച വിത്തുകൾ അടുത്ത കൃഷിക്കായി ശേഖരിക്കുന്നത് ഈ മത്സരത്തിലൂടെയായിരുന്നു. ഏറ്റവും മികച്ച തണ്ണിമത്തനിൽ നിന്നും ലഭിക്കുന്ന വിത്തുകളും മികച്ചതായിരുന്നു. മകൻ കൃഷി ഏറ്റെ

ടുത്തപ്പോൾ മത്സരത്തിന് ഏറ്റവും ചെറിയവ ഉപയോഗിക്കുകയും ശേഖരിക്കുന്ന വിത്തുകൾക്കും ഗുണമേന്മ ഇല്ലാതാവുകയും ചെയ്തു. അടുത്ത വർഷങ്ങളിൽ തണ്ണിമത്തൻ ചെറുതായി ചെറുതായി വന്നു കുറച്ചു വർഷങ്ങൾക്ക് ശേഷം നല്ല തണ്ണിമത്തനുകൾ എന്റെ ഗ്രാമത്തിൽനിന്ന് അങ്ങനെ അപ്രത്യക്ഷമായി. മികച്ച വിത്തിൽനിന്നേ മികച്ച വിളവുണ്ടാകൂ.

Affirmations (ദൃഢ പ്രതിജ്ഞാവാചകങ്ങൾ)

- ഞാൻ മികച്ച അദ്ധ്യാപകനാണ്.
- എന്റെ കഴിവുകളിൽ പൂർണ്ണ വിശ്വാസമെനിക്കുണ്ട്.
- എനിക്ക് എല്ലാ കുട്ടികളിലും ഗുണപരമായ മാറ്റങ്ങൾ ഉണ്ടാക്കാൻ കഴിയുന്നുണ്ട്.
- എനിക്ക് മികച്ച രീതിയിൽ ക്ലാസ് എടുക്കാനും മെച്ചപ്പെട്ട അച്ചടക്കം നടപ്പിലാക്കാനും കഴിയുന്നുണ്ട്.
- എനിക്ക് എല്ലാ കുട്ടികളേയും പ്രചോദിപ്പിക്കാനും ശാക്തീകരിക്കാനും കഴിയുന്നുണ്ട്.
- എന്റെ തൊഴിലിനോടുള്ള പരിപൂർണ്ണ സമർപ്പണത്തിന്റെ ഗുണം എല്ലാ വിദ്യാർത്ഥികൾക്കും ലഭിക്കുന്നുണ്ട്.
- I am a great teacher and I love teaching.
- I am proud to be a teacher.
- ലോകത്തെ ഏറ്റവും ശ്രേഷ്ഠവും ആദരണീയവുമായ തൊഴിൽ ആണ് അദ്ധ്യാപനം എന്നു ഞാൻ വിശ്വസിക്കുന്നു.
- എന്റെ അറിവുകൾ വിദ്യാർത്ഥികളുമായി പങ്കുവെക്കുന്നതിൽ ഞാൻ അളവറ്റ ആനന്ദം കണ്ടെത്തുന്നുണ്ട്.

മൂല്യാധിഷ്ഠിത വിദ്യാഭ്യാസം

"ആചാര്യാത്പാദമാദത്തെ പാദം ശിഷ്യ സ്വമേധയാ
പാദം സ ബ്രഹ്മ ചാരിദ്യഃ ശേഷം കാലക്രമേണ ച"

(ആചാര്യനിൽനിന്ന് കാൽഭാഗം, കാൽഭാഗം ശിഷ്യൻ സ്വമേധയാൽ, കാൽഭാഗം മറ്റുള്ളവരുമായ് ചർച്ച ചെയ്ത്, ശേഷമുള്ള കാൽഭാഗം ജീവിതത്തിന്റെ മുന്നോട്ടുള്ള പ്രയാണത്തിൽനിന്നും ലഭ്യമാക്കണം.) ഈ പഴമൊഴിയിൽനിന്നുള്ള അറിവിന് ലോകമുള്ളിടത്തോളം പ്രസക്തിയുണ്ട്.

വിദ്യാഭ്യാസത്തിന് രണ്ട് ലക്ഷ്യങ്ങളുണ്ട്. സാമൂഹ്യജീവിതത്തിനുതകുന്ന തരത്തിലുള്ള ഹൃദയവിശാലതയും സംസ്കാരവും വ്യക്തിത്വവും വളർത്തിയെടുക്കലാണ് അതിൽ ആദ്യത്തേത്. ബിരുദലബ്ധി, ഉദ്യോഗപദവി, ധനസമ്പാദനം എന്നിവയാണ് രണ്ടാമത്തേത്. ഈ രണ്ട് ലക്ഷ്യങ്ങൾക്കും വിദ്യാഭ്യാസത്തിൽ തുല്യപ്രാധാന്യം ഉണ്ടായിരിക്കണം. ആദ്യത്തേത് മാനസിക സംതൃപ്തി പ്രധാനം ചെയ്യുമ്പോൾ രണ്ടാമത്തേത് സമൃദ്ധി തരുന്നു.

അറിവുകളാണ് ഒരു വിദ്യാർത്ഥിയെ വിജയത്തിലേക്ക് നയിക്കുന്നത്. അറിവ് നേടുന്നതിൽ അഭിരുചി വർദ്ധിപ്പിക്കുക എന്നത് ഒരു വിദ്യാർത്ഥിയുടെ കടമയാണ്. "ഈ അറിവ് എനിക്ക് എന്നെങ്കിലും പ്രയോജനപ്പെടാതിരിക്കില്ല" എന്ന വിചാരം മനസ്സിലുറപ്പിച്ചാൽ തന്നെ അറിവിനോടുള്ള ആഗ്രഹം വർദ്ധിക്കും. അറിവുകൾക്കൊപ്പം ആത്മവിശ്വാസവും വർദ്ധിക്കും. കുട്ടികളുടെ ഉള്ളിൽ നിക്ഷിപ്തമായിരിക്കുന്ന കഴിവുകളെ പുറത്തെടുക്കാനും അവരെക്കൊണ്ട് അവ പ്രയോജനപ്പെടുത്താൻ പ്രേരിപ്പിക്കാനും കഴിവുള്ളവരായിരിക്കണം രക്ഷകർത്താക്കളും അദ്ധ്യാപകരും.

രാവണൻ തട്ടിക്കൊണ്ടുപോയ സീതയെ തേടി രാമലക്ഷ്മണന്മാരും

വാനരപ്പടയും സേതുസമുദ്രതീരത്തെത്തി. സീതയെ ഒളിപ്പിച്ചിരിക്കുന്ന ലങ്കയിലെത്തണമെങ്കിൽ സമുദ്രം കടക്കണം. പക്ഷേ, എങ്ങനെ. വീരന്മാരിൽ വീരനായ ഹനുമാൻപോലും എനിക്കാവില്ലെന്ന് പറഞ്ഞ് മാറിനിന്നു. ഈ പ്രതിസന്ധിഘട്ടം തരണം ചെയ്യാനാവാതെ എല്ലാവരും കുഴങ്ങി. അപ്പോൾ ജാംബവാൻ മുന്നോട്ട് വന്നു. ഹനുമാനോടായി പറഞ്ഞു:

"ഹേ ഹനുമാൻ നീ വായുപുത്രനാണ്, നിനക്ക് സൂര്യഭഗവാന്റെ അനുഗ്രഹമുണ്ട്, നീ ശിവരൂപമാണ്, നിന്റെ ശക്തിയെക്കുറിച്ച് നീ അറിയണം. അമാനുഷികശക്തികളുള്ള നിന്നെ സംബന്ധിച്ച് ഈ കടൽ ചാടിക്കടക്കുക എന്നുള്ളത് അതീവ നിസ്സാരമായ ഒരു കാര്യമാണ്."

ഇതുകേട്ട ഹനുമാൻ പുഞ്ചിരിച്ചു. തന്റെ കഴിവിനെക്കുറിച്ച് പൂർണ്ണ ബോദ്ധ്യം വന്ന ഹനുമാൻ ഒറ്റക്കുതിപ്പിന് ലങ്കയിലെത്തി ലക്ഷ്യം പൂർത്തീകരിച്ചു.

സ്വന്തം കഴിവുകൾ തിരിച്ചറിയാതെ തളർന്നിരിക്കുന്ന കുട്ടികളെ ഉണർത്താൻ രക്ഷകർത്താക്കൾക്കും അദ്ധ്യാപകർക്കും ഉത്തരവാദിത്വമുണ്ട്. ഇന്നത്തെ കലാലയ ജീവിതവും പരീക്ഷാകാലങ്ങളും കുട്ടികളിൽ ഒരു പരിധിവരെ അരക്ഷിതാവസ്ഥ സൃഷ്ടിക്കാറുണ്ട്.

പരീക്ഷാകാലം

പരീക്ഷകളിലെ മാർക്ക് ഒരു വ്യക്തിയുടെ മൂല്യം നിർണ്ണയിക്കുന്നതിനുള്ള പൊതു അടയാളമായി ഇപ്പോഴും കണക്കാക്കപ്പെടുന്നു. വിദ്യാർത്ഥികൾ മാത്രമല്ല മാതാപിതാക്കളും അദ്ധ്യാപകരും മാർക്കിനെ തങ്ങളുടെ ഒരു മൂല്യനിർണ്ണയമാണ് എന്നതുപോലെയാണ് ആധുനിക സമൂഹത്തിൽ കാണുന്നത്. കുട്ടികളുടെ പരീക്ഷകളിലെ പ്രകടനത്തിന് മാതാപിതാക്കളും അദ്ധ്യാപകരും ഒരു വലിയ പങ്കുവഹിക്കുന്നുണ്ട്. എന്നിരുന്നാലും ഈ ചിന്ത അമിതമായാൽ കുട്ടികളിൽ മാനസിക പിരിമുറുക്കം വർദ്ധിപ്പിക്കാനേ ഉതകൂ. കുട്ടികൾ ആത്മവിശ്വാസത്തോടെ പരീക്ഷയ്ക്ക് ഒരുങ്ങാൻ ചില കാര്യങ്ങൾ അദ്ധ്യാപകരും രക്ഷകർത്താക്കളും മനസ്സിൽ വയ്ക്കുന്നത് ഉചിതമാണ്.

ഒന്നാമതായി ഇത് നിങ്ങൾക്കുള്ള പരീക്ഷയല്ല. പരീക്ഷകൾ ഒരിക്കലും രക്ഷാകർതൃത്വത്തെക്കുറിച്ചുള്ളതോ, അദ്ധ്യാപനത്തെക്കുറിച്ചുള്ളതോ ആയ വിധി പറച്ചിലല്ല. പരീക്ഷയിലെ മാർക്ക് കുട്ടിയുടെ ആ ദിവസത്തെ ശാരീരിക, മാനസിക അവസ്ഥ, മൂല്യനിർണ്ണയം നടത്തുന്ന അദ്ധ്യാപകന്റെ മാനസിക നില എന്നിവ സ്വാധീനിക്കാൻ സാദ്ധ്യതയുണ്ട്.

രണ്ടാമതായി ഇത് കുട്ടിയെക്കുറിച്ചുള്ള അന്തിമ വിധിനിർണ്ണയം അല്ല. ജീവിതത്തിലെ നിരവധി നാഴികക്കല്ലുകളിൽ ഒന്നുമാത്രമാണ്. എപ്പോഴെങ്കിലും കുട്ടിക്ക് ഒന്നു കാലിടറിയാലും അവന് ആത്മവിശ്വാസവും മനോവീര്യവും കൂടെനിന്ന് നല്കി അവന്റെ വഴിയിൽ പൂർവ്വാധികം ശക്തിയോടെ തിരികെ എത്തിക്കുക എന്നുള്ളതാണ് അദ്ധ്യാപകരുടെയും രക്ഷാകർത്താക്കളുടെയും കടമ.

"നീ പരീക്ഷയിൽ മുഴുവൻ മാർക്കും വാങ്ങണം" എന്നുപറഞ്ഞ് കുട്ടികളെ പ്രചോദിപ്പിക്കാൻ ശ്രമിക്കാതെ,

"നിന്നെക്കൊണ്ട് കഴിയുന്നപോലെ ഏറ്റവും നന്നായി എഴുതുക" എന്നു പറയുന്നതാണ് നല്ലത്.

ജീവിതത്തിൽ ശരിയായ ഒരു വഴിയോ ഒരു അവസരമോ മാത്രമല്ല

ഉള്ളത്. തെറ്റുകൾ വരുത്തുക എന്നതും പരാജയങ്ങൾ നേരിടുക എന്നതും ജീവിതത്തിൽ വളർച്ചയ്ക്ക് സഹായിക്കുന്ന ഘടകങ്ങളാണ്. വിജയിക്കാൻ ജീവിതത്തിൽ നിരവധി വഴികളും അവസരങ്ങളും ഉണ്ടാകും. ഇഷ്ടപ്പെട്ട വഴിയിൽ വിജയിക്കാനായില്ലെങ്കിൽ ഉടൻതന്നെ രണ്ടാമത്തെയോ മൂന്നാമത്തെയോ വഴി തെരഞ്ഞെടുക്കുന്നതാണുചിതം. "ഒരു വഴിയിലും തീർത്തും ശരിയായതോ തെറ്റായതോ ആയ കാര്യമില്ല."

മൂന്നാമതായി പ്രകടനത്തെയല്ല പരിശ്രമത്തെ അംഗീകരിക്കുക. കുട്ടിയുടെ നിയന്ത്രണത്തിലുള്ള ഒരേയൊരു കാര്യം കാര്യക്ഷമമായി പരിശ്രമിക്കുക എന്നുള്ളത് മാത്രമാണ്.

"നീ നന്നായി എഴുതും എന്നെനിക്കറിയാം" എന്നു പറയാതെ "നീ നിന്റെ കഴിവിന്റെ പരമാവധി ശ്രമിക്കുക" എന്നു പറയാൻ കഴിയണം. കുട്ടിയുടെ നിലവിലുള്ള അവസ്ഥയും മാനസിക നിലയും കൂട്ടുകെട്ടുകളും അംഗീകരിച്ചു മനസ്സിലാക്കിക്കൊണ്ട് മുന്നോട്ട് പോകാൻ സഹായകമാകുന്ന വഴികൾ ചൂണ്ടിക്കാണിക്കുകയാണ് രക്ഷകർത്താക്കളും അദ്ധ്യാപകരും ചെയ്യേണ്ടത്.

കലാലയങ്ങൾ

"ഒരു കലാലയം തുറക്കപ്പെടുമ്പോൾ ആയിരം കാരാഗ്രഹങ്ങൾ അടയ്ക്കപ്പെടും." കലാലയങ്ങളെക്കുറിച്ച് മഹാത്മാഗാന്ധിയുടെ വാക്കുകളാണിവ. നല്ല നാളെയുടെ സ്രഷ്ടാവാണ് വിദ്യാർത്ഥി. വരും തലമുറകൾക്ക് സാമൂഹ്യ, സാംസ്കാരിക, ആത്മീയ, മൂല്യാധിഷ്ഠിത ജീവിതം എങ്ങനെയാണെന്ന് കാണിച്ചുകൊടുക്കേണ്ടവർ. സംശുദ്ധമായ ജീവിതം കൊണ്ട് സമൂഹത്തിന് വഴികാട്ടിയാവേണ്ടവരാണ് ഇന്നത്തെ വിദ്യാർത്ഥികൾ. അഴിമതികളും പീഡനങ്ങളും അക്രമപ്രവർത്തനങ്ങളുമില്ലാത്ത ഒരു രാജ്യമായി നമ്മുടെ നാട് മാറണമെങ്കിൽ ഫലപ്രദമായ രീതിയിൽ മൂല്യാധിഷ്ഠിത വിദ്യാഭ്യാസം കലാലയങ്ങളിൽ നടപ്പിലാക്കിയാൽ മാത്രം മതി.

സർവ്വാദരങ്ങളും നല്കപ്പെട്ട മഹനീയ വ്യക്തിത്വങ്ങളായിരുന്നു മുൻകാലങ്ങളിലെ ഗുരുക്കന്മാർ. പാണ്ഡിത്യമുള്ള ഗുരുക്കന്മാരുടെ തണലിൽ ഉത്തരവാദിത്വപരമായ സുരക്ഷിതത്വത്തിലായിരുന്നു മുൻകാലത്തെ വിദ്യാർത്ഥി ജീവിതം. തന്റെ വിദ്യാർത്ഥികളോട് എല്ലാതരത്തിലും ആത്മാർത്ഥത കാണിച്ചിരുന്ന മഹനീയ വ്യക്തിത്വങ്ങളായിരുന്നു മുൻകാല ഗുരുക്കന്മാർ. പക്ഷേ, ഇന്നത്തെ കാലത്ത്.... അദ്ധ്യാപികയെ ലൈംഗിക പീഡനങ്ങൾക്ക് വിധേയയാക്കുന്ന വിദ്യാർത്ഥികൾ, വിദ്യാർത്ഥിനിയെ ബലാല്ക്കാരം ചെയ്യുന്ന അദ്ധ്യാപകൻ, ഗുരുക്കന്മാരെ ഘരാവോ ചെയ്യുന്ന ശിഷ്യന്മാർ, തകർന്നടിഞ്ഞ ഗുരുശിഷ്യബന്ധം. ചുറുചുറുക്കും പ്രസരിപ്പും ഉള്ള വിദ്യാർത്ഥികളെയും യുവജനങ്ങളെയും സൃഷ്ടിക്കുക എന്ന ഉത്തരവാദിത്വത്തിൽനിന്ന് കലാലയങ്ങളും ഗുരുക്കന്മാരും പിന്നോട്ട് പോയി. ലൈംഗികാസ്വാദനങ്ങൾക്കുള്ള ഇടത്താവളമായി കലാലയങ്ങൾ മാറി. കുത്തഴിഞ്ഞ ലൈംഗികതയ്ക്ക് അവസര

മൊരുക്കുന്ന തീവ്രപ്രണയങ്ങളുടെ കരുവാളിച്ച മുഖമാണ് ഇന്നത്തെ കലാലയങ്ങൾക്കുള്ളത്. ബാലിശമായ പ്രണയങ്ങളിൽ ജീവിതം അർപ്പിച്ചിരിക്കുന്ന കാമുകീ കാമുകന്മാരുടെ സല്ലാപകേന്ദ്രമായി കലാലയങ്ങൾ തരംതാഴുന്നു. കുറഞ്ഞ ചെലവിൽ സുലഭമായ ഹൈസ്പീഡ് ഇന്റർനെറ്റ് സംവിധാനങ്ങളും സോഷ്യൽ മീഡിയകളും ഏറ്റവും കൂടുതൽ സമയം ഉപയോഗിക്കുന്നത് ലൈംഗികാവശ്യങ്ങൾക്കാണെന്ന് ഈ അടുത്തകാലത്തെ ഒരു സർവ്വേ വെളിപ്പെടുത്തിയിരുന്നു. പഴയകാലത്തേക്കുള്ള ഒരു തിരിച്ചുപോക്കിന് നമ്മുടെ കലാലയങ്ങളെ പ്രേരിപ്പിക്കണം.

മദ്യവും മയക്കുമരുന്നുകളും നമ്മുടെ കലാലയങ്ങളെ കാൽക്കീഴിലാക്കിയിട്ട് കാലം കുറേയായി. മദ്യപിച്ച് ക്ലാസിൽ കയറിയിരിക്കുന്ന നായകന്മാരുടെ സിനിമകൾ ഇന്നത്തെ യുവത്വത്തിന്റെ ഹരമാണ്. “സർവ്വതിന്മകളുടെയും താക്കോലാണ് മദ്യം.” എന്ന് വിശുദ്ധ *ഖുറാൻ* അറിയിച്ചെങ്കിലും വിദ്യാർത്ഥികൾക്ക് ലഹരി നുണഞ്ഞ് കാമ്പസ് ജീവിതം തുലയ്ക്കാനാണ് കൂടുതൽ താല്പര്യം. മൂല്യാധിഷ്ഠിത വിദ്യാഭ്യാസത്തിലൂടെ ഇതിനും ഒരറുതി വരുത്താനാകും.

അരാഷ്ട്രീയവാദത്തിലൂടെയും റാഗിങ്ങിലൂടെയും ഗുണ്ടാഗാങ്ങുകളിലൂടെയും വീർപ്പുമുട്ടുന്ന കലാലയങ്ങൾ നമുക്ക് ചുറ്റും കാണാം. കമ്പോളവല്ക്കരിക്കപ്പെട്ട വിദ്യാഭ്യാസത്തിന്റെ ഉപോല്പന്നങ്ങളാണിവ. വിദ്യാഭ്യാസം കച്ചവടച്ചരക്കാക്കുകയും സ്വകാര്യസ്വത്തായി കൊണ്ടുനടക്കുകയും ചെയ്യുന്നവർ അധമവിചാരങ്ങൾക്ക് വഴിതുറക്കുകയാണ്. കച്ചവടലോബികൾക്കുള്ള കൃഷിയിടമായി വിദ്യാഭ്യാസരംഗം മാറിയപ്പോഴാണ് വിദ്യാർത്ഥികളിൽ സാമൂഹ്യ പ്രതിബദ്ധത ഇല്ലാതായത്. പൊള്ളുന്ന വില കൊടുത്ത് കച്ചവടക്കാരിൽനിന്നും വാങ്ങി മറിച്ചുവില്ക്കുന്ന ഒരു മലഞ്ചരക്കായി വിദ്യാഭ്യാസം മാറിക്കഴിഞ്ഞു. ജോലി നേടാൻ വേണ്ടി മാത്രം പഠിക്കുക. ആ ജോലിയിലൂടെ മുടക്കു മുതൽ തിരിച്ചു പിടിക്കുക എന്നതു മാത്രമായി ഇപ്പോഴത്തെ ലക്ഷ്യം. വിദ്യാഭ്യാസരംഗം അനിവാര്യമായ മാറ്റങ്ങൾക്ക് വിധേയമാകേണ്ട കാലമായി. മൂല്യാധിഷ്ഠിത നിലപാടുകൾ സ്വീകരിച്ചാൽ കലാലയങ്ങളിലെ നല്ല കാലങ്ങൾ തിരികെക്കൊണ്ടുവരാനാകും.

മൂല്യാധിഷ്ഠിത ജീവിതം

ശരീരം ഒരു വാഹനമാണെങ്കിൽ മനസ്സ് അതിന്റെ സാരഥിയാണ്. ശരീരത്തെ എപ്പോൾ എങ്ങോട്ട് എന്തിന് വേണ്ടി നയിക്കണമെന്ന് നിർദ്ദേശിക്കുന്നത് മനസ്സാണ്. മനസ്സിന് ആവശ്യമായ വിവരങ്ങൾ കൊടുക്കുന്ന ഇൻപുട്ട് ഉപകരണങ്ങളാണ് ചെവി, കണ്ണ്, നാവ്, ത്വക്ക് തുടങ്ങിയവ. നല്ല കാര്യങ്ങൾക്ക് പ്രാധാന്യം കൊടുത്തുകൊണ്ടുള്ള നിർദ്ദേശങ്ങളാണ് മനസ്സിന് നല്കുന്നതെങ്കിൽ അതിലേക്ക് തന്നെ ശരീരത്തെ മനസ്സ് നയിക്കും. നമ്മുടെ സംസ്കാരത്തിന് യോജിച്ച നല്ലത് എന്തെല്ലാമാ

ണെന്ന് നമുക്കെല്ലാം അറിയാം. അതിലേക്ക് മനസ്സിനെ നയിക്കുക എന്നുള്ളതാണ് മൂല്യാധിഷ്ഠിതജീവിതത്തിൽ ആദ്യം ചെയ്യേണ്ടത്.

അടുത്തതായി നമ്മുടെ മാതൃഭൂമിയുടെ സാംസ്കാരിക പൈതൃകവും ആചാരാനുഷ്ഠാനങ്ങളും ആഹാരരീതികളും മനസ്സിലാക്കുക എന്നുള്ളതാണ്. പരമപവിത്രമായ സംസ്കാരങ്ങളുടെ കേന്ദ്രമായ ലോകത്തെ ഏറ്റവും പുരാതനമായ ഭാരതമെന്ന രാഷ്ട്രത്തിൽ ജനിക്കാനും വളരാനുമായത് അഭിമാനത്തോടെ ലോകത്തോട് വിളിച്ചു പറയാനാകണം. നിരവധി മഹാരഥന്മാർ നയിച്ച ഭാരതത്തിന്റെ ഭൂതകാലവും പാശ്ചാത്യലോകത്തേക്കാൾ സാംസ്കാരികമായി ഉന്നതിയിൽ നില്ക്കുന്ന വർത്തമാനകാലവും മൂല്യങ്ങൾ ഉയർത്തിപ്പിടിക്കുന്ന ഭാവികാലവും നമുക്ക് സ്വന്തമായുണ്ട്. ഇവയെപ്പറ്റി കൂടുതൽ അറിയാനും മനസ്സിലാക്കാനുമാവണം.

ഭാരതീയ പൈതൃകത്തിലെ ആചാരാനുഷ്ഠാനങ്ങളെക്കുറിച്ചുള്ള ധാരണ അത്യാവശ്യമാണ്. നമ്മുടെ സദാചാരനിഷ്ഠകളും സൂര്യോദയത്തിന് മുമ്പ് ഉണരലും, പ്രാർത്ഥനകളും പ്രഭാത സ്നാനവും, ധ്യാനവും വ്യായാമമുറകളും ഓരോരോ അവസരങ്ങളിൽ നാം പിന്തുടർന്നു വരുന്ന ആചാരങ്ങളും എല്ലാം മനസ്സിലാക്കുകയും അഭിമാനത്തോടെ പിന്തുടർന്നു വരികയും വേണം. അതുപോലെ പ്രധാനപ്പെട്ടതാണ് നമ്മുടെ ആഹാരരീതികളും. ഹിതമായ ഭക്ഷണം സംതൃപ്തമായി ഭക്ഷിക്കുന്ന ഒരു പാരമ്പര്യമാണ് നമുക്കുള്ളത്.

മൂന്നാമതായി മൂല്യാധിഷ്ഠിത വിദ്യാഭ്യാസത്തിൽ പ്രാധാന്യം നല്കേണ്ടത് കുടുംബാധിഷ്ഠിത ബന്ധങ്ങൾക്കാണ്. ഭാരതീയ സംസ്കാരത്തിലെ ഏറ്റവും പവിത്രമായ ബന്ധമാണ് മാതാപിതാക്കളുടെ ബന്ധം. പ്രകൃതി നല്കിയ വരദാനമാണീ പവിത്രബന്ധം. മാതാപിതാക്കളോടുള്ള സ്നേഹാദരബന്ധം ജീവിതവസാനം വരെ നിലനിർത്തണം. നമുക്ക് ജന്മം നല്കി, വളർത്തി വലുതാക്കി നാം ഉയർന്ന് പറക്കുന്നത് കണ്ട് ആഹ്ലാദിച്ചവരാണ് നമ്മുടെ മാതാപിതാക്കൾ. ഏത് മാനസികാവസ്ഥയിലും നമുക്ക് നന്മ വരുത്തേണമേ എന്ന് പ്രാർത്ഥിച്ചവരാണവർ. മാതാപിതാക്കളിൽ നിന്നാണ് നാം ജീവിതമെന്താണെന്നറിഞ്ഞതും, ചിരിക്കാനും കരയാനും സ്നേഹിക്കാനും ഭക്ഷണം കഴിക്കാനുമൊക്കെ പഠിപ്പിച്ചതവരാണ്. മാതാപിതാക്കളുടെ ജീവിതാവസാനം വരെ അവരെ സംതൃപ്തിയോടെ സംരക്ഷിക്കേണ്ട ധർമ്മം മക്കളുടേതാണ്.

മറ്റൊരു മനോഹരമായ ബന്ധമാണ് ഭാര്യഭർതൃബന്ധം. ജീവിതത്തിനിടയ്ക്ക് ആരംഭിച്ച് ജീവിതാവസാനം വരെ നിലനില്ക്കേണ്ട ബന്ധം. ഈ അടുത്ത കാലത്ത് ദാമ്പത്യബന്ധത്തിന്റെ തീവ്രത വെളിവാക്കുന്ന ഒരു കഥ ഒരു സുഹൃത്ത് പങ്കുവെക്കുകയുണ്ടായി.

അവളുടെ ഇൻബോക്സിലേക്ക് അപ്രതീക്ഷിതമായി ഒരു മെസ്സേജ് എത്തി.

"നിങ്ങളുടെ കവിത വായിച്ചു; മനോഹരം. എനിക്ക് പറയാൻ വാക്കു

കൾ ഇല്ല. അത്രയ്ക്ക് മനോഹരം. എഴുത്ത് ഇനിയും തുടരുക."

അവളുടെ മുഖത്തു പുഞ്ചിരി വിടർന്നു. ഹൃദയത്തിൽ എവിടെയോ തട്ടിയതുപോലെ. അവൾ മറുപടി കൊടുത്തു.

"ഒരുപാട് നന്ദി!!"

എഴുത്ത് അവൾ അതുവരെ സീരിയസായി എടുത്തിരുന്നില്ല. സമയം കിട്ടുമ്പോൾ ഗ്രൂപ്പുകളിൽ കയറി വായിക്കും. പിന്നെ എന്തെങ്കിലും രണ്ടുവരി കുത്തിക്കുറിച്ചിടും. പക്ഷേ, ഇങ്ങനെയുള്ള അഭിനന്ദനം ആദ്യമായിട്ടാണ്. അവളത് അർഹിക്കുന്നുപോലുമുണ്ടോ എന്നവൾക്ക് സംശയമുണ്ടായിരുന്നു. എന്തായാലും ഇനി എഴുതുമ്പോൾ കുറച്ചുകൂടി നന്നായി എഴുതണം. അവൾ തീരുമാനിച്ചു.

അടുത്ത ദിവസം തന്നെ അടുത്ത കവിത അവൾ പോസ്റ്റ് ചെയ്തു. എന്നിട്ട് പ്രതികരണത്തിനായി കാത്തിരുന്നു. ചിലരൊക്കെ ലൈക്ക് അടിച്ചു പോയി. പക്ഷേ, പ്രതീക്ഷിച്ച പ്രതികരണം വന്നില്ല. അപ്പോഴാണ് വീണ്ടും ഇൻബോക്സിൽ അവന്റെ മെസ്സേജ് വരുന്നത്.

"സമ്മതിച്ചു... വീണ്ടും തകർത്തു.... നിങ്ങൾ വളരെ നന്നായി എഴുതുന്നു. ഞാൻ നിങ്ങളുടെ വലിയ ഫാൻ ആയി മാറിട്ടോ... പിന്നെ .. ഇനി എഴുതുമ്പോൾ ഈ സുഹൃത്തിനെക്കൂടി ഒന്നു മെൻഷൻ ചെയ്യണേ."

അവൾക്കു ഒരുപാട് സന്തോഷമായി. അവൾ ശരി എന്നു പറഞ്ഞു. തന്റെ കഴിവുകൾ ഭർത്താവ് ഇതുവരെ ഒന്ന് പ്രോത്സാഹിപ്പിക്കുക പോലും ചെയ്തിട്ടില്ല. എഴുതിയാൽ വായിക്കാനുള്ള മനസ്സ് പോലും കാണിക്കാറില്ല.

അവർ മെല്ലെ സൗഹൃദം അവിടെ ആരംഭിച്ചു. ഒരിക്കൽപ്പോലും അവൻ അവളുമായി മോശമായ രീതിയിൽ സംസാരിച്ചിരുന്നില്ല.

അതിനിടയ്ക്കാണ്.. അവളുടെ ഫോട്ടോ കാണുവാൻ ആഗ്രഹമുണ്ടെന്ന് അവൻ അറിയിക്കുന്നത്. ആദ്യമൊന്ന് മടിച്ചെങ്കിലും അവന്റെ നിർബ്ബന്ധത്തിന് വഴങ്ങി പ്രൊഫൈൽ ഫോട്ടോയായി അവളുടെ ശരിക്കുമുള്ള ഫോട്ടോ വെച്ചു.

അവളുടെ ഇൻബോക്സിലേക്ക് അവന്റെ മെസ്സേജ് കുതിച്ചെത്തി.. "നിങ്ങൾ ഇത്ര സുന്ദരി ആയിട്ടാണോ ഇതുവരെ ഫോട്ടോ വെക്കാത്തെ.. ഒന്നും പറയാനില്ല.. ഞാൻ കണ്ടു ഞെട്ടി. എന്തൊരു ഭംഗി ആണെന്ന് അറിയാമോ.."

അവളുടെ മനസ്സിൽ സന്തോഷം അലയടിച്ചെങ്കിലും അവൾ അത് പുറത്തു കാണിച്ചില്ല.. "എന്നെ അധികം പൊക്കുകയൊന്നും വേണ്ട.. എനിക്കറിയാം എന്നെപ്പറ്റി.. ഇത് തന്നെ നീ നിർബ്ബന്ധിച്ചതുകൊണ്ട് ഇട്ടതാ.. ഞാൻ പ്രൊഫൈൽ ഫോട്ടോ മാറ്റാൻ പോവുകയാ."

"അയ്യോ .. മാറ്റല്ലേ..പ്ലീസ്.. ദൈവം നിങ്ങൾക്ക് ഇത്രയ്ക്കു സൗന്ദര്യം തന്നിട്ട് അത് മറച്ചു വെക്കുന്നത് ശരിയല്ല.."

അവൾ ഓർത്തുപോയി...കല്യാണം കഴിഞ്ഞിട്ട് കുറച്ചുനാൾ കഴിഞ്ഞപ്പോൾ ഭർത്താവ് ഇതെല്ലാം മറന്നു പോയിരിക്കുന്നു.. എത്ര നല്ല

വസ്ത്രം ധരിച്ചാലും ചോദിക്കാതെ ഒന്നും പറയാറില്ല. പലപ്പോഴും ആഗ്രഹിച്ചിട്ടുണ്ട് നല്ല ഒരു വാക്ക് കേൾക്കാൻ..

"ശരി.. മാറ്റുന്നില്ല" അവൾ മറുപടി കൊടുത്തു.

അവൻ പിന്നെയും കൂടുതൽ അടുത്തു. അവളുടെ കവിതകളെ പ്രശംസിച്ചും ഇടയ്ക്കു സൗന്ദര്യത്തെ പുകഴ്ത്തിയും അവൻ അവളുടെ മനസ്സിലേക്ക് കയറുവാൻ തുടങ്ങി.

ഒരിക്കൽ അവൻ പറഞ്ഞു.. "നിങ്ങളുടെ ഭർത്താവിന്റെ സ്ഥാനത്തു ഞാൻ ആയിരുന്നെങ്കിൽ നിങ്ങളെ സ്നേഹിച്ചു കൊന്നേനെ.."

"അതെന്താ..?" അവൾ ചോദിച്ചു..

"അതോ.. ഒന്നാമത് നിങ്ങൾ സുന്ദരിയാണ്.. പിന്നെ ഒരു നല്ല എഴുത്തുകാരി കൂടിയാണ്.. നിങ്ങളെപ്പോലെയുള്ള ഒരാളെ കിട്ടിയാൽ എന്റെ ജീവിതം എത്ര മാത്രം സന്തോഷമുള്ളതായിത്തീർന്നേനെ.. എനിക്ക് ഒരു വിഷമമുള്ളത് നിങ്ങളുടെ ഭർത്താവ് ഇതൊന്നും തിരിച്ചറിയുന്നില്ലല്ലോ എന്നതാണ്. തിരിച്ചറിഞ്ഞെങ്കിൽ.. നിങ്ങളെ വിട്ട് എങ്ങും പോവാതെ മുഴുവൻ സമയം നിങ്ങളുടെ കൂടെ ചെലവഴിച്ചേനെ.."

അവന്റെ തമാശ അവൾക്ക് ഇഷ്ടമായി. അവൾ ഒരു സ്മൈലി അയച്ചു കൊടുത്തു. പിന്നെ പറഞ്ഞു.. "അദ്ദേഹം എന്നെ നന്നായി നോക്കുന്നുണ്ട്. ഒരുപാട് സ്നേഹമാ.." അങ്ങനെ പറഞ്ഞെങ്കിലും അവളുടെ മനസ്സിൽ ഒരല്പം വിഷമം തോന്നിയിരുന്നു.

പിന്നെയുള്ള ഇടവേളകളിൽ അവൻ അവളുടെ ഭർത്താവിന്റെ കുറവുകളേയും അവളുടെ കഴിവുകളെയുംപറ്റി മാത്രമായിരുന്നു സംസാരിച്ചത്.

അതിനിടയ്ക്ക് അവൻ അവളുടെ നമ്പർ വാങ്ങിയിരുന്നു. പിന്നെയുള്ള സമയങ്ങളിൽ അവൻ അവളെ വിളിച്ചുകൊണ്ടേയിരുന്നു. അവന്റെ സംഭാഷണ ശൈലി അത്രത്തോളം മനോഹരമായിരുന്നു. ഓരോ വാക്കിലും സ്നേഹം നിറഞ്ഞിരുന്നു.

അവരുടെ ബന്ധം മെല്ലെ മെല്ലെ വളർന്നു. നേരിട്ട് കാണുവാനുള്ള കാര്യങ്ങൾ അവർ സംസാരിക്കുവാൻ തുടങ്ങി.

അവൾ ആദ്യം എതിർത്തെങ്കിലും അവന്റെ നിർബ്ബന്ധത്തിന് വഴങ്ങി അതിന് സമ്മതിച്ചു. അത്രത്തോളം അവളെ സ്വാധീനിക്കുവാൻ അവന് സാധിച്ചിരുന്നു.

അതിനിടയ്ക്ക് അവൻ വരവിന്റെ ഉദ്ദേശലക്ഷ്യം അവളെ സൂചിപ്പിച്ചു..

"അങ്ങനെ ഒന്നും പറ്റില്ല.. എനിക്ക് പേടിയാ.. നീ വന്നോ.. അതിൽ കൂടുതലൊന്നും പ്രതീക്ഷിക്കരുത്.." അവൾ അവനോട് പറഞ്ഞു.

"എന്തിനാ പേടിക്കുന്നെ?.. നമ്മൾ അല്ലാതെ ആരും ഇത് അറിയാൻ പോകുന്നില്ല. പിന്നെ ഇതിൽ എന്ത് തെറ്റാണുള്ളത്. നിങ്ങൾ അറിയാതെ നിങ്ങളുടെ ഭർത്താവിന് ഇതുപാലെ ആരെങ്കിലും ഉണ്ടെങ്കിലോ? .. അതും പോകട്ടെ.. ഒരു ജീവിതമേ ഉള്ളൂ.. ഇവിടെ സന്തോഷിച്ചില്ലെങ്കിൽ

പിന്നെ എവിടെ സന്തോഷിക്കും? കുറച്ചു കൂടി കഴിഞ്ഞാൽ പ്രായം കൂടി പ്രാരാബ്ധങ്ങൾ തലയിൽ വന്ന് ജീവിതം മടുക്കും. പിന്നെ ആലോചിച്ചിട്ട് കാര്യമില്ല. ജീവിതം സന്തോഷിക്കേണ്ട സമയത്തു സന്തോഷിക്കണം. ഇപ്പോൾ ഇതൊന്നും വലിയ കാര്യമല്ല. എല്ലാ ആളുകൾക്കും ഇങ്ങനെയുള്ള ബന്ധങ്ങളുണ്ട്. ഇല്ലാത്തവർ വെറും വിഡ്ഢികളാണ്." അവൻ നന്നായി തന്റെ ഭാഗം അവളോട് അവതരിപ്പിച്ചു.

"എന്നാലും.." അവൾ പാതിവഴിയിൽ പറഞ്ഞു നിർത്തി.

"ഒരു കുഴപ്പവുമില്ല.. ഞാൻ ഈ തിങ്കളാഴ്ച വരാം.. തന്റെ ഹസ്ബൻഡ് ഒമ്പതുമണിക്ക് പോകുമല്ലോ.. ഞാൻ പത്തുമണി ആവുമ്പോഴേക്കും വരാം.." ഇനി അധികം സംസാരിച്ചു കുളമാക്കണ്ട. അവൻ സംസാരം അവിടെ അവസാനിപ്പിച്ചു.

തിങ്കളാഴ്ച പത്തുമണി ആയപ്പോൾ അവൻ അവളുടെ വീട്ടിലെത്തി. അവൻ അല്പം ടെൻഷനോടെ കാളിങ് ബെൽ അമർത്തി. അവൾ വാതിൽ തുറന്നു. അവൻ പെട്ടെന്ന് അകത്തു കയറി.

അവൾ അണിഞ്ഞൊരുങ്ങിയിരുന്നു. അവൻ അവളെ ശരിക്കുമൊന്ന് നോക്കി. അവൾ നാണംകൊണ്ട് മുഖം താഴ്ത്തി.

"ഇരിക്കൂ.." അവൾ അവനോട് പറഞ്ഞു:

അവൻ സോഫയിൽ മെല്ലെ ഇരുന്നു.

"കുടിക്കാൻ എന്താ വേണ്ടത്..?"

"ഹോട്ട്.." കള്ളച്ചിരിയോടെ അവൻ പറഞ്ഞു. അവൾ തിരിഞ്ഞപ്പോൾ അവൻ പറഞ്ഞു.. "അല്ലെങ്കിൽ ഇപ്പൊ ഒരു ഗ്ലാസ് വെള്ളം മതി.."

അവൾ ഒരു ഗ്ലാസ് വെള്ളമെടുത്തു. മെല്ലെ നടന്നു. അവന്റെ മുന്നിലുള്ള സോഫയിൽ ഇരുന്നു. അവൾ പറഞ്ഞു..

"എനിക്കെന്തോ പേടി പോലെ.."

"എന്തിന്.. ഇതൊന്നും തെറ്റല്ല .. നമ്മൾ മനുഷ്യരല്ലേ? വികാരവും വിചാരവുമുള്ളവർ .. ഉള്ളിലെ ആഗ്രഹം എന്തിനാ അടക്കി വെക്കുന്നത്?.. നാളെ നമ്മൾ മരിച്ചു പോയാലോ.. തീർന്നില്ലേ എല്ലാം.. ഒരാളുടെ ജീവനും ഒരു ഉറപ്പും ഇല്ല .. ഉള്ള സമയം സന്തോഷിക്കുക.. അത്രമാത്രം."

"എന്നാലും.."

"ഒരു എന്നാലും ഇല്ല.. എനിക്ക് പെട്ടെന്ന് പോവണം.." അവൻ ചിരിച്ചു.

"ഞാൻ ഒരു കാര്യം ചോദിക്കട്ടെ.." അവൾ അവന്റെ മുഖത്തു നോക്കി.

"നിങ്ങളുടെ ഭാര്യ ഇങ്ങനെ ചെയ്താൽ നിങ്ങൾ അംഗീകരിക്കുമോ..?"

അവൻ ഒന്നാലോചിച്ചു.. ഒരു കുടുക്കാണ്.. "അവൾ ഞാൻ അറിയാതെ ചെയ്താൽ.. എനിക്കെന്താ ചെയ്യാൻ പറ്റുക..?"

"ശരി.. അങ്ങനെ ചെയ്തെന്നു നിങ്ങൾ അറിഞ്ഞാൽ അവളെ കുറ്റപ്പെടുത്തുമോ?.."

അവൻ കുറച്ചു നേരം ഒന്നും മിണ്ടിയില്ല. പിന്നെ പറഞ്ഞു.. "അറിയില്ല.."

"ശരി.. അത് പോട്ടെ.. നിങ്ങളുടെ അമ്മയ്ക്ക് ഇതുപോലെ ഒരു ബന്ധം ഉണ്ടായിരുന്നുവെന്നറിഞ്ഞാൽ.. നിങ്ങളുടെ പ്രതികരണം എന്തായിരിക്കും..?"

അവന്റെ മുഖം മെല്ലെ മാറി... കണ്ണുകൾ ചുവന്നു.. ചുണ്ടുകൾ വിറയ്ക്കുവാൻ തുടങ്ങി.. അതുകണ്ടപ്പോൾ അവൾ പറഞ്ഞു. "ദേഷ്യപ്പെടണ്ട. നാളെ എന്റെ കുട്ടികൾ എന്നെപ്പറ്റി അങ്ങനെ അറിഞ്ഞാലോ എന്നു കരുതിയാണ് ചോദിച്ചത്.."

"ഇതിൽ തെറ്റില്ല എന്നു പറഞ്ഞ നിങ്ങൾക്ക് തന്നെ ഇങ്ങനെ ദേഷ്യം വന്നാൽ.." അവൾ പുഞ്ചിരിയോടെ പറഞ്ഞു നിർത്തി..

പെട്ടെന്നാണ് ഒരാൾ അകത്തുനിന്ന് പുറത്തേക്കു വന്നത്. വന്നപാടെ പറഞ്ഞു.. "സോറി, ഉറങ്ങിപ്പോയി.. ഇയാൾ വരുമെന്ന് പറഞ്ഞിരുന്നു.. അതുവരെ ഉറങ്ങാമെന്ന് കരുതി. എടീ!!! നീയെന്താ എന്നെക്കാൾ നിന്നെ സ്നേഹിക്കാനറിയാവുന്ന ആൾ ഇവിടെ വന്നിട്ട് എന്നെ വിളിക്കാതിരുന്നേ?..."

അവൻ ഷോക്കേറ്റ പോലെ അങ്ങനെ ഇരുന്നു.. പിന്നെ മെല്ലെ വിയർക്കുവാൻ തുടങ്ങി .. മുന്നിലുണ്ടായിരുന്ന ഒരു ഗ്ലാസ് വെള്ളം ഒറ്റ വലിക്ക് കുടിച്ചു..

അവൾ പറഞ്ഞു.. "ഇപ്പൊ എല്ലാ കാര്യവും മനസ്സിലായല്ലോ. പൊതുവെ നിങ്ങൾക്കെല്ലാം വിവാഹം കഴിഞ്ഞ സ്ത്രീകളെപ്പറ്റി ഒരു തെറ്റിദ്ധാരണയുണ്ട്... ഭാര്യാഭർതൃ ബന്ധം എന്നാൽ സെക്സ് മാത്രമല്ല.. അതിനു ഒരു പാട് അർത്ഥമുണ്ട്. പിന്നെ എന്റെ കവിതയുടെ നിലവാരം എനിക്കറിയാം. നിങ്ങളുടെ കമന്റ് കണ്ടപ്പോഴേ എനിക്ക് തോന്നിയിരുന്നു നിങ്ങൾ നല്ല ചൂണ്ടയാണ് ഇടുന്നതെന്ന്.. പിന്നെ നിങ്ങളെ ഇവിടെ വരുത്തിയത് ഒന്നോർമ്മിപ്പിക്കാനാണ്.. നിങ്ങൾ വിരിച്ച വലയിൽ ഒരുപാട് പെണ്ണുങ്ങൾ വീണിരിക്കാം. വീഴുകയും ചെയ്യും.. പക്ഷേ, ഒന്നോർക്കണം.. അവർക്കുമുണ്ട് കുടുംബം.. ചിലരെ പറ്റിക്കുവാൻ എളുപ്പമാണ്.. അത് നിങ്ങൾ മിടുക്കനായതിനേക്കാൾ അവർ പാവങ്ങൾ ആയതുകൊണ്ടാണ്.. ഇനിയെങ്കിലും നന്നാവുക.. സ്വന്തം അമ്മയെ, സഹോദരിയെ, ഭാര്യയെ ഓർത്തെങ്കിലും.."

അവൻ മെല്ലെ എഴുന്നേറ്റു പുറത്തേക്കു നടന്നു...

പുറകിൽനിന്നും അവളുടെ ഭർത്താവ് മെല്ലെ വിളിച്ചു പറഞ്ഞു...

"പിന്നെ ആ കവിത അവൾ എഴുതിയതല്ല.. ഞാൻ എഴുതിയതാട്ടോ.."

സുഖദുഃഖങ്ങൾ, ലാഭനഷ്ടങ്ങൾ, ഉയർച്ച താഴ്ചകൾ കൂട്ടായ്മകളും ഒറ്റപ്പെടലുകളും എല്ലാം പങ്കിടാൻ ഭാര്യാഭർത്താക്കന്മാർക്ക് കഴിയണം. സ്നേഹവാത്സല്യങ്ങൾ, അംഗീകാരവാക്കുകൾ, അഭിനന്ദനങ്ങൾ, ആശ്വാസ വചനങ്ങൾ എന്നിവ നിർലോഭം പ്രകടിപ്പിക്കാൻ പരസ്പരം

കഴിയണം. ഇവ കൂടാതെ കുടുംബാംഗങ്ങൾ തങ്ങളിലുള്ള ദൃഢബന്ധവും സമൂഹവുമായുള്ള ബന്ധവും നമ്മുടെ സംസ്കാരത്തിന്റെ അഭിമാനമാണ് എന്ന കാര്യം ഒരിക്കലും വിസ്മരിച്ചുകൂടാ.

നാലാമതായി ധാർമ്മിക മൂല്യങ്ങളായ സ്നേഹം, ദയ, വിനയം, പ്രത്യാശ, വിശ്വാസം ഇവയെ മുറുക്കിപ്പിടിക്കുന്ന സ്വഭാവ സവിശേഷത വളർത്തിക്കൊണ്ട് വരിക എന്നുള്ളതാണ് മൂല്യാധിഷ്ഠിത വിദ്യാഭ്യാസത്തിന്റെ ആണിക്കല്ല്. മറ്റുള്ളവർക്ക് നന്മ വരാനും അവരുടെ ജീവിത വൈഷമ്യങ്ങൾ ലഘൂകരിക്കാനുമാണ് നാം ഇവിടെ ജീവിക്കുന്നത് എന്ന കാര്യം എപ്പോഴും മനസ്സിലുണ്ടാകണം.

"നല്ലവർ ഇന്ത്യയിൽ പുനർജ്ജനിക്കും." പുരാതനമായ ഒരു ചൈനീസ് പഴമൊഴിയാണിത്. അഭിമാനകരമായ നമ്മുടെ പൈതൃകം മനസ്സിലാക്കി വിളിച്ചുപറഞ്ഞുകൊണ്ട്, നമ്മുടെ ആചാരാനുഷ്ഠാനങ്ങൾ പാലിച്ചുകൊണ്ട്, ബന്ധങ്ങൾക്ക് അതീവ പ്രാധാന്യം നല്കിക്കൊണ്ട്, നന്മമാത്രം ലക്ഷ്യമാക്കി ധാർമ്മിക മൂല്യങ്ങൾ മുറുകെപിടിച്ചുകൊണ്ട് മുന്നോട്ട് പോയാൽ വരും തലമുറകൾക്ക് ആത്മാഭിമാനത്തോടെയും അല്പം അഹങ്കാരത്തോടെയും ഉയർത്തിക്കാണിക്കാൻ ഒരു പാരമ്പര്യം ഇവിടെ നിലനിർത്താനാകും.

ജീവിതം ധന്യമാക്കാം

"മനുഷ്യൻ എത്ര മനോഹരമായ പദം" പ്രമുഖ റഷ്യൻ എഴുത്തുകാരനായ മാക്സിം ഗോർക്കി (1868-1936)യുടെ അഭിപ്രായം ആണിത്. പ്രമുഖ പ്രാസംഗികനായ ബെർണാഡ് ഷാ അഭിപ്രായപ്പെട്ടത്, "ജീവിതം ഒരു മെഴുകുതിരിയല്ല, ജ്വലിക്കുന്ന ഒരു ദീപമാണത്." വരദാനമായി ലഭിച്ച ഈ ജീവിതം ധന്യമാക്കുക എന്നത് ഏതൊരാളിന്റെയും ഉത്തരവാദിത്വമാണ്. പ്രശസ്ത തത്ത്വചിന്തകനായ ഇംഗർസാൾ പറഞ്ഞത് "നാം വിദ്യാലയത്തിൽ നിന്നല്ല പഠിക്കുന്നത്, ജീവിതത്തിൽ നിന്നാണ്." ജീവിതത്തിൽ ഓർക്കേണ്ട ചില അടിസ്ഥാന ആശയങ്ങൾ

*** നമ്മുടെ ജീവിതത്തിലെ ഏറ്റവും പ്രധാനപ്പെട്ട ദിനമാണിന്ന് എന്ന് കരുതുമ്പോൾ.......**

"എനിക്ക് എന്റെ ജീവിതത്തോട് ഒരു വല്ലാത്ത അഭിനിവേശമാണ്. എന്റെ ഈ പ്രഭാതവും പുതുമയും ഉത്സാഹവും നിറഞ്ഞതാണ്. ആവേശകരമായ അത്ഭുതങ്ങൾ എന്തെങ്കിലും ഇന്ന് സംഭവിക്കും" എന്ന് ആലോചിച്ചും ഉരുവിട്ടുംകൊണ്ട് ഓരോ ദിനവും ആരംഭിക്കണം.

*** പിന്തുടരാൻ വിശ്വാസവും പ്രവർത്തിക്കാൻ കർമ്മപദ്ധതിയും ഉണ്ടാക്കിയെടുക്കുമ്പോൾ...**

ജീവിതത്തിലെ ചെറിയ കാര്യങ്ങൾപോലും തനിയെ സംഭവിക്കും എന്നു കരുതി ഒഴിവാക്കാതിരിക്കുക. ഓരോ ചെറിയകാര്യങ്ങളും മികവാർന്ന രീതിയിൽ ചെയ്യാനാകും. "എന്നെ ശക്തനാക്കിയ ഈശ്വരന്റെ സഹായത്താൽ എനിക്കത് സാദ്ധ്യമാണ്" എന്ന് മനസ്സിൽ ഉറപ്പിക്കുക.

മറ്റുള്ളവർക്ക് നമ്മിലുള്ള വിശ്വാസം സംരക്ഷിക്കുക. വിശ്വാസം ആണ് സ്നേഹത്തിന്റെ അടിസ്ഥാനം.

30000 ത്തിലേറെ പേരുടെ ജീവനെടുത്ത ഭൂകമ്പമായിരുന്നു 1989 ൽ അർമേനിയയിൽ ഉണ്ടായത്. നിമിഷങ്ങൾക്കുള്ളിൽ സർവ്വതും നശിച്ചു.

ദുരന്തം പത്തിവിടർത്തിയാടുന്ന ആ അവസരത്തിൽ ഒരു പിതാവ് തന്റെ മകനെ തേടി അവൻ പഠിച്ചിരുന്ന സ്കൂളിലേക്കോടി. തകർന്നു കിടക്കുന്ന സ്കൂൾകെട്ടിടമാണ് അയാൾ അവിടെ കണ്ടത്.

"അതിനുള്ളിൽ എവിടെയോ തന്റെ മകൻ" ആ പിതാവിന്റെ ഹൃദയം പൊട്ടി നിലവിളിച്ചുപോയി.

തന്റെ മകന്റെ ശരീരമെങ്കിലും കണ്ടെത്താതെ അവിടെനിന്നും പിന്മാറില്ലെന്ന് അയാൾ തീരുമാനിച്ചു. മകന്റെ ക്ലാസ്റൂം എവിടെയാണെന്ന് അറിയാവുന്നതുകൊണ്ട് ഒരു മൺവെട്ടിയെടുത്ത് ആ ഭാഗത്തുള്ള കല്ലും മണ്ണും കോൺക്രീറ്റുമൊക്കെ എടുത്തുമാറ്റാൻ തുടങ്ങി.

കെട്ടിടം തകർന്നിട്ട് മണിക്കൂറുകൾ പിന്നിട്ടിരുന്നു.

അയാളുടെ പ്രവൃത്തി കണ്ട് പൊലീസ് അധികാരികൾ അയാളെ പിന്തിരിപ്പിക്കാൻ ശ്രമിച്ചു.

"വീണ്ടും ഭൂമികുലുക്കമുണ്ടാകാനുള്ള സാദ്ധ്യതയുണ്ട്. എല്ലായിടത്തും തീ പടർന്നിരിക്കുന്നു. പലയിടത്തും ഇപ്പോഴും സ്ഫോടനങ്ങളും നടക്കുന്നു. നിങ്ങൾ രക്ഷാസങ്കേതത്തിലേക്ക് തിരിച്ചുപോകൂ. അതേ ഇനി മാർഗ്ഗമുള്ളൂ."

പക്ഷേ, അയാൾ പിന്മാറിയില്ല.

"എന്റെ മകനെ കണ്ടുപിടിക്കാൻ സഹായിക്കാൻ തയ്യാറാണോ? മകനെ കാണാതെ ഞാൻ ഇവിടെനിന്നും എങ്ങോട്ടുമില്ല." അയാൾ അവരോട് പറഞ്ഞു. പൊലീസധികാരികൾ അവിടെ നിന്നില്ല. സ്വന്തം ജീവൻ രക്ഷിക്കാൻ എല്ലാവരും രക്ഷാസങ്കേതങ്ങളിലേക്കോടി.

ആരുടെയും സഹായമില്ലാതെ അയാൾ തന്റെ മകന് വേണ്ടിയുള്ള തിരച്ചിൽ തുടർന്നു.

ആ തിരച്ചിൽ 24 മണിക്കൂർ നീണ്ടിട്ടും തന്റെ മകനെ കണ്ടെത്തുവാൻ അയാൾക്ക് സാധിച്ചില്ല!

പ്രതീക്ഷ കൈവിടാതെ അവിടെ തന്നെ അയാൾ തുടർന്നു. തിരച്ചിൽ തുടങ്ങി മുപ്പത്തിയെട്ടാം മണിക്കൂറിൽ ആ പിതാവ് തന്റെ മകന്റെ ശബ്ദം കേട്ടു.

അയാൾ മകനെ ഉറക്കെ വിളിച്ചു.

"അർമാൻഡ്!!"

ഉടനെ അർമാൻഡും ഉറക്കെ വിളിച്ചു

"ഡാഡീ!!, ഡാഡീ!!"

നിമിഷങ്ങൾക്കുള്ളിൽ അയാൾ തന്റെ മകനും അവന്റെ പതിമൂന്നു കൂട്ടുകാരും സുരക്ഷിതമായി കഴിഞ്ഞിരുന്ന സ്ഥലം കണ്ടെത്തി.

ഭൂകമ്പത്തിൽ കെട്ടിടം തകർന്നുവീണപ്പോൾ ഒരു ത്രികോണത്തിന്റെ ആകൃതിയിൽ കുറേ സ്ഥലം അവർക്ക് രക്ഷാസങ്കേതമായി ലഭിച്ചു.

എങ്ങനെയാണ് ഇരുട്ടിൽ അവനും 13 കൂട്ടുകാർക്കും രക്ഷപ്പെടാൻ കഴിഞ്ഞത്.

38 മണിക്കൂർ അർമാൻഡും കൂട്ടുകാരും എങ്ങനെ പിടിച്ചുനിന്നു.

വിശപ്പും ദാഹവും ഭയവുംകൊണ്ട് ആ കുട്ടികൾ തകർന്നു പോകേണ്ടതല്ലായിരുന്നോ?

എന്റെ ഡാഡി ജീവിച്ചിരിപ്പുണ്ടെങ്കിൽ എന്നെ അന്വേഷിച്ച് വരുമെന്നും അങ്ങനെ അന്വേഷിച്ച് വരുമ്പോൾ എല്ലാവർക്കും രക്ഷപ്പെടാമെന്നും അവരോട് ഞാൻ പറഞ്ഞു. എന്റെ ഡാഡിക്ക് എന്നോടുള്ള ഇഷ്ടം എത്രവലുതാണെന്ന് എനിക്കറിയാമായിരുന്നു.

ഈ ചോദ്യങ്ങൾക്ക് അർമാൻഡ് നല്കിയ ഉത്തരം ഇതായിരുന്നു:

"എന്റെ കൂട്ടുകാരോടൊക്കെ ധൈര്യമായിരിക്കാൻ ഞാൻ പറഞ്ഞു. എന്റെ ഡാഡി ജീവിച്ചിരിപ്പുണ്ടെങ്കിൽ എന്നെ അന്വേഷിച്ച് വരുമെന്നും അങ്ങനെ അന്വേഷിച്ച് വരുമ്പോൾ എല്ലാവർക്കും രക്ഷപ്പെടാമെന്നും അവരോട് ഞാൻ പറഞ്ഞു. എന്റെ ഡാഡിക്ക് എന്നോടുള്ള ഇഷ്ടം എത്ര വലുതാണെന്ന് എനിക്കറിയാമായിരുന്നു. ഒരിക്കൽ ഡാഡി എന്നോട് പറഞ്ഞിരുന്നു, എനിക്ക് എന്ത് അപകടം ഉണ്ടായാലും ഡാഡി എന്നെ സഹായിക്കാൻ എത്തുമെന്ന്. എന്നെ രക്ഷിക്കാൻ ഡാഡി എത്തുമെന്ന് എനിക്കുറപ്പുണ്ടായിരുന്നു." അർമാൻഡ് പറഞ്ഞു നിർത്തി.

പിതൃപുത്ര ബന്ധത്തിന്റെ അവിസ്മരണീയമായ നിമിഷങ്ങളാണ് നാം ഇവിടെ കാണുന്നത്. പരസ്പര സ്നേഹത്തിന്റെയും വിശ്വാസത്തിന്റെയും മഹത്തായ നിമിഷങ്ങൾ. ഈ സംഭവകഥയിലെ നായകന്മാരായ പിതാവും പുത്രനും ഇന്നും അവിടെ ജീവിക്കുന്നു. 'വിശ്വാസം അതല്ലെ എല്ലാം' ഒരു പരസ്യവാചകമാണെങ്കിലും എക്കാലവും പ്രസക്തിയുണ്ടതിന്.

* അനേകം ഉത്തമരായ സ്നേഹിതരെ നേടാനാകുമ്പോൾ.......

മറ്റുള്ളവരുടെ ഏറ്റവും നല്ല ഒരു സുഹൃത്താണ് ഞാൻ എന്ന് പൂർണ്ണമായും വിശ്വസിച്ച് പ്രവർത്തിക്കുന്നതിലൂടെ അനേകം സുഹൃത്തുക്കളെ നേടാനാകും. കൂടെയുള്ളവരെ കേൾക്കാൻ മനസ്സുകാണിക്കുന്നുവെങ്കിൽ നിങ്ങളെ കേൾക്കാൻ കൂടെയുള്ളവർ തയ്യാറാകും. നല്ല വാക്കും പുഞ്ചിരിയുമാണ് മറ്റുള്ളവർക്ക് നല്കാവുന്നതിൽ വച്ച് ഏറ്റവും വിലയേറിയ സമ്മാനങ്ങൾ. പ്രിയപ്പെട്ടവരുടെ സന്തോഷത്തിന് വേണ്ടി ഒന്നു തോറ്റു കൊടുക്കുന്നതാണ് ജീവിതത്തിലെ ഏറ്റവും വലിയ സന്തോഷം. സാധാരണ വൃക്ഷങ്ങൾ അറിയപ്പെടുന്നത് അതിന്റെ ഫലത്തിന്റെ പേരിലാണ്. മനുഷ്യൻ അറിയപ്പെടുന്നത് അവന്റെ പ്രവൃത്തിയുടെ പേരിലാണ്. നല്ല മനുഷ്യന്റെ സമ്പാദ്യം അവന്റെ സുഹൃത്തുക്കളാണ്.

* ബാഹ്യലോകത്തിൽ അതീവതാല്പര്യം ഉള്ളവരാകുമ്പോൾ.......

നമുക്കു ചുറ്റും നടക്കുന്ന പ്രധാനകാര്യങ്ങൾ അറിയുന്നതിൽ അടക്കാനാകാത്ത ആകാംക്ഷ നിലനിർത്തുക എന്നത് പരമപ്രധാനമായ കാര്യമാണ്. ഓരോ ചെറിയ കാര്യങ്ങളും കൗതുകത്തോടെ മനസ്സിലാക്കുകയും വിശകലനം ചെയ്യുകയും വേണം.

* ധാർമ്മികമൂല്യങ്ങൾ കണ്ടുപിടിക്കുമ്പോൾ.......

'വിനയം, സ്നേഹം, ദയ, പ്രത്യാശ, വിശ്വാസം'

ധാർമ്മിക മൂല്യങ്ങളിൽ പ്രധാനപ്പെട്ട 5 മൂല്യങ്ങളാണിവ. നമ്മുടെ കൈയ്ക്കും കാലിനും 5 വിരലുകൾ ഉള്ളതുപോലെ ഹൃദയത്തിന്റെ 5

വിരലുകളാണിവ. നമ്മുടെ പഞ്ചേന്ദ്രിയങ്ങൾ പോലെ 5 സ്വഭാവസവിശേഷതകളായി വിനയം, സ്നേഹം, ദയ, പ്രത്യാശ, വിശ്വാസം ഇവ കാത്തു സൂക്ഷിച്ചാൽ അത് നമ്മുടെ വ്യക്തിത്വത്തിന് പൊൻതൂവൽ ചാർത്തും. ഒരു ഗുരുകുല കഥയിൽ ഇങ്ങനെ വിവരിക്കുന്നു.

"വിശ്വാസംകൊണ്ട് നമുക്ക് എന്താ ഗുണം?"

ശിഷ്യന്മാരിലൊരാളുടെ ചോദ്യം കേട്ട് ക്ലാസ് നിശ്ശബ്ദമായി. ഗുരുനാഥൻ ഒന്നും മിണ്ടിയില്ല. "ഈശ്വരവിശ്വാസം കൊണ്ട് ഇവിടിരിക്കുന്ന ആർക്കും ഒരു ഗുണവും കിട്ടിയതായി അറിവില്ല" ശിഷ്യൻ തുടർന്നു. ഗുരു ചുറ്റുപാടും നോക്കിയപ്പോൾ 1 അടി വീതിയും 20 അടി നീളവുമുള്ള ഒരു കോൺക്രീറ്റ് ബീം തറയിൽ കിടക്കുന്നത് കണ്ടു.

"ആ കോൺക്രീറ്റ് ബീമിലൂടെ നടക്കാൻ കഴിയുമോ താഴെ വീഴാതെ?" ഗുരുനാഥൻ ചോദിച്ചു.

"പറ്റും" എല്ലാവരും ഉത്തരം നല്കി.

"അത് തറയിൽ കിടക്കുകയല്ലേ പേടിക്കണ്ട കാര്യമില്ലല്ലോ." ഉത്തരത്തെ ഒന്നുകൂടി സ്പഷ്ടമാക്കി.

"ഞാൻ ഈ കോൺക്രീറ്റ് ബീം അടുത്തുള്ള പുഴയുടെ മുകളിൽ സ്ഥാപിക്കാൻ ഉദ്ദേശിക്കുന്നു. അപ്പോഴും നിങ്ങൾക്കെല്ലാം അതിലൂടെ നടക്കാൻ കഴിയുമല്ലോ?" ഗുരു ചോദിച്ചു. ആരും ഉത്തരം പറഞ്ഞില്ല.

"ഈ മൗനത്തിന്റെ കാരണമെന്താണ്?" ഗുരു വീണ്ടും ചോദിച്ചു

"എനിക്ക് കാൽ വിറയ്ക്കും, താഴെ എങ്ങാൻ വീണുപോയാലോ?"

"എനിക്ക് പേടിയാ."

"എന്നെക്കൊണ്ടു പറ്റില്ല. നല്ല ഒഴുക്കുള്ള ആഴമേറിയ പുഴയാ?"

ശിഷ്യന്മാർ പിന്മാറി.

ഗുരുനാഥൻ പറഞ്ഞു: "ഞാൻ ശക്തിയേറിയ ഒരു ക്രയിൻ മുകളിൽ സ്ഥാപിച്ചിട്ട് അതിലെ ഇരുമ്പുകയർകൊണ്ട് നിങ്ങളുടെ ശരീരത്തിൽ ഒന്നു കൊളുത്തിയിട്ടാൽ ആ ബീമിലൂടെ നടക്കാനാവുമോ?"

"പറ്റും"

"എന്താ കാര്യം?"

"മറിഞ്ഞുവീണാലും കുഴപ്പമില്ലല്ലോ? കൊളുത്തിയിട്ട ആ കയർ നമ്മെ സംരക്ഷിച്ചുകൊള്ളുമല്ലോ?"

"എനിക്കും പറ്റും. പേടിക്കേണ്ട കാര്യമില്ലല്ലോ."

"കൊളുത്തുണ്ടെങ്കിൽ എന്റെ കാൽ വിറയ്ക്കുകയില്ല."

ശിഷ്യന്മാർ ഓരോരുത്തരായി ഉത്തരം നല്കി. ഗുരു തുടർന്നു. "ഈശ്വരവിശ്വാസത്തിന്റെ പ്രാധാന്യവും ഇതുതന്നെയാണ്. വിശ്വാസമാകുന്ന ശക്തിയേറിയ കൊളുത്തിൽ നാം സുരക്ഷിതരാണെന്ന ബോധം നമ്മിലുണ്ടാകും. അത് നമുക്ക് ആത്മവിശ്വാസം പകരും. ജീവിതത്തിലെ പ്രതിസന്ധികളെ നേരിടാൻ ആത്മവിശ്വാസം അത്യാവശ്യമാണ്. ഭയപ്പെടാതെ, കാലിടറാതെ ജീവിതപ്പാതയിൽ മുന്നോട്ടു പോകാൻ ഈശ്വരനുമായുള്ള ഒരു കൊളുത്ത് അത്യാവശ്യമാണ്. നാം വീഴില്ലായിരിക്കാം

പക്ഷേ, വീണാൽ തങ്ങാൻ കൊളുത്തുണ്ട് എന്നത് ആത്മവിശ്വാസവും ധൈര്യവും പകരും."

ഗുരുനാഥൻ ഉദാഹരണത്തിലൂടെ പറഞ്ഞതെന്തെന്ന് ശിഷ്യർക്ക് മനസ്സിലായി.

*** ഈശ്വരധ്യാനത്തിന്റെ പ്രാധാന്യം മനസ്സിലാക്കുമ്പോൾ..........**

ജാതിമതഭേദമില്ലാതെ എല്ലാവർക്കും അവരവരുടേതായ ആരാധനാമൂർത്തികളുണ്ട്. അടിസ്ഥാനപരമായി ഈ വ്യത്യസ്ത ആരാധനാലയങ്ങൾ എല്ലാം മനുഷ്യസ്നേഹം പ്രചരിപ്പിക്കാൻ വേണ്ടി സ്ഥാപിച്ചതാണ്. ഇശ്വരൻ എന്നതിന് നമ്മുടെ ഉള്ളിലുള്ള ചിന്തകൾ (ഈ) നമ്മുടെ ശ്വാസം

(ശ്വ) നമ്മുടെ ഉള്ളിലെ ചൂട് അല്ലെങ്കിൽ അഗ്നി (ര) എന്നിവ നിലനിർത്തുന്നവൻ എന്നും അർത്ഥമുണ്ട്. അത് കൃഷ്ണനാവാം ക്രിസ്തുവാകാം അള്ളാഹുവാകാം. മറ്റുള്ളവരുടെ ഉള്ളിലുള്ള ഈശ്വരചൈതന്യം തിരിച്ചറിയാൻ കഴിയുന്നവനാണ് യഥാർത്ഥ ഈശ്വരവിശ്വാസി.

രാജ്യത്തെ വരൾച്ചയ്ക്ക് അറുതി വരുത്താനായി മഴ ചെയ്യുന്നതിനുള്ള ഇഷ്ഠിയാഗം നടത്താൻ രാജാവ് തീരുമാനിച്ചു. ഗ്രാമീണർ യാഗസ്ഥലത്ത് തടിച്ചുകൂടിയപ്പോൾ പ്രധാന പുരോഹിതൻ പറഞ്ഞു: "ഈ യാഗം നാളെ അവസാനിക്കും. ഫലശുദ്ധിയുടെ കാര്യത്തിൽ സംശയമില്ല. ഈശ്വര വിശ്വാസമുള്ളവർ നാളെ വരുമ്പോൾ നിങ്ങളുടെ വിശ്വാസത്തിന്റെ പ്രതീകം കൂടി കൊണ്ടുവരണം."

അങ്ങനെ ചെയ്യാം എന്നേറ്റ് എല്ലാവരും പിരിഞ്ഞു. പിറ്റേ ദിവസം യാഗം അവസാനിക്കാൻ മിനിറ്റുകൾ മാത്രം ഉള്ളപ്പോൾ പുരോഹിതൻ എല്ലാവരോടും ആയി പറഞ്ഞു: "കൊണ്ടുവന്ന വിശ്വാസത്തിന്റെ പ്രതീകം ഉയർത്തിപ്പിടിക്കുവിൻ."

കൂടുതൽ പേരും തങ്ങളുടെ കൈയിലുള്ള നിലവിളക്ക് ഉയർത്തി, ഈശ്വരന്റെ ഫോട്ടോ ആയിരുന്നു ചിലർ കൊണ്ടുവന്നത്, വേദപുസ്തകം കൊണ്ടുവന്നവരും ഉണ്ടായിരുന്നു. ഒരു കുട്ടി കൊണ്ടുവന്ന പ്രതീകം കൗതുകമുണർത്തുന്നതായിരുന്നു.

'ഒരു കുട.'

പുരോഹിതൻ അവളെ അടുത്തുവിളിച്ച് അല്പം ദേഷ്യത്തോടെ,

"ഈ കുടയെയാണോ നീ ആരാധിക്കുന്നത്" എന്നു ചോദിച്ചു.

"ഈശ്വരനിൽ എനിക്ക് പൂർണ്ണ വിശ്വാസമാണ്. ഈ യാഗം കഴിയുമ്പോൾ മഴ പെയ്യും എന്നെനിക്കറിയാം." കുട്ടി തന്റെ ഈശ്വരവിശ്വാസത്തിന്റെ രഹസ്യം വെളിപ്പെടുത്തി.

ഈശ്വരന് എല്ലാ മനുഷ്യരുടേയും മനസ്സിൽ ഒരിടം അത്യന്താപേക്ഷിതമാണ്. അപ്പോൾ ധനികനെന്നോ, ദരിദ്രനെന്നോ, വലിയവനെന്നോ ചെറിയവനെന്നോ, ഉള്ള വ്യത്യാസമില്ലാതെ ഈ സമൂഹത്തിലെ എല്ലാവർക്കും തന്റെ സഹായങ്ങളും സേവനങ്ങളും അത്യാവശ്യമാണ് എന്ന രീതിയിൽ പ്രവർത്തിക്കാനാകും.

*** ജീവിതത്തിൽ എന്തുകൊണ്ട് പരാജയം സംഭവിക്കുന്നു എന്ന് മനസ്സിലാക്കുമ്പോൾ ......**

ജീവിതത്തിൽ ഒന്നും ആകാൻ കഴിയാതെ പോയവരുടെ സ്വഭാവ സവിശേഷതകളെപ്പറ്റി ഒരു പൊതുവിശകലനം നടത്തിയാൽ അവർക്ക് തെറ്റുപ്പറ്റിയത് താഴെപറയുന്ന ഏഴുകാരണങ്ങളിൽ ഏതിലെങ്കിലുമായിരിക്കും. 'താൻ ഒരു കൊള്ളാവുന്നവനാണ്' എന്ന ബോദ്ധ്യം ഉള്ളവർ ജീവിതത്തിലെ പരാജയകാരണങ്ങൾ ഏതെല്ലാമെന്നും അവ തന്റെ ജീവിതവുമായി എങ്ങനെയൊക്കെ ബന്ധപ്പെട്ടിരിക്കുന്നു എന്നും സ്വയം വിശ

കലനം ചെയ്യണം. ഓരോ മനുഷ്യന്റെ ജീവിതത്തിലും ഈ ഓരോ കാരണങ്ങളുടെ വിവരണങ്ങളും വ്യത്യസ്തമായതിനാൽ സ്വയം മനസ്സിലാക്കുന്നതാണ് നല്ലത്.

* മുൻഗണനാക്രമത്തെക്കുറിച്ചുള്ള അറിവില്ലായ്മ
* റിസ്ക് എടുക്കാൻ വയ്യ
* കുറുക്കു വഴികളിലുള്ള താല്പര്യം
* വ്യക്തമായ ലക്ഷ്യബോധം ഇല്ല
* നിശ്ചയദാർഢ്യം ഇല്ല
* മുൻവിധികൾ, സ്വാർത്ഥത, അത്യാഗ്രഹം
* മുൻ പരാജയങ്ങളെപ്പറ്റിയുള്ള അമിതമായ ചിന്ത

നമ്മുടെ ജീവിതത്തിലും ഇത്തരം കാര്യങ്ങളുണ്ടോ എന്ന് വിശകലനം ചെയ്യുക. ഉണ്ടെങ്കിൽ അതിനുത്തരവാദി അവനവൻ മാത്രമാണ്.

Affirmations (ദൃഢ പ്രതിജ്ഞാവാചകങ്ങൾ)

☞ മുൻഗണനാക്രമം ഞാൻ നടപ്പിലാക്കുന്നുണ്ട്.

☞ എനിക്ക് എഴുതിവയ്ക്കപ്പെട്ട ലക്ഷ്യങ്ങൾ ഉണ്ട്. റിസ്ക്കെടുക്കാൻ എനിക്ക് താല്പര്യം ഉണ്ട്.

☞ മൂല്യങ്ങളിൽ അടിയുറച്ച് വിശ്വസിക്കുന്നതിനാൽ കുറുക്കുവഴികളിൽ എനിക്ക് താല്പര്യമില്ല.

☞ എന്റെ സ്വപ്നങ്ങളിലൂടെ യാത്ര ചെയ്തപ്പോൾ നിരവധി അവസരങ്ങളുടെ വാതിലുകൾ എനിക്കായി തുറക്കുന്നുണ്ട്.

☞ ഞാൻ ശക്തനും ഭംഗിയുള്ളവനുമാണ്. എനിക്ക് ആഗ്രഹിക്കുന്നതെല്ലാം നടപ്പിലാക്കാനാകുന്നുണ്ട്.

☞ എനിക്ക് പണത്തെ ആകർഷിക്കാൻ കഴിയുന്നുണ്ട്.

☞ ഞാൻ മനോഹരജീവിതം നയിച്ചുകൊണ്ടിരിക്കുന്നു. എല്ലാ നല്ലകാര്യങ്ങളും ജീവിതത്തിലേക്ക് ആകർഷിച്ചുകൊണ്ടിരിക്കുന്നു.

സ്വപ്നങ്ങൾക്ക് അതിരുകളില്ല

"ഉറങ്ങുമ്പോൾ കാണുന്നതല്ല സ്വപ്നം. നിങ്ങളെ ഉറങ്ങാൻ അനുവദിക്കാത്തതാണ് സ്വപ്നം." എ പി ജെ അബ്ദുൾകലാം, ഭാരതത്തിനെ സ്വപ്നം കാണാൻ പഠിപ്പിച്ച നേതാവ്. 1931 ഒക്ടോബർ 15-ാം തീയതി തമിഴ്നാട് രാമേശ്വരത്തെ ഇടത്തരം കർഷക കുടുംബത്തിൽ ജനിച്ച് മോശം കുടുംബസാഹചര്യങ്ങൾമൂലം ചെറിയ കുട്ടിയായിരിക്കുമ്പോൾ തന്നെ പത്രം വില്ക്കാനിറങ്ങിയ അവൽ പകീർ ജൈനുലബ്ദ്ദീൻ അബ്ദുൾകലാം ലോക പ്രശസ്ത ശാസ്ത്രജ്ഞനും ഇന്ത്യയുടെ രാഷ്ട്രപതിയും ആയത് നമുക്ക് അറിവുള്ളതാണ്. അദ്ദേഹത്തിന്റെ പ്രചോദനാത്മകമായ വചനങ്ങൾ ലോക പ്രശസ്തമാണ്. "സ്വപ്നം കണ്ടു കൊണ്ടേയിരിക്കൂ, സ്വപ്നങ്ങൾ ചിന്തകളായിമാറും, ചിന്തകൾ പ്രവൃത്തികളുമാവും."

"സംസാരിക്കുമ്പോൾ സത്യം പറയുക, വാഗ്ദാനം ചെയ്ത സമയത്ത് പ്രവർത്തിക്കുക, നിങ്ങളിലുള്ള വിശ്വാസം നഷ്ടപ്പെടുത്താതിരിക്കുക."

"നിങ്ങൾക്ക് നിങ്ങളുടെ ദൗത്യത്തിൽ വിജയിക്കണമെങ്കിൽ മനസ്സ് ലക്ഷ്യത്തിൽ ഏകാഗ്രമായിരിക്കണം."

"ഒരു മെഴുക് തിരിയിൽനിന്ന് മറ്റൊന്ന് കത്തിച്ചാൽ മെഴുക് തിരിക്ക് നഷ്ടമൊന്നും ഉണ്ടാകുന്നില്ല."

"ഭയപ്പെടുത്തരുത്. കരുത്തിനെ മാത്രമേ കരുത്ത് ബഹുമാനിക്കുകയുള്ളൂ."

"നിങ്ങളുടെ ജോലിയെ സ്നേഹിക്കൂ, സ്ഥാപനത്തെയല്ല. കാരണം സ്ഥാപനം എന്നാണ് നിങ്ങളെ സ്നേഹിക്കുന്നത് മതിയാക്കുക എന്നറിയില്ല."

ലോകത്ത് വളരെയധികം ചർച്ച ചെയ്യപ്പെട്ടിട്ടുള്ള ഈ ഉദ്ധരണികളുടെ സ്രഷ്ടാവ് ഭാരതത്തിന്റെ മിസൈൽമാൻ എന്നറിയപ്പെടുന്ന ശ്രീ. എ പി ജെ അബ്ദുൾകലാം ആണ്.

ഇന്ത്യയുടെ ഡി ആർ ഡി ഒ (Defence Research and development organization) യുടെ തലവൻ എസ് എൽ വി, പി എസ് എൽ വി, എസ് എൽ വി - 3 തുടങ്ങിയ ബഹിരാകാശ വിക്ഷേപങ്ങൾക്ക് ചുക്കാൻ പിടിച്ചയാൾ.

“ഒരു രാഷ്ട്രത്തിന് ചുറ്റും ആയുധധാരികളായ രാഷ്ട്രങ്ങളെങ്കിൽ അവൾക്ക് സ്വയം ആയുധം ധരിക്കേണ്ടിവരും” എന്നു പ്രഖ്യാപിച്ചുകൊണ്ട് ബാലിസ്റ്റിക് മിസൈൽ, അഗ്നി പൃഥ്വി തുടങ്ങിയ മിസൈലുകൾ വികസിപ്പിച്ചെടുത്ത മിസൈൽമാൻ.

ഇന്ത്യയുടെ പ്രതിരോധ ശേഷി പതിന്മടങ്ങ് ഉയർത്തിയതിന് ചുക്കാൻ പിടിച്ച മഹാൻ.

പ്രൊഖ്രാൻ അണുവായുധ പരീക്ഷണത്തിന്റെ ചീഫ്. ഇത് മാത്രമല്ല, ആതുര സേവനരംഗത്ത് ഹൃദ്രോഗികൾക്കായി സാധാരണക്കാരന് താങ്ങുന്ന വിലയ്ക്കുള്ള സ്റ്റെന്റ് വികസിപ്പിച്ചെടുത്തയാൾ, വിവിധ ടാബ്ലെറ്റുകൾ വികസിപ്പിച്ചെടുത്തയാൾ, പോളിയോ രോഗികൾക്ക് നടക്കാൻ സഹായിക്കുന്ന തരത്തിലുള്ള ഉപകരണം വികസിപ്പിച്ചയാൾ,

2002 മുതൽ ഇന്ത്യയുടെ പരമോന്നത പദവി, 11-ാമത് രാഷ്ട്രപതി.

മാത്രമോ വിവിധ ഐ ഐ എം കളിലെ വിസിറ്റിങ് പ്രൊഫസർ, പദ്മഭൂഷൻ, പത്മവിഭൂഷൻ, 1997 ൽ ഭാരതരത്ന, വിവിധ സർവ്വകലാശാലകളുടെ ഹോണററി ഡോക്ടറേറ്റ്, മികച്ച എഴുത്തുകാരൻ (*അഗ്നിച്ചിറകുകൾ* ഉൾപ്പെടെ ഇരുപതോളം പുസ്തകങ്ങൾ).

മരണം കൊണ്ടുപോലും അസൂയപ്പെടുത്തിയ വ്യക്തിത്വം. 83-ാം വയസ്സിൽ മേഘാലയയിലെ ഷില്ലോങ്ങിലെ ഐ ഐ എം (Indian Institute of Management) ൽ “ഭൂമിയെ താമസിക്കാനുതകുന്ന ഗ്രഹമാക്കി മാറ്റാം” (Creating Livable Planet Earth) എന്ന വിഷയത്തിൽ പ്രഭാഷണം നടത്തിക്കൊണ്ടിരിക്കുന്ന അവസരത്തിൽ ഇഹലോകവാസം വെടിഞ്ഞു. കുട്ടികളെ വളരെയേറെ ഇഷ്ടപ്പെട്ട മഹദ്വ്യക്തിയായ എ പി ജെ അബ്ദുൾ കലാമിന്റെ രാജ്യത്താണ് നാം ജീവിക്കുന്നത് എന്നുള്ളത് തന്നെ രോമാഞ്ചമുളവാക്കുന്ന വസ്തുതയാണ്.

ലോക പ്രശസ്ത ശാസ്ത്രജ്ഞനായ തോമസ് ആൽവ എഡിസനെ അറിയില്ലേ? ..... ബൾബും ഗ്രാമഫോണുമുൾപ്പെടെ നിരവധി കണ്ടുപിടിത്തങ്ങൾ ലോകത്തിനായി സമർപ്പിച്ച മഹാൻ. പ്രാഥമിക വിദ്യാഭ്യാസം പോലും ഇല്ലാത്തയാളാണ് അദ്ദേഹം. അതേപ്പറ്റി പ്രചാരത്തിലുള്ള ഒരു കഥയുണ്ട്.

അദ്ദേഹത്തിന്റെ കുട്ടിക്കാലത്ത് ഒരുദിവസം വൈകുന്നേരം അമ്മയ്ക്ക് നേരെ ഒരു പേപ്പർ നീട്ടിക്കൊണ്ട് പറഞ്ഞു: “അമ്മേ ദേ ഈ കത്ത് അമ്മയ്ക്ക് തരാൻ ക്ലാസ് ടീച്ചർ പറഞ്ഞു.” ആകാംക്ഷയോടെ അമ്മ

ആ കത്തുവാങ്ങി. കത്തുവായിച്ച അമ്മയുടെ മുഖം മങ്ങി.

ഭാവമാറ്റം കണ്ട് എഡിസൺ ചോദിച്ചു:

"എന്താ അമ്മേ ഈ കത്തിൽ."

ചെറുതായി പുഞ്ചിരിച്ചുകൊണ്ട് അമ്മ ആ കത്ത് ഉറക്കെ വായിച്ചു.

"നിങ്ങളുടെ മകൻ അസാമാന്യ കഴിവുകളുള്ള ഒരു കുട്ടിയാണ്, ഈ ചെറിയ സ്കൂളിലെ അദ്ധ്യാപകരോ സൗകര്യങ്ങളോ അവനെ നന്നായി പഠിപ്പിക്കാൻ മതിയാവില്ല, നിങ്ങൾ തന്നെ കൂടുതൽ സമയം അവനെ പഠിപ്പിക്കുന്നതാവും ഉചിതം."

കാലം കടന്നുപോയി. എഡിസൺ നൂറ്റാണ്ടിലെ തന്നെ ലോകമറിയുന്ന മികച്ച ശാസ്ത്രജ്ഞനായി മാറി. ഒരുദിവസം വീട്ടിലെ പഴയ സാധനങ്ങൾ അടുക്കി വൃത്തിയാക്കിക്കൊണ്ടിരിക്കേ എഡിസണ് മടക്കിയ ഒരു

"ബുദ്ധിയില്ലാത്ത എഡിസനെ ലോകത്തിന് മുമ്പിൽ മഹാനാക്കിയ എന്റെ അമ്മയാണ് യഥാർത്ഥ ധീര വനിത"

പഴയ പേപ്പർകഷണം കിട്ടി. അന്ന് ടീച്ചർ അമ്മയ്ക്കായി കൊടുത്തുവിട്ട കത്തായിരുന്നു അത്.

"നിങ്ങളുടെ മകൻ ബുദ്ധിയില്ലാത്ത ഒരു കുട്ടിയാണ്, അവനെ പഠിപ്പിച്ച് സമയം കളയാൻ ഞങ്ങൾക്കാവില്ല, ദയവായി ഇനി അവനെ ഈ സ്കൂളിലേക്ക് അയക്കരുത്."

സ്തബ്ധനായിപ്പോയ എഡിസൺ കുറച്ചുനേരം ഒറ്റയ്ക്കിരുന്നു വാവിട്ടുകരഞ്ഞു.

തന്റെ ഡയറിയെടുത്ത് അദ്ദേഹം ഇങ്ങനെ കുറിച്ചു.

"ബുദ്ധിയില്ലാത്ത എഡിസനെ ലോകത്തിന് മുമ്പിൽ മഹാനാക്കിയ എന്റെ അമ്മയാണ് യഥാർത്ഥ ധീര വനിത." ദുർബ്ബലരായ ഇന്നത്തെ കുട്ടികൾ നാളത്തെ അഭിമാനമായി മാറിയേക്കാം....

നിശ്ചയദാർഢ്യത്തിന് പകരം വയ്ക്കാൻ ഈ ലോകത്ത് മറ്റൊന്നുമില്ല. ഒരു സ്റ്റോർകീപ്പറുടെ മകനായ കാൽവിൻ കൂളിഡ്ജും, പോളിയോ ബാധിച്ച് മുടന്തനായ ഫ്രാങ്കളിൻ റൂസ്‌വെൽറ്റും അമേരിക്കൻ പ്രസിഡന്റുമാരായെങ്കിൽ, സന്നിരോഗ ബാധിതനായ ജൂലിയറ്റ് സീസർ റോമൻ സാമ്രാജ്യാധിപതിയായെങ്കിൽ, അന്ധയും ബധിരയുമായ ഹെലൻ കെല്ലർ ലോക പ്രശസ്ത എഴുത്തുകാരിയായെങ്കിൽ, ഇഷ്ടിക പണിക്കാരനായ സീൻ കോണറി ജയിംസ് ബോണ്ടായെങ്കിൽ, സ്കൂൾ വിദ്യാഭ്യാസം പൂർത്തിയാക്കി കൂലിയായും ആശാരിയായും ഒരു ജോലി ചെയ്ത് ബാംഗ്ലൂർ ട്രാൻസ്പോർട്ട് സർവ്വീസിൽ ബസ് കണ്ടക്ടറായിരുന്ന രജനീകാന്ത് ഇന്ന് ഈ നിലയിൽ എത്തിയെങ്കിൽ നിങ്ങൾക്കും അതിരുകളില്ലാത്ത ആകാശത്തോളം വളരാനാകും. ജീവിതത്തിൽ വിജയം കണ്ടെത്തിയവരുടെ സ്വഭാവ സവിശേഷതകളിൽ പ്രധാനപ്പെട്ടതാണ് നിശ്ചയദാർഢ്യം.

കഴിവുകൾ കുറവാണെങ്കിലും ആ പ്രശ്നം ഒരു പരിധി വരെ പരിഹരിക്കാൻ നിശ്ചയദാർഢ്യം എന്ന സ്വഭാവഗുണത്തിന് കഴിയും. സ്വകാര്യ ജീവിതത്തിലെ ദുരന്തങ്ങളും പൊതു ജീവിതത്തിലെ തിരിച്ചടികളും പരാജയങ്ങളും അതിജീവിച്ച് അമേരിക്കൻ പ്രസിഡന്റ് പദവിയിലെത്തിയ എബ്രഹാം ലിങ്കൻ, ഒരു സാധാരണ കമ്പനി (എഡിസൺ ഇല്യൂമിനേറ്റിങ് കമ്പനി) ജീവനക്കാരനായിരുന്ന ഹെൻറി - ഇടത്തരക്കാർക്ക് അനുയോജ്യമായ രീതിയിലുള്ള സ്വയം പ്രവർത്തിക്കാൻ ശക്തിയുള്ള ഒരു വണ്ടി നിർമ്മിക്കുക എന്ന ലക്ഷ്യത്തോടെ പരീക്ഷണങ്ങൾ തുടങ്ങുകയും നിരവധി പരാജയങ്ങളിലൂടെയും പരിഹാസങ്ങളിലൂടെയും നടന്നുകയറി ഫോഡ് എന്ന കാർ കമ്പനി സ്ഥാപിക്കുകയും ചെയ്ത ഹെന്റിഫോഡേ, നിരവധി പടവുകളിലൂടെ ബ്രിട്ടീഷ് പ്രധാനമന്ത്രി വരെയായ വിൽസ്റ്റൺ ചർച്ചിൽ, മോട്ടോർ ന്യൂറോൺ രോഗം ബാധിച്ച് കഴിഞ്ഞ 50 വർഷക്കാലത്തിലേറെയായി ശരീരത്തിന്റെ ചലനശേഷി നഷ്ടപ്പെട്ട് അകാലമരണത്തിന്റെ നിഴലിൽ കഴിഞ്ഞ വിശ്വവിഖ്യാത ശാസ്ത്രജ്ഞനായ സ്റ്റീഫൻ ഹോക്കിങ് എന്നിവരെല്ലാം നിശ്ചയദാർഢ്യത്തിന്റെ

വിജയം തെളിയിക്കുന്നവരാണ്. സ്റ്റീഫൻ ഹോക്കിങ് ഒരിക്കൽ അഭിപ്രായപ്പെട്ടത്, "എനിക്ക് മരിക്കാൻ ഒരു തിടുക്കവുമില്ല, അതിനു മുൻപേ ചെയ്തുതീർക്കാൻ ഒരുപാടു കാര്യങ്ങളുണ്ട്."

കാഴ്ചശക്തിയുണ്ടായിട്ടും കാണാൻ കഴിയാത്തവരാണ് ഈ ലോകത്ത് ഏറ്റവും അധികം സഹതാപം അർഹിക്കുന്നത്. നല്ലൊരു ജോലി എന്നതിലുപരി നല്ലൊരു മനുഷ്യനായി നല്ലൊരു സാമൂഹ്യജീവിയായി ജീവിക്കാൻ കഴിയുക എന്നതാണ് വിദ്യാഭ്യാസത്തിന്റെ പ്രാഥമിക ലക്ഷ്യം. മനോഹര സ്വപ്നത്തിന്റെ ചിറകിൽ കയറി നമുക്ക് മുന്നോട്ട് പോകാം.

'സ്വ' ഭാവം (സ്വയം) തിരിച്ചറിയുക

"**നി**ങ്ങളുടെ വിശ്വാസങ്ങൾ നിങ്ങളുടെ ചിന്തകൾ ആകുന്നു.
നിങ്ങളുടെ ചിന്തകൾ നിങ്ങളുടെ വാക്കുകളാകുന്നു.
നിങ്ങളുടെ വാക്കുകൾ നിങ്ങളുടെ പ്രവൃത്തികളാകുന്നു.
നിങ്ങളുടെ പ്രവൃത്തികൾ നിങ്ങളുടെ ശീലങ്ങളാകുന്നു.
നിങ്ങളുടെ ശീലങ്ങൾ നിങ്ങളുടെ മൂല്യം ആകുന്നു.
നിങ്ങളുടെ മൂല്യം നിങ്ങളുടെ ലക്ഷ്യം ആകുന്നു."

രാഷ്ട്രപിതാവ് മഹാത്മാഗാന്ധിയുടെ വാക്കുകളാണിവ. നമ്മുടെ വിശ്വാസങ്ങൾ നമ്മുടെ സ്വഭാവമായി പരിണമിക്കുന്നു. പക്വതയാർന്ന സ്വഭാവം ഏതൊരാളിന്റെയും സ്വപ്നമാണ്. പക്വതയാർന്ന സ്വഭാവമുള്ളവരുമായി കൂട്ടുകൂടാൻ എല്ലാർക്കും താല്പര്യമാണ്. സ്വജീവിതത്തിലെ എല്ലാ പ്രവർത്തനങ്ങളിലും, വാക്കുകളിലും ചിന്തകളിലും ആത്മാർത്ഥത പരമാവധി വർദ്ധിപ്പിച്ചുകൊണ്ട് പക്വതയാർന്ന സ്വഭാവം കൈവരിക്കാവുന്നതാണ്. ചിന്തയിലും വാക്കിലും പ്രവൃത്തിയിലും ആത്മാർത്ഥത നിറയ്ക്കുക എന്നത് എളുപ്പമുള്ള കാര്യമല്ല. സ്വയം ഉയർത്തിപ്പിടിക്കുന്ന ജീവിതമൂല്യങ്ങൾക്ക് തടസ്സം സൃഷ്ടിക്കാത്ത തരത്തിൽ ആത്മാർത്ഥത കാണിക്കുമ്പോഴാണ് പക്വതയുള്ളവനായി അംഗീകരിക്കപ്പെടുന്നത്. മെന്ററിങ്ങിന്റെ ആദ്യഭാഗമായ *ജീവിതനൈപുണി മാർഗ്ഗനിർദ്ദേശങ്ങൾ* എന്ന ഈ പുസ്തകം നമ്മുടെ സ്വഭാവ സവിശേഷതകളെ സ്വാധീനിക്കുന്നുണ്ടോ എന്നറിയാൻ താഴെ പറയുന്ന ചോദ്യങ്ങൾക്ക് ഉത്തരമെഴുതാൻ ശ്രമിച്ചാൽ മതി.

1. ഞാൻ എന്റെ കഴിവുകളെ തിരിച്ചറിയുന്നുണ്ടോ?
2. ജീവിത വിജയത്തിനാവശ്യമായ ലക്ഷ്യങ്ങൾ എനിക്ക് വ്യക്തമായി നിർവ്വചിക്കാൻ സാധിക്കുന്നുണ്ടോ?
3. വിജയങ്ങളും പൂർവ്വകാല വിജയങ്ങളും എനിക്ക് ആസ്വദിക്കാൻ കഴിയുന്നുണ്ടോ?
4. ചുറ്റുപാടുകൾ നിരീക്ഷിക്കുന്നതിലൂടെ ജീവിതധർമ്മങ്ങൾ മനസ്സിലാക്കാൻ സാധിക്കുന്നുണ്ടോ?
5. ചിന്തയിലും വാക്കിലും പ്രവൃത്തിയിലും പൂർണ്ണ സത്യസന്ധത പുലർത്താനാവുന്നുണ്ടോ?
7. നാം ഭാഗഭാക്കാവുന്ന എല്ലാ കാര്യങ്ങളിലും ഒന്നാമനാവാൻ ശ്രമിക്കാറുണ്ടോ?
8. കാര്യക്ഷമത എന്നാലെന്താണ്? ഉയർത്തുന്നതെങ്ങനെ?
9. ആത്മാർത്ഥതയുള്ള സുഹൃത്തുക്കൾ എനിക്കുണ്ടോ? കുടുംബത്തിൽ, തൊഴിലിടത്തിൽ, പഠനസ്ഥലത്ത്, വീട്ടിനടുത്ത് എന്നിവിടങ്ങളിലുള്ള നല്ല സുഹൃത്തുക്കൾ ആരെല്ലാമാണ്.
10. നിങ്ങളിലുള്ള വിശ്വാസങ്ങൾ കാത്തുസൂക്ഷിക്കുന്നവനാണോ താങ്കൾ?
11. താങ്കളുടെ ആശയവിനിമയ ശേഷി മികച്ച രീതിയിലാണോ? പുതിയ ആൾക്കാരുമായും ഉന്നത വ്യക്തിത്വങ്ങളുമായും ആശയവിനിമയം നടത്താൻ കഴിയുന്നുണ്ടോ?
12. സഹാനുഭൂതിയുള്ളവനാണോ?
13. വ്യക്തമായ ലക്ഷ്യബോധം ഉണ്ടോ?
14. ഒരു ഭീരുവല്ലായിരുന്നു എങ്കിൽ എന്ന് എപ്പോഴെങ്കിലും ചിന്തിച്ചിട്ടുണ്ടോ?
15. ശാരീരിക ആരോഗ്യത്തിന് പ്രാധാന്യം കൊടുക്കുന്നവനാണോ?
16. മനസ്സിൽ സന്തോഷം നിറയ്ക്കാൻ കഴിയുന്നുണ്ടോ?
17. സ്വന്തം സാഹചര്യങ്ങൾ കണ്ടറിഞ്ഞ് പ്രവർത്തിക്കാൻ കഴിയുന്നുണ്ടോ?
18. തൊഴിൽ ആസ്വദിക്കാൻ കഴിയുന്നുണ്ടോ?
19. സമയത്തെ കാര്യക്ഷമമായി ഉപയോഗിക്കാൻ കഴിയുന്നുണ്ടോ?
20. കർമ്മങ്ങളിൽ ലയിക്കാൻ കഴിയുന്നുണ്ടോ?
21. മറവി ഒരനുഗ്രഹമായി തോന്നാറുണ്ടോ?

22. ചിന്തകളെ നിയന്ത്രിക്കാൻ കഴിയുന്നുണ്ടോ?
23. മികച്ചവൻ എന്നത് സ്വന്തം സ്വഭാവമായി തോന്നാറുണ്ടോ?
24. പക്വതയുള്ളവനായി സ്വയം വിശേഷിപ്പിക്കാൻ കഴിയാറുണ്ടോ?

എന്നിങ്ങനെയുള്ള 24 ചോദ്യങ്ങൾ ഒന്നു വിലയിരുത്തിയാൽ സ്വഭാവത്തെ കുറച്ചുകൂടി മനോഹരമാക്കാൻ കഴിയും. ഞാൻ എന്നാൽ എന്റെ സ്വഭാവമാണ്. ശരീരമോ, അവയവങ്ങളോ, വസ്ത്രങ്ങളോ മറ്റ് ഭൗതിക സാഹചര്യങ്ങളോക്കൊണ്ട് ഒരാളെ വിലമതിക്കാനാവില്ല. പക്ഷേ, സ്വഭാവം മികച്ചരീതിയിലായാൽ ശ്രേഷ്ഠതയാർന്ന വ്യക്തിത്വത്തിന് ഉടമയായിത്തീരും.

www.ingramcontent.com/pod-product-compliance
Lightning Source LLC
LaVergne TN
LVHW040746051026
849519LV00007BA/2453
9789388485852